AF761308

നാലാംയാമം

Nalamyamam
Novel

Abraham Mathew

CHINTHA PUBLISHERS
Thiruvananthapuram

First Chintha Edition
July 2021

Published
Chintha Publishers, Thiruvananthapuram

Typesetting
DBH Overbridge, Thiruvananthapuram

Printed at
Akshara offset, Thiruvananthapuram

Cover Design
Vinod Mangoes

ISBN : 978-93-90301-66-9

CO - 3011 / 5504

₹ 190

Email: chinthapublishers@gmail.com
Website: www.chinthapublishers.com

Distribution
DESHABHIMANI BOOKHOUSE
H O Thiruvananthapuram 695035

Branch
Head Office Kunnukuzhi • Statue Thiruvananthapuram •
KSRTC Bus Station Thiruvananthapuram
KSRTC Bus Station Alappuzha • KSRTC Bus Station Ernakulam •
Machingal Lane Thrissur • IG Road Kozhikode •
Mavoor Road Kozhikode • NGO Union Building Kannur •
Central Bus Terminal Complex Thavakkara Kannur

നാലാംയാമം

എബ്രഹാം മാത്യു

ചിന്ത പബ്ലിഷേഴ്സ്
തിരുവനന്തപുരം-695 035
വില :₹ 190

എബ്രഹാം മാത്യു

നോവലിസ്റ്റ്, കഥാകാരൻ, പത്രപ്രവർത്തകൻ, തിരക്കഥാകൃത്ത്......

പുനലൂർ വയലിറക്കത്ത് മറിയാമ്മയുടേയും ജോണിന്റേയും മകനായി ജനനം. എൻ എസ് വി ഹൈസ്കൂൾ, പുനലൂർ, പുനലൂർ എസ് എൻ കോളേജ്, കൊല്ലം എസ് എൻ കോളേജ്, തിരുവനന്തപുരം യൂണിവേഴ്സിറ്റി കോളേജ് എന്നിവിടങ്ങളിൽ വിദ്യാഭ്യാസം. യൂണിവേഴ് സിറ്റി കോളേജിൽ നിന്ന് എം എ ബിരുദം നേടി.

പുരസ്കാരങ്ങൾ: മികച്ച ടെലിവിഷൻ റിപ്പോർട്ടർക്കുള്ള സംസ്ഥാന സർക്കാർ അവാർഡ് (2004), ഫൊക്കാനോ അവാർഡ് (അഭിമുഖം), ജർമ്മൻ മലയാളി അസോസിയേഷൻ അവാർഡ് (അഭിമുഖം), ജെകെവി അവാർഡ് (നോവൽ), പ്രഥമ എസ് കെ പൊറ്റക്കാട് സ്മാരക അവാർഡ് (ചെറുകഥ), ഗാന്ധിഭവൻ അവാർഡ് (സമഗ്രസംഭാവന).

കൃതികൾ: *ഋതുക്കൾ ഞാനാകുന്നു, നാലാംയാമം, വയലിലെ പൂവ് പോലെ* (നോവലുകൾ), *ഓരോ പുഴയിലും, കാർമാർഗ്ഗം, നിത്യവിസ്മയ നിദ്ര, കാട്ടുമരങ്ങളിൽ കാറ്റ് തൊടും പോലെ, ആകാശത്തിലെ കവിതകൾ, ഫ്ളോറിഡായിലെ ചെത്തുകാരൻ, ഒരു നാരകം പോലെ, ഓ, മൗനമേ, ഏതോ പൂമരങ്ങൾ, ആസക്തിയുടെ ആമ്പലുകൾ, ഉരുകി വീഴുന്ന നഖങ്ങൾ, രക്തമുദ്ര* (ചെറുകഥാ സമാഹാരങ്ങൾ), *കേരളമെന്നു കേട്ടാൽ, ആരാണ് മാവോവാദി* (ലേഖന സമാഹാരങ്ങൾ), *ഓക്ക്മരച്ചുവട്ടിൽ, മുറിവുകളിൽ പൂത്ത മുന്തിരികൾ* (യാത്രാനുഭവങ്ങൾ), *കറുത്ത ചെമ്പരത്തി* (ബാലസാഹിത്യം), *കുമ്പസാരം* (അഭിമുഖ സമാഹാരം), *പി ടി ചാക്കോ; ചതിയും മൃതിയും* (ജീവചരിത്രം), *പശു* (മലയാളം സിനിമ) (തിരക്കഥ).

ഭാര്യ	:	ഡോ. ഷീന ഈപ്പൻ (റിസേർച്ച് ഗൈഡ്, മഹാത്മാഗാന്ധി സർവ്വകലാശാല)
മക്കൾ	:	രൂപിൻ ജോൺ എബ്രഹാം, യൂജിൻ ഈപ്പൻ എബ്രഹാം
വിലാസം	:	ഹൗസ് നമ്പർ–2 അൽഫോൺസ മെഡോസ് തെക്കേമല പി ഒ കോഴഞ്ചേരി, പത്തനംതിട്ട
Email	:	abrhammathew07@gmail.com
ഫോൺ	:	9447480109

ഉള്ളടക്കം

പ്രസാധകക്കുറിപ്പ്

മലയാള സാഹിത്യത്തിൽ ഗോപുരംപോലെ ഉയർന്നുനിന്ന രണ്ടുപേർ. ഒരേ ദിശയിലേക്ക് നടക്കുമ്പോഴും വഴിപിരിഞ്ഞ വർ. ഇടയ്ക്കു സന്ധിച്ചവർ. പ്രതിജ്ഞാബദ്ധതയിലെ ഉൾപ്പിരിവുകളും സംഘർഷങ്ങളും അടയാളപ്പെടുത്തുന്ന കൃതി. ഒരു എഴുത്തുകാരനെ ആന്തരികമായി തിന്നു തീർക്കുന്ന എന്തോ ഒന്ന് അയാളിൽത്തന്നെ വസിക്കുന്നതായി പലരും ചൂണ്ടിക്കാട്ടിയിട്ടുണ്ട്. അങ്ങനെ സമൂഹത്തോട് ചേർന്നുനില്ക്കുമ്പോഴും അവനവനെക്കൂടി ഒപ്പംകൂട്ടിപ്പോയ ഒരുവൻ. രാഷ്ട്രീയ വരമ്പിലൂടെ നടക്കുമ്പോഴും വഴുവ ഴുക്കലിൽപെട്ട് ചെളിയിൽ വീഴാതെ ജാഗ്രത പുലർത്തിയ മറ്റൊരാൾ. ഒരു കാലഘട്ടത്തിലെ സംഘർഷങ്ങൾ ആവാ ഹിച്ച കൃതി.

ചിന്ത പബ്ലിഷേഴ്സ്

ഉണരുമ്പോൾ

"**ഈ**ശ്വരനാണോ?"
"അല്ല"
"പുണ്യാത്മാവാണോ?"
"അല്ല"
"ഗുരു?"
"അല്ല"
"പിന്നെ?"
"ഞാൻ ഉണർന്നവനാകുന്നു"

സുരേന്ദ്രൻ ഉണർന്നു; കമ്പിളിക്കടിയിൽനിന്നും ഊർന്നിറങ്ങി വന്ന് ലൈറ്റ് തെളിച്ചു.

ഭാര്യ ചുരുണ്ടുകിടന്നുറങ്ങുന്നു. വിളിക്കണോ വേണ്ടയോ എന്നായി ആശങ്ക. വിളിച്ചില്ലെങ്കിലും ദേവകി ഉണരും. ചായകുടിച്ചശേഷം ഭാര്യയെ വിളിച്ചുണർത്താമെന്നോർത്തു സുരേന്ദ്രൻ.

തണുപ്പുകാരണമാണോ എന്നറിയില്ല. സുരേന്ദ്രന്റെ കാലും കൈയും തണുത്തു; മരവിപ്പല്ല. എന്നാലും നിലത്തൂന്നുമ്പോൾ ഒരുതരം കോച്ചിപ്പിടുത്തം. കൈലിയും വെള്ള കൈ ബനിയനുമായിരുന്നു വേഷം.

കട്ടൻ ചായ ഫ്ളാസ്കിൽ നിന്നൊഴിച്ചു. പുറത്ത് ഇരുട്ട് ശാന്തമായി ഉറങ്ങുന്നു. രാത്രിയിൽ ഇടിമിന്നലും മഴയുമുണ്ടായിരുന്നു; തുലാവർഷക്കേട്. ഉച്ചകഴിഞ്ഞു തുടങ്ങിയ മഴ ഉറങ്ങുംവരെ തുടരുന്നുണ്ടായിരുന്നു.

ചായ പകരുന്ന ശബ്ദം കേട്ടിട്ടാവണം ദേവകി കണ്ണുതുറന്നു. അവർ സുരേന്ദ്രനെ നോക്കി വെറുതെ കിടന്നു. ആ വേള സുരേന്ദ്രന്റെ കാൽ കട്ടിൽക്കോണിൽ പോയി ഇടിച്ചു. ശ്ശേ... എന്ന് വേദനിക്കവേ ചായ തുളുമ്പി വീണു.

രണ്ടുകട്ടിലിനും ഇടയ്ക്കുള്ള കസേരയിൽ സുരേന്ദ്രൻ ഇരുന്നു. ഒരു കൈകൊണ്ട് കാൽതടവി. സുരേന്ദ്രൻ ചായകുടിച്ചു. ചായ, സുരേന്ദ്രന്റെ നരച്ച നെഞ്ചിനും ചുളുങ്ങിയ കൈകൾക്കും ജീവൻ നല്കുന്നു. നാലാം യാമം ഓർമ്മകൾക്കു വേണ്ടിയുള്ളതാണ്.

മുറിവേല്പിച്ച ഓർമ്മകളോടൊന്നും സുരേന്ദ്രന് പരിഭവമില്ല. ശാന്തമായി അവയെ ഏറ്റുവാങ്ങുന്നു.

"ഇന്നത്ര വെറയലൊന്നുമില്ല.

എഴുതാമോന്നു നോക്കട്ടെ..."

നോട്ട് ബുക്കും പേനയും തുറന്നുവച്ച് സുരേന്ദ്രൻ മുരണ്ടു. എന്നും ഇങ്ങനെയല്ല.

ചായ ഒഴിക്കുമ്പോൾത്തന്നെ പാതി തറയിൽ പോകും. ചിലപ്പോൾ രണ്ട് കൈകളും ഒരുമയോടെ വിറയ്ക്കും. മറ്റു ചിലപ്പോൾ ഒന്നു തുടങ്ങും; മറ്റൈക്കൈ ഏറ്റുവാങ്ങും.

ദേവകി എഴുന്നേല്ക്കുന്നത് സുരേന്ദ്രൻ വിലക്കി. പാവം എന്തും വേണ്ടി കഷ്ടപ്പെടുന്നുണ്ട്. കുറേക്കൂടി ഉറങ്ങിക്കൊള്ളട്ടെ. എന്നും ദേവകി കേട്ടെഴുതുകയാണു പതിവ്. ഇന്ന് വിറയൽ എത്തിയിട്ടില്ല. വിറയൽ ദേവകിക്ക് അവധി നല്കുകയില്ല.

എഴുതാനിരുന്നപ്പോൾ സുരേന്ദ്രന് സംശയം. തലയിൽ അമർത്തി തടവി നോക്കി. തലകുലുക്കുകയും താഴ്ത്തുകയും ഉയർത്തുകയും ചെയ്തു. എവിടെയോ ഓർമ്മകൾ തടഞ്ഞുനില്ക്കുന്നു. എവിടെയോ കാത്തുനില്ക്കുന്നു.

"ദേവകീ, ഇന്നലെ എവിടെയാ നിർത്തിയെ...?"

"ഇന്നലെ...?"

ദേവകി ഓർമ്മകളെ പിടികൂടി. സുരേന്ദ്രന്റെ ഓർമ്മകളാണ് ദേവകിയുടെ കൈമുതൽ. സുരേന്ദ്രന്റെ വാർദ്ധക്യമാണ് ദേവകിയുടെ യൗവനം.

"ശിവശങ്കരൻ അമ്പലപ്പുഴേൽ പ്ലീഡർഷിപ്പ് എടുത്ത കാര്യമാണോ...?"

സുരേന്ദ്രൻ തിരക്കി.

"അത്രേം ആയില്ല; ലോഡ്ജിലിരുന്ന് എഴുതുന്ന കാര്യമാ..."

സുരേന്ദ്രന്റെ മുഖം തെളിഞ്ഞു.

കാത്തുനില്ക്കുകയായിരുന്ന ഓർമ്മകൾ യാത്ര പുറപ്പെട്ടു. സുരേന്ദ്രൻ എഴുതിത്തുടങ്ങി...

അതൊരു ലോഡ്ജ് ആണെന്നു വേണമെങ്കിൽ പറയാം; ഭംഗിക്കങ്ങനെയൊക്കെ പറയാം. ഒരു ഇരുണ്ട മുറി. ഇരുട്ടും ഈച്ചയും sl nXpd pw\ SphnÂ k plc{Iu³ . Hcptai bpw കസേരയുമുണ്ട്. കിടക്കുന്നത് നിലത്ത് പായവിരിച്ചാവും. ഈച്ച കൂട്ടിരിക്കും. കൊതുക് വന്നു പോകും.

കൊച്ചുവെളുപ്പാൻ കാലമാകുമ്പം എഴുന്നേറ്റിരിക്കും. ഇരുന്ന് ഓരോ

ന്നോർക്കും. ഓർമ്മയുടെ ഭാരം കാരണം ഉടനെയെങ്ങും എഴുതുവാൻ തോന്നുകയില്ല. പോക്രിത്തരം കണ്ടും കേട്ടും മടുത്തിട്ടാണ് രാത്രി വൈകി മുറിയിൽ കിടക്കാൻ വരുന്നത്. മായാത്ത വേണ്ടാതീനങ്ങളും വിഷമങ്ങളും ഓർത്തു കിടക്കും. രാവിലെ എഴുന്നേല്ക്കുമ്പോൾ തോന്ന്യവാസികളുടെ വൃത്തികേടുകൾ ഓർമ്മയിൽ റെഡി. പിന്നെങ്ങനെ കഥ എഴുതാൻ തോന്നും? നോവൽ പടച്ചുണ്ടാക്കാൻ തോന്നും? പ്രാരാബ്ദങ്ങൾ ആയിരുന്നു പ്രധാനം. മറ്റുള്ളവരുടെ ജീവിതമായിരുന്നു സുപ്രധാനം. അവനവനാത്മസുഖത്തിനാചരിക്കുന്നത് അപരന് സുഖമായി വരേണം എന്ന ചിന്തയായിരുന്നു. ആ ചിന്തയിലാണ് ജീവിച്ചത്, പ്രവർത്തിച്ചതും.

കഥയും നോവലും കവിതയുമൊക്കെ ജീവിത ക്ഷേമത്തിനു വേണ്ടിയാകണം. നല്ല നാളെ സ്വപ്നം കാണാൻ വേണ്ടിയാകണം. പോരാളിക്ക് ഒരു പടവാൾ ആകണം സൃഷ്ടി. അല്ലാതെ സൊറയും സല്ലാപവുമാകരുത്. കല ജീവിതത്തിനുവേണ്ടിയാണ്. കല ജീവിതത്തിനുവേണ്ടിയാകണം. എന്റെ ഇരുണ്ട മുറിയിലെ ഈച്ചയേയും കൊതുകിനേയും പോലെയാണ് സാമാന്യജനം കഴിയുന്നത്. അവർക്കുള്ള മോചനമാർഗ്ഗം തുറക്കണം എഴുത്ത്. എഴുത്തിന് ഉദ്ദേശ്യമുണ്ട്.

ചില വിഡ്ഢികൾ ഇങ്ങനെ വിശ്വസിക്കുന്നില്ല. വേണ്ട, അവിശ്വാസിയായ വിഡ്ഢി കൊണ്ടാലേ പഠിക്കൂ. കണ്ടാലൊന്നും പഠിക്കുകയില്ല. അവർ ചരിത്രഗതി പഠിക്കാത്തവരാണ്. ചരിത്രത്തിൽ ഒരുനാൾ അവർ വിചാരണ ചെയ്യപ്പെടുമെന്ന് ഞാൻ വിശ്വസിക്കുന്നു.

എന്റെ ഈ മുറിപോലെ പത്തെണ്ണം ഈ ലോഡ്ജ് വകയായുണ്ട്. ഒരു പുത്തൻ പണക്കാരനാണ് മുതലാളി. തെക്കെവിടെയോ ഒരു വള്ളമുന്നുകാരനായിരുന്നു. പിന്നൊരിക്കൽ കയർ മുതലാളിയുടെ സഹായിയായി കൂടി. കട്ടും മോഷ്ടിച്ചും കിട്ടിയത് കൂട്ടിവച്ചും ഭീഷണിപ്പെടുത്തിയും അവൻ നേടി. മുതലാളിക്കുവേണ്ടി എന്തും ചെയ്യാൻ മടിയില്ലാത്ത മുഷ്ക്കൻ. മുതലാളി ജ്വരംവന്നു ചത്തപ്പോൾ പണക്കിഴിയിൽ ചിലത് അവൻ മോഷ്ടിച്ചു. ഇത്രപെട്ടെന്നു ചാവുമെന്ന് ആ വിഡ്ഢി ഓർത്തിരിക്കില്ല. ഒരു വിഡ്ഢി ചാവുമ്പോൾ മറ്റൊരു വിഡ്ഢി ജനിക്കുന്നു. വിഡ്ഢികളുടെ ജനന മരണ ചക്രമാണിത്. പണക്കിഴികളും കള്ളപ്രമാണവും സൂക്ഷിച്ചുവച്ചിരുന്ന നിലവറ സഹായിക്കേ നിശ്ചയമുണ്ടായിരുന്നുള്ളു. ഭാര്യയേയും അവന് വിശ്വാസമില്ലായിരുന്നു. ഭാര്യയുടെ ആങ്ങളമാരെങ്ങാനും അറിഞ്ഞാലോ എന്നായിരുന്നു ഭയം. അതുകൊണ്ട് കള്ളക്കിഴികളുടെ കള്ളക്കണക്ക് ഭാര്യക്കും മക്കൾക്കും അറിയാൻ പറ്റിയില്ല. അറിഞ്ഞവൻ പറ്റിക്കയും ചെയ്തു.

ഇതാണ് ചൂഷകന്റെ വംശാവലി.

ആ കരിമന്തൻ മുതലാളി നൂറുപറ നെലത്തിന് ഉടമയായിരുന്നു. പത്തു പന്ത്രണ്ടു കാളവണ്ടി നിറയെ നാളികേരവും കിട്ടും. പോരെ ഇത്രയും. എന്നിട്ടും ആ തെണ്ടിക്ക് നിറവില്ല. സഹായിയായി കൂടിയ മഹാതെണ്ടിയും വിട്ടുകൊടുക്കില്ല.

വയല്പണിക്കുവരുന്ന നാലഞ്ചു പെണ്ണുങ്ങളെ എവൻ പെഴപ്പിച്ചിട്ടുണ്ട്! ഒരു പൊലയൻ മാത്രം ചോദിക്കാൻ ചെന്നു. മുതലാളിയും സഹായിയും കൂടിച്ചേർന്ന് അവനെ വെട്ടിയോടിച്ചു. പൊലയൻ പോയവഴിക്ക് പുല്ലുമുളച്ചില്ല.

പത്തിന് അഞ്ച് പലിശ

എന്നാലും ആവശ്യക്കാരുണ്ട്.

എണ്ണിപ്പൂഴ്ത്തിവെക്കുന്ന പണി സഹായിക്ക്.

ഭാര്യ കാണുന്നുണ്ടോന്ന് അവൻ ഏറുകണ്ണിട്ടു നോക്കും. ഉറപ്പുവരുത്തീട്ട് അറേൽ കൊണ്ടുപൂട്ടും. മുതലാളി ജ്വരംവന്നു ശ്വാസം കിട്ടാതെ കിടക്കുമ്പോഴും സഹായിയുടെ കണ്ണ് കോഴിക്കൂട്ടിലാകുന്നു.

മുതലാളിയുടെ ഭാര്യക്ക് അവനോടത്ര പഥ്യം പോര

തഴമ്പൊള്ള ഊന്നുകാരനാണവൻ.

ബോധമില്ലാതെ കിടക്കുന്നരോഗി.

അടുത്തെങ്ങാണം കേറി ചെന്നിരുന്നാൽ ഊന്നുകാരനെങ്ങാണം കേറിപ്പിടിച്ചാലോ എന്ന് ആ സ്ത്രീക്ക് ഒരു ഉൾക്കിടിലം. രണ്ടു പെൺമക്കൾ വേറെയും. അതുകൊണ്ട് ആ സാധു സ്ത്രീ, ഭർത്താവ് ജ്വരം പിടിച്ച് വാപെളർന്ന് കെടന്നിട്ടും കാര്യമായി അങ്ങോട്ടൊന്നും കേറിപോയില്ല.

ചാവാറായെന്ന തോന്നൽ ആർക്കുമൊട്ടില്ലാരുന്നു താനും. മൊതലാളീം അങ്ങനെ കരുതിയില്ല. സഹായിക്കും തോന്നിക്കാണുകയില്ല.

മരണത്തിന്റെ കൽത്തുറുങ്ക് ഭേദിച്ചു പുറത്തുകടക്കാൻ കഴിയുന്നവന്മാരാണു മൊതലാളിമാർ എന്ന് ദാസന്മാർ വിശ്വസിക്കും. ഇവിടെയും ഈ എരപ്പൻ അങ്ങനെ കരുതിക്കാണും.

ചാവുന്നേന് നാലുനാൾ മുൻപ് മുതലാളി ആംഗ്യം കാട്ടിത്തുടങ്ങി. പോയി കിട്ടാനുള്ള പലിശ പിടിച്ചുപറിച്ചു കൊണ്ടുവാടാ എന്ന് അർത്ഥം; സഹായിക്കു മനസ്സിലായി. അവൻ കഠാര എടുത്ത് ഇടുപ്പിൽ തിരുകി കിഴക്കോട്ട് യാത്രയായി.

പുഞ്ചകൃഷി തൊടങ്ങുന്ന സമയം.

ഇപ്പോൾ പോയാലൊന്നും പലിശ കിട്ടുകയില്ല. തൊണ്ണൂറു ദിവസം കഴിയും കൊയ്ത്തു തുടങ്ങാൻ. എങ്കിലേ എന്തേലും കിട്ടു. സഹായിക്കറിയാമത്; എന്നിട്ടും അവൻ കിഴക്കോട്ടു യാത്രയായി.

മൂന്നു കൃഷിക്കാരേം, നാലഞ്ച് പാത്രക്കച്ചവടക്കാരേം അവൻ കണക്കിനു വിരട്ടി. ഒരു പാത്രക്കച്ചവടക്കാരൻ തെങ്കാശീന്നുവന്നു പാർത്ത അണ്ണാച്ചിയായിരുന്നു. മറവൻ മാതിരി ഒരു പോത്ത്. പലിശക്കണക്കവന് ബോദ്ധ്യമായില്ല.

സഹായി കഠാര നീട്ടി.

മറവൻ വെട്ടരിവാൾ പൊക്കി.

പ്രതീക്ഷിച്ചതല്ല.

എന്നിട്ടും വിട്ടുകൊടുത്തില്ല.

നാഭിയിൽ വീണ തൊഴിക്ക് മറവൻ മലർന്നു. മടിക്കുത്തിൽനിന്ന്

എട്ടണ പിടിച്ചെടുത്ത് സഹായി ഓടിക്കളഞ്ഞു. ബോധം വന്നാൽ അവൻ വെച്ചേക്കില്ല. എത്ര ഓടിയെന്ന് നിശ്ചയമില്ല.

അന്ന് നാല്പത് രൂപയ്ക്കടുത്ത് പിരിവു നടന്നു. തുണിയിൽ പൊതിഞ്ഞാണു കൊണ്ടുവന്നത്. മുതലാളി കുറേക്കൂടി അവശനായിരുന്നു. കൈചൂണ്ടിയിടത്ത് ചുരുട്ടിവച്ചു. പിന്നീടത് അകത്തേക്ക് മാറ്റാൻ ആംഗ്യംവന്നു. അറ തുറന്നോളാൻ സമ്മതിച്ചു. ആദ്യമായിട്ടാണ്.

കിഴികളും, ഉരുപ്പടികളും, കടലാസുകെട്ടുകളും.

അയ്യോ അവന്റെ കണ്ണ് മഞ്ഞളിച്ചു. ഉള്ള് ഒന്നു കാളി.

ഈ പണ്ടാരം ചത്താരുന്നേൽ എന്ന് ആ അതിമോഹി കൊതിച്ചു. കൊതിച്ചപോലെ വിധിവന്നു. രണ്ടുനാൾ കഴിഞ്ഞ് ജ്വരം അയാളെ കാലപുരിയിലേക്ക് കൊണ്ടുപോയി. കിഴിയും കിണ്ടിയും ഉരുപ്പടികളും അനാഥരായി. മുദ്രപ്പത്രങ്ങളും കരാറുകളും അനാഥമായി.

ഇത്രയും സേവിച്ചതിന് മുതലാളി ഒന്നും തന്നിട്ടില്ല.

മനഃപൂർവ്വം തരാതിരുന്നതല്ല.

ചാവുമെന്ന് ആരു കണ്ടു.

മണ്ടിമണ്ടിക്കരേറുന്നു മോഹവും എണ്ണിയെണ്ണിക്കുറയുന്നിതായുസ്സും...

ഞാൻ പറഞ്ഞുവരുന്നത്........

ആ സഹായി തട്ടിയെടുത്ത പൊന്നും പണവുമാണ് ഈ ലോഡ്ജിന്റെ ആസ്തി. ഇതിന്റെ അസ്തിവാരം. ഇപ്പോൾ ആ പഴയ ഊന്നുകാരനാണു മുതലാളി. സമ്പാദിച്ചോട്ടെ. അതിൽ തെറ്റൊന്നുമില്ല. പക്ഷേ, ഈ ലോഡ്ജിന്റെ കാര്യം നോക്ക്.

ഒറ്റമുറി

വൈദ്യുതി ഈ പ്രദേശത്ത് വ്യാപകമായിട്ടില്ല. ടൗണിൽത്തന്നെ ഒന്നു രണ്ട് കയർ ഫാക്ടറികളിലും കമ്പനി മാനേജർമാരായ സായിപ്പന്മാരുടേയും കുറെ മുതലാളിമാരുടേയും വീടുകളിലേ കറന്റുള്ളു. വെളിച്ചം വരുന്നതേയുള്ളു.

വെള്ളം മുറ്റത്തെ കിണറ്റിൽ നിന്നാണ്.

കോരിക്കൊണ്ടുവന്ന് കുളിമുറിയിൽ വെക്കണം. കുളിമുറിയായിട്ടൊന്നുമില്ല. ഒരു മറപ്പുര. അത്രതന്നെ. പലരും കിണറ്റിൻചോട്ടിൽ നിന്നങ്ങ് കുളിക്കും.

ലോഡ്ജ് മുറിക്ക് ജനലൊന്നുമില്ല. ദ്രവിച്ച പ്രധാന വാതിൽ തുറന്നുവയ്ക്കുകയുമില്ല. തുറന്നാലുടൻ കൊതുകുപടവരും. അവരു കേറിയാൽ പിന്നെ അവർക്കും കുടികിടപ്പവകാശം കൊടുക്കേണ്ടതല്ലേ.

തൂപ്പും തുടപ്പുമൊന്നുമില്ല.

തൂപ്പിന് ആളെ നിർത്തിയാൽ അതിനും ചക്രം ചെലവാകുമല്ലോ. അതും ലാഭം. വാടകയോ പ്രതിമാസം നാല് രൂപ. ഒടുക്കത്തെ വാടക. ഈ ഇരുട്ടുമുറിയിൽ വന്ന് ചുരുണ്ടു കൂടുന്നതിനാണ് ഇത്രേം ചെലവ്.

ഈ പുത്തൻപണക്കാരൻ മുതലാളിയുടെ ജീവിതം ഇവിടെ പൂർണ്ണ

മല്ല. അത് വഴിയേ പറയാം. പറയുന്നതിന് ചില വഴികൾ ഒക്കെ വേണമല്ലോ. അതുകൊണ്ട് അക്കാര്യം തല്ക്കാലം മാറ്റിവക്കുകയാണ്....

പെട്ടന്നൊരു വിറയൽ
വിരലുകൾ കോച്ചിവലിച്ചു.
സുരേന്ദ്രൻ വേദനകൊണ്ടലറി.
ദേവകി ഞെട്ടി എഴുന്നേറ്റു.
പുറത്ത് കോഴികൂകാൻ തുടങ്ങിയിരിക്കുന്നു.
ഇരുണ്ട മുറ്റം വ്യക്തമാകുന്നു.
....അയ്യോ എന്നുറക്കെ വിളിച്ചുപോയി ദേവകി.
സുരേന്ദ്രൻ ഒരുവശം ചാഞ്ഞു വീണു.
രണ്ടു കൈയും ഒരുമിച്ച് വിറയ്ക്കുന്നു.
"വേണ്ടാന്ന് പറഞ്ഞതല്ലിയോന്നേ."
ദേവകി വിമ്മിട്ടപ്പെട്ടു.
സുരേന്ദ്രന് മിണ്ടാനാവുന്നില്ല.
കുഴഞ്ഞുപോയി.
പൂക്കുലപോലെ കൈകൾ വിറച്ചു.
ദേവകി വന്ന് താങ്ങിക്കിടത്തി.

ചുറ്റും ഇരുട്ടുപോലെ തോന്നി സുരേന്ദ്രന്. ആ ഇരുണ്ട ലോഡ്ജ് മുറിയുടെ ഓർമ്മയിൽനിന്നും എത്ര ശ്രമിച്ചിട്ടും പുറത്തുകടക്കാനാകുന്നില്ല. ഇരുട്ടുള്ള സമയമാണല്ലോ നാലാംയാമം.

"ഞാനങ്ങ് കണ്ണടച്ചു പോയാരുന്നു. എഴുന്നേക്കണമെന്നു വിചാരിച്ചിട്ടും മയങ്ങിപ്പോയാരുന്നു."

ദേവകി മനസ്താപത്തോടെ പറഞ്ഞു. സുരേന്ദ്രനത് കേട്ടില്ല. വിറച്ചും തേങ്ങിയുമയാൾ ചുരുണ്ടുകിടന്നു. വിറയ്ക്കുന്നവർക്കും കണ്ണടയ്ക്കുന്നവർക്കും കൂടുതൽ വിയർക്കാനും കണ്ണടയ്ക്കാനും ഉള്ളതാവും നാലാംയാമം.

ഒന്നുരണ്ടുമാസമായി സുരേന്ദ്രൻ നാലാംയാമത്തിലാണ് ഉണരുക. ഉണർന്നിരുന്ന് എഴുതാൻ തുടങ്ങും. മിക്കദിവസവും ദേവകിക്ക് പറഞ്ഞുകൊടുത്ത് എഴുതിക്കുകയാണു പതിവ്. ആദ്യമാദ്യം സുരേന്ദ്രന് ആ രീതിയോടു പൊരുത്തക്കേടു തോന്നി. പിന്നെ അതങ്ങ് തുടർന്നു. പറഞ്ഞുകൊടുത്ത് എഴുതിക്കൽ അങ്ങനെ സുരേന്ദ്രന് ശീലമായി.

കുറെവർഷമായി എഴുത്തെന്ന ശീലം തന്നെ മറന്നുപോയിരുന്നു സുരേന്ദ്രൻ. പഴയ വായനക്കാരും പാർട്ടിക്കാരുമൊക്കെ തന്നെ മറന്നതിൽ ഖേദമില്ലെന്നും പറഞ്ഞ് സുരേന്ദ്രൻ ഒഴിഞ്ഞുമാറി ജീവിക്കുകയായിരുന്നു. അടുപ്പക്കാർ എത്ര പറഞ്ഞിട്ടും സുരേന്ദ്രൻ വഴങ്ങിയില്ല. എന്നെ വേണ്ടാത്ത പട്ടികളെ എനിക്കുംവേണ്ട എന്നായി ഒരു ഘട്ടത്തിൽ.

പട്ടികളുടെ കാര്യം എന്തോ ആയിക്കൊള്ളട്ടെ, എഴുതേണ്ടതും പറയേണ്ടതും നമ്മുടെ ചുമതല. പണ്ടത്തെ ആ ശീലം ഇനി ഇല്ലാതാക്കുന്നതെന്തിനെന്നും ചില സ്നേഹിതർ ചോദിച്ചു.

സുരേന്ദ്രന് അതിനൊന്നും ഏറെക്കാലത്തോളവും വ്യക്തമായ മറുപടി ഉണ്ടായിരുന്നില്ല. അയാൾ മറ്റുള്ളവരോട് ചോദിക്കുകമാത്രം ചെയ്യും. ഉത്തരം പറയാൻ കൂട്ടാക്കിയിരുന്നുമില്ല. ഇങ്ങനെ ഏറെക്കാലം നീക്കി, സ്വയം ചോദിക്കുന്നകാലം.

കാര്യമില്ലാത്ത ആ കാലം നല്ല ഓർമ്മയുണ്ട് ദേവകിക്ക്. പക്ഷേ ഇങ്ങനെ കാലം കഴിച്ചാൽ പോരല്ലോ. ഇങ്ങനെ ചിന്തിക്കാൻ ദേവകിക്ക് ഒരു പ്രത്യേക കാരണവുമുണ്ടായി. സുരേന്ദ്രന്റെ ഓർമ്മകൾ പറന്നുപൊയ്ക്കൊണ്ടിരിക്കുകയാണെന്ന് ദേവകിക്കു തോന്നി. പറന്നു പോയവയെ വീണ്ടും പിടിച്ച് വളർത്താൻ പ്രയാസമുണ്ട്. പറന്നുപോകുന്നവയെക്കുറിച്ചൊന്നും സുരേന്ദ്രൻ അറിയുന്നുണ്ടായിരുന്നില്ല.

അതുകൊണ്ട് ദേവകി നിർബ്ബന്ധം പിടിച്ചു:

“ഇങ്ങനെ വെറുതെ സമയം കളയരുത്. ഈശ്വരൻ തന്ന ആ വരദാനം തട്ടിക്കളയരുത്. ചേട്ടൻ വീണ്ടും എഴുതണം. കൈപിടിച്ചുയർത്തിക്കൊണ്ടുവന്നവരൊക്കെ ഇപ്പോൾ ഓരോരോ തലമുറകളേയും നയിക്കുന്നുണ്ടല്ലോ.”

ദേവകിയുടെ നിർബ്ബന്ധം സഹിക്കവയ്യാതെ ഒടുവിൽ സുരേന്ദ്രനങ്ങ് വഴങ്ങി. പെട്ടെന്ന് എഴുതാവുന്നവ, ഒരു ഓർമ്മക്കുറിപ്പ് രൂപത്തിലാക്കാമെന്ന് സുരേന്ദ്രനും വിചാരിച്ചു.

“എല്ലാം അടുക്കി പെറുക്കി പറഞ്ഞുതരാൻ പറ്റുമെന്ന് തോന്നുന്നില്ല. കുറച്ചൊക്കെ കൈവശമുണ്ട്. പിന്നെ ദാ, എന്റെ കൈകൊണ്ട് ഇനി അതു പറ്റുമോ ദേവകീ...?”

ദേവകിക്കുത്തരം സംശയമില്ല.

സുധീരമായി ജീവിതത്തെ എതിരിട്ട മനുഷ്യൻ ദുർബ്ബലനായതല്ലോ എന്നേ ആ സ്ത്രീ വിചാരിച്ചുള്ളു.

എല്ലാം ക്രമത്തിൽ കിട്ടണമെന്നില്ല.

“ഓർമ്മയിൽ വന്നു നില്ക്കുന്നതു ചേട്ടനങ്ങ് പറഞ്ഞേച്ചാ മതി; ഞാൻ എഴുതി എടുത്തോളാം.”

ദേവകി, സുരേന്ദ്രനെ പ്രോത്സാഹിപ്പിച്ചു.

പത്തുവർഷം നീണ്ട ദാമ്പത്യത്തിനിടയിൽനിന്ന് തനിക്ക് പെറുക്കി കൂട്ടിവയ്ക്കാവുന്നതും വായിച്ചെടുക്കാവുന്നതും വളരെ കുറച്ചുകാര്യങ്ങളേ ഉള്ളല്ലോ എന്നാണ് ദേവകിയുടെ നിരാശ.

സുരേന്ദ്രന്റെ സംഭവബഹുലമായ ജീവിതം, ഒരു ധിക്കാരിയുടെ ജീവിതം യഥാർത്ഥത്തിൽ, തന്നെ, കണ്ടെത്തും മുൻപ് തന്നെ പൂർത്തിയായിക്കഴിഞ്ഞിരുന്നുവല്ലോയെന്ന് ദേവകി ഓർത്തു. ഒരു കേൾവിക്കാരിയെപ്പോലെ മാത്രം അത്തരം സംഭവബാഹുല്യങ്ങൾ കുറിച്ചെടുത്തുവയ്ക്കാം. ആരോഗ്യവാനും യുവാവുമായ സുരേന്ദ്രൻ, ജീവിതമെന്ന ഒരു ഗോളത്തിന്റെ മറുതലയ്ക്കൽ നില്ക്കുന്നു.

നിർബ്ബന്ധത്തിന് പ്രയോജനമുണ്ടായി. ഞരങ്ങിയും മൂളിയും രാവും പകലും തീർക്കുന്ന സുരേന്ദ്രൻ ദേവകി പറഞ്ഞതിന്റെ മൂന്നാം പക്കം,

പാതിരാകഴിഞ്ഞപ്പോൾ ഞെട്ടി എഴുന്നേറ്റു. അസുഖം കൂടിയതാവുമെന്നു കരുതി പേടിച്ചു കരഞ്ഞുംകൊണ്ട് ദേവകിയും ഒപ്പം എഴുന്നേറ്റിരുന്നു. സുരേന്ദ്രൻ ഭാര്യയെ നോക്കി വെറുതെ ചിരിച്ചു:

"ഇന്നങ്ങ് തൊടങ്ങിയാലോടീ..."

"ഈ പാതിരായ്ക്കോ...?"

"ഒറക്കം കളയാതെ മനുഷ്യാ.."

മുടിലേശവും അവശേഷിച്ചിട്ടില്ലാത്ത തലയിൽ എന്തിനോവേണ്ടി ഉഴിഞ്ഞുംകൊണ്ട് സുരേന്ദ്രൻ ആരെയോ വെല്ലുവിളിച്ചു. ജനലിലൂടെ പുറത്തേക്ക് നീട്ടിത്തുപ്പി. ആരെയോ ആട്ടുംപോലെ.

അങ്ങനങ്ങ് തുടങ്ങി.

ദേവകി കൂർക്കംവലിച്ചു കിടന്നു.

മേശപ്പുറത്തു കിടന്ന നാലഞ്ചു കഷണം കടലാസിൽ സുരേന്ദ്രൻ കുനുകുനെ എഴുതിയങ്ങ് നിറച്ചു.

വെട്ടം വീണപ്പോൾ പരിഭ്രമിച്ചെഴുന്നേറ്റുവന്ന ദേവകിയോടയാൾ പറഞ്ഞു:

"ഇതുകണ്ടോടി ഞാൻ പറഞ്ഞാ... പറഞ്ഞതാ."

സുരേന്ദ്രന്റെ സമനിലതെറ്റിയോ എന്നായിരുന്നു ദേവകിയുടെ സംശയം. പിച്ചും പേയും പറഞ്ഞു കിടപ്പായിരുന്ന ആൾ ഇതാ യുദ്ധത്തിനു തയ്യാറായി നില്ക്കുന്നു. കടലാസ് എടുത്തുനോക്കിയപ്പോൾ ശരിയാണ്. സുരേന്ദ്രന്റെ പഴയ ശൈലിക്ക് കോട്ടമൊന്നും തട്ടിയിട്ടില്ല! സുരേന്ദ്രൻ പുനർജ്ജനിച്ചിരിക്കുന്നു. വാശി അടങ്ങാതെ യോദ്ധാവിനെപ്പോലെ എന്തു ചെയ്യണമെന്നറിയാതെ സുരേന്ദ്രൻ മുറിയിൽ തെക്കുവടക്കു നടന്നു.

"എടീ അങ്ങനങ്ങ് തോറ്റുകൊടുക്കുന്നവനല്ല സുരേന്ദ്രൻ; പരിഷ്കാരികൾക്കും, പുത്തൻ കൂറ്റുകാർക്കും, പാർട്ടി മുതലാളിമാർക്കുമൊന്നും സുരേന്ദ്രനെ വേണ്ടാരിക്കും. എന്നെ വേണ്ടാത്ത പട്ടികളെ എനിക്കും വേണ്ട. പക്ഷേ, ഞാൻ എന്തുവായിരുന്നുവെന്ന് പിന്നെ അന്വേഷിച്ച് ആരേലും വന്നാൽ അവരെ ആരും വഴിതെറ്റിക്കരുത്. അതിനുവേണ്ടിയാ വഴിമൊടക്കാൻ നില്ക്കുന്ന എമ്പോക്കികൾ ഇത് വായിക്കണം."

ദേവകി വിശ്വാസമില്ലാത്തമട്ടിൽ നോക്കിയിരുന്നു. ഇന്നലെവരെ കണ്ട, രോഗപീഡയിൽ പിറുപിറുത്തുകിടന്നയാളാണോ തന്റെ മുന്നിൽ നിന്ന് ആക്രോശിക്കുന്നത്. ഈ മനുഷ്യനെ എത്ര ആലോചിച്ചിട്ടും പിടികിട്ടുന്നില്ലല്ലോ ഭഗവാനേയെന്നായി ദേവകിയുടെ ആത്മഗതം.

മേശപ്പുറത്തെ കടലാസുകൾ എടുത്തുനോക്കി ദേവകി. ക്രമംതെറ്റാതെ ഓർമ്മകളുടെ താളത്തിനൊത്ത് എഴുതിവച്ചിട്ടുണ്ട്. ഇങ്ങനെ തുടർന്നാൽ വൈകാതെ പൂർത്തിയാക്കാനാകുമെന്ന് ദേവകി ഓർത്തു. രണ്ടു പ്രസാധകന്മാരുമായി ഒരുവട്ടം സംസാരിച്ചിരുന്നു ദേവകി; സുരേന്ദ്രൻ അറിയാതെ. അറിഞ്ഞാൽ, ചീത്തവിളിച്ചോടിക്കും. എന്തുവാടാ ഓർമ്മകൾ വിറ്റുകാശൊണ്ടാക്കാനാന്നോടാ, എന്നായിരിക്കും ആക്രോശം.

സുരേന്ദ്രന് ആക്രോശിക്കാം. കാർക്കിച്ചു തുപ്പാം. വീട്ടുചെലവിന്റെ

കാര്യം വരുമ്പോൾ ആക്രോശവും തുപ്പലും പ്രയോജനപ്പെടുകയില്ലല്ലോ. അത് സുരേന്ദ്രന് അറിയില്ല. എട്ടുവയസ്സു കഴിയുന്നു മകൾക്ക്, അതിനെ ഒരു ഗതിയിൽ എത്തിക്കാൻ സുരേന്ദ്രൻ ഒന്നും കണ്ടിട്ടില്ല. കാണുകയുമില്ല.

റോയൽറ്റികൊണ്ടൊന്നും കഴിഞ്ഞുകൂടാൻ കഴിയാതെ വന്നിരിക്കുന്നു. പത്തുപതിനഞ്ച് പുസ്തകമുണ്ട്. ഒന്നുരണ്ടെണ്ണം പലകാലത്തായി പാഠ്യപദ്ധതിയിൽ ഉൾപ്പെട്ടിരുന്നു. ആയിരം രൂപവീതം രണ്ടുതവണ കിട്ടിയിട്ടുണ്ട്. സുരേന്ദ്രനോട് കണക്കല്പം താഴ്ത്തിയാ പറഞ്ഞെ. ചക്രത്തിന്റെയും കാശിന്റെയും കാലത്ത് ജീവിതം തുടങ്ങിയ ആളിന് ആയിരം രൂപയെന്നു കേൾക്കുമ്പോൾ കണ്ണു തള്ളുമായിരിക്കും. പക്ഷേ, കണ്ണുതള്ളാതെ കുടുംബത്തെ കൊണ്ടുപോകണ്ടെ? അത് ആരും തിരിച്ചറിയാനില്ല.

സുരേന്ദ്രന്റെ നേർക്ക് പുതപ്പ് വിടർത്തിയിട്ടു ദേവകി.

വിറയൽ ഒന്ന് ശമിച്ചിട്ടുണ്ട്.

കിതയ്ക്കുന്നുണ്ട്.

ഇത്രയുംനേരം തന്നെയിരുന്ന് എഴുതിയതുകൊണ്ടായിരിക്കും. തന്നെ ബുദ്ധിമുട്ടിക്കേണ്ടെന്നു കരുതിയാവും ഒറ്റയ്ക്ക് പണി തുടങ്ങിയത്. ഈ ഗതിയിലായിട്ടും അഹങ്കാരത്തിന് കുറവൊന്നുമില്ല.

രണ്ടു മൂന്നു മണിക്കൂർ തുടർച്ചയായി എഴുതിയിട്ടുണ്ടെന്നു തോന്നുന്നു. കടലാസുകൾ അലങ്കോലപ്പെട്ടു കിടന്നു. എഴുതിക്കഴിഞ്ഞാൽ കടലാസുകൾ അടുക്കിപ്പെറുക്കി മേശപ്പുറം വൃത്തിയാക്കി വയ്ക്കുന്ന ആളാണ്. ഇന്ന് വയ്യാതായതുകൊണ്ടാവും.

...ഓർമ്മകൾ എന്നെ വഞ്ചിക്കാൻ ഒരുങ്ങി നില്ക്കുന്നു. ഏതു നിമിഷവും അതുങ്ങൾ പാലം വലിക്കും. അതിനുമുൻപേ ഓടിത്തീരണം. എഴുപതു വയസ്സെന്നുവച്ചാൽ അത്ര കോലാഹലം ഉണ്ടാക്കേണ്ട പ്രായമല്ല. പക്ഷേ, എന്റെ കാര്യത്തിൽ പ്രായത്തിന് ഒരു യുദ്ധക്കെടുതിയുടെ സ്ഥാനമുണ്ട്.

എഴുപതുകാരന്റെ കണക്കു പറച്ചിലിൽ കാര്യമില്ലേ? എന്റെ കാറ്റ് തീർന്നാൽ ഇതുങ്ങളുടെ ഗതിയെന്താവും?

അമ്മുക്കുട്ടി എന്നെ കാണുന്നതുതന്നെ ഒരു കെളവനായിട്ടാണ്. അവൾക്കൊന്നും തോന്നുന്നില്ലായിരിക്കും. എട്ടുവയസ്സല്ലേ ആയിട്ടുള്ളു. നഴ്സറി സ്കൂളിൽ ഒന്നുരണ്ടുതവണ മുൻപ് കൂടെപ്പോയപ്പോൾ കൊച്ചുങ്ങളെ വിളിക്കാൻ വന്നു നില്ക്കുന്ന മാതാപിതാക്കളെല്ലാം തീരെ പയ്യന്മാരും കുമാരിമാരും.

അമ്മുക്കുട്ടിയും അപ്പൂപ്പനുമെന്ന് കൂട്ടുകാരെങ്ങാണം പറഞ്ഞാലോ?

ആ കൊച്ചിന് എന്തു തോന്നും?

ദേവകി പിന്നെ എല്ലാം കേട്ടു മടുത്തു.

എന്റെ ജീവിതത്തെ--അത് സംഭവബഹുലമെന്നാണ് ദേവകിയുടെ പക്ഷം--നാലുഘട്ടമായി തിരിക്കണമെന്നൊക്കെ അവൾ പറയാറുണ്ട്. ഒരു

യോദ്ധാവ് അവൻ ശത്രുവിന് നേർക്കയക്കുന്ന ആയുധങ്ങളുടെ കണക്കും അളവും ആക്കവുമൊക്കെ യുദ്ധമുന്നണിയിൽ നിന്നു തന്നെ എഴുതി സൂക്ഷിക്കുംപോലെ വൃഥാവാണ് ദേവകിയുടെ നിർദ്ദേശം. എത്ര ഘട്ടമുണ്ടെന്നൊന്നും എനിക്ക് നിശ്ചയമില്ല. അല്ലെങ്കിൽത്തന്നെ എന്തിനെപ്പറ്റിയാണ് എനിക്ക് നിശ്ചയമുള്ളത്? മനുഷ്യർക്ക് എന്തിനെപ്പറ്റിയാണ് നിശ്ചയമുള്ളത്?

പെട്ടെന്ന് ഒരു കാര്യം അറിയിക്കട്ടെ.

ഓർമ്മകൾ എനിക്ക് മുൻപേ പായുകയാണോ?

അതോ ഞാൻ ഓർമ്മകൾക്കു പിന്നാലെ പായുകയാണോ? ഓർമ്മകൾ എന്നെ മറവിലേക്ക്, മറവിയുടെ കനത്ത ഇരുട്ടിലേക്ക്, കൊതുകും ഈച്ചയും പാർക്കുന്ന ഇരുട്ടിലേക്ക് എന്റെ കഷണ്ടിത്തല പിടിച്ചു കുനിക്കുംമുൻപ്, ഒരുകാലത്ത് ഞാൻ പാർത്തിരുന്ന, പട്ടണത്തിലെ ഒരു ലോഡ്ജ് മുറിയെപ്പറ്റി പറയാം. പൊലീസും ബന്തവസും കൂടി ഉണ്ടായിരുന്നുവെങ്കിൽ അത് ഒരു ലോക്കപ്പ് മുറി ആകുമായിരുന്നു. ഇരുട്ടും ഈച്ചയും കൊതുകും ദുർഗ്ഗന്ധവും ഒക്കെ സമാസമം ചേർന്ന ഒരിടുങ്ങിയ സ്ഥലം.

ആടി ഉലയുന്ന ആ കസേരയിൽ ഇരുന്നുംകൊണ്ടാണ് ഞാൻ എഴുതിയത്. വെറുതെ എഴുതുന്നതല്ല. നെഞ്ചിലെ ചോരകൊണ്ടാ ഓരോന്ന് എഴുതുന്നത്. ഇതു ഭംഗിവാക്കല്ല; മേനിപറച്ചിലുമല്ല. കാണാത്തതും അനുഭവിക്കാത്തതുമായ ഒന്നിനെക്കുറിച്ചും ഒരു വാക്കുപോലും ഞാൻ എഴുതിയിട്ടില്ല. ദിവസവും ഞാൻ കാണുന്ന നിന്ദിതരും പീഡിതരുമാണ് രചനയിലെ എന്റെ അരുമസന്താനങ്ങൾ. അവരുടെ ലോകമാണ് എന്റേതും. കണ്ടോ ആ മേശപ്പുറത്ത് ഒരു തൂലികയും കഠാരയും. രണ്ടും വേണം ഒരെഴുത്തുകാരന്. അത് പറഞ്ഞപ്പോഴാ ഓർത്തത്

എവിടെ എന്റെ കഠാര.....?

ഞാൻ സൂക്ഷിച്ചു വെച്ചിരുന്ന പേന...?

എവിടെ?

സുരേന്ദ്രൻ സങ്കപ്പെട്ട് മേശമേൽ തലചായ്ച്ചു.

പൊളിയേണ്ടതാണ്, കൂട്ടിവയ്ക്കലുകൾ

'സർവ്വേ ക്ഷയന്താനിചയാഃ
പതാനന്തഃ സമുച്ഛ്രയാഃ
സംയോഗാവിപ്രയോഗാന്തഃ
മരണാന്തം ച ജീവിതം'

എല്ലാകൂട്ടിവയ്ക്കലും പൊളിഞ്ഞേതീരൂ...
എല്ലാ ഉയർച്ചയും വീണേതീരൂ...
എല്ലാ ചേർച്ചയും പിരിഞ്ഞേതീരൂ...
ജീവിതമോ മരിച്ചേ തീരൂ...

സംസ്കൃതം തീരെ പരിചയമില്ല ദേവകിക്ക്. അതുകൊണ്ട് കേട്ടെഴുതിയെടുക്കുവാൻ നന്നേ ബുദ്ധിമുട്ടി. എഴുതിയതു കാണിച്ചപ്പോൾ സുരേന്ദ്രൻ തിരുത്തി.

നേരം പുലരുന്നതിന്റെ ലക്ഷണമൊന്നുമില്ല.

പുറത്ത് ഇരുട്ടുമാത്രം.

പ്രകൃതിയിൽ നിന്നുള്ള ഒരുതരം ശബ്ദവും കേൾക്കുവാനില്ല.

സമയം എത്രയായിക്കാണുമെന്ന് സംശയിച്ചു ദേവകി.

ഇന്ന് എല്ലാം ഓർക്കാൻ പറ്റുന്നുണ്ട് ദേവകി...

വിറയൽ മാറിയിട്ടില്ലേലും ഓർമ്മകൾക്ക് വിറയലില്ല.

രണ്ടുദിവസമായി എഴുത്തൊന്നും നടന്നില്ല. രാത്രിയുടെ നാലാം യാമത്തിൽ സുരേന്ദ്രൻ പതിവുപോലെ എഴുന്നേറ്റിരുന്നു. പക്ഷേ, ഒരുതരം ശൂന്യത. എന്തുപറയണം എഴുതണം എന്നൊന്നും നിശ്ചയമില്ലാത്തതുപോലെ. പിച്ചും പേയും കുറെ പറഞ്ഞു. പരസ്പരം ബന്ധമില്ലെന്ന് തിരിച്ചറിഞ്ഞു ദേവകി. അല്പമൊക്കെ ബലം പ്രയോഗിച്ച് പിടിച്ചു കിടത്തി. പിന്നെ കൂടെക്കിടത്തി ഉറക്കി. ആൾ അങ്ങ് ഉറങ്ങിപ്പോകുകയും ചെയ്തു.

ദേവകി കുറിച്ചെടുക്കാൻ തയ്യാറാണ്.

നേരത്തെ എഴുന്നേറ്റെങ്കിലും വേഷമൊക്കെ മാറി, സുരേന്ദ്രനിഷ്ടമുള്ള വെള്ളയിൽ നീല പ്രിന്റുകളുള്ള സാരിയുമുടുത്താണ് ദേവകി എഴുതാൻ തയ്യാറായത്.

സുരേന്ദ്രനത് ശ്രദ്ധിച്ചിട്ടുണ്ട്.

ഒന്നും പറഞ്ഞില്ല.

അമ്മുക്കുട്ടിയെ അടുത്ത മുറിയിൽ കൊണ്ടുപോയി കിടത്തി. അവൾ ശബ്ദവും ബഹളവും കേട്ട് ഉറങ്ങാതെ കിടക്കണ്ട എന്ന് ദേവകി വിചാരിച്ചു.

എല്ലാ കൂട്ടിവയ്ക്കലുകളും പൊളിഞ്ഞേ തീരൂ.

എന്ന് ഞാൻ പറയുന്നതിന് കേവലമായ അർത്ഥം മാത്രമല്ല ഉള്ളത്; മറ്റൊരു വിചാരം കൂടിയുണ്ട്. ഞാൻ സാക്ഷിയാകുകയും നിമിത്തമാകുകയും ചെയ്ത എല്ലാ കൂട്ടിവയ്ക്കലുകളും പൊളിഞ്ഞ് അമരുന്നതിനും കാഴ്ചക്കാരനായിട്ടുണ്ട്.

ചൂഷകൻ കൂട്ടിവയ്ക്കുന്നതിനൊക്കെ അതിരുണ്ട്; സമയം അമാന്തിച്ചാലും അതു പൊളിഞ്ഞുവീഴും. എന്റെ ഓർമ്മയിൽത്തന്നെ ആയിരപ്പറക്കണ്ടവും അതിനൊത്ത തെങ്ങിൻ കൃഷിയുമുള്ള പത്തുപന്ത്രണ്ട് ക്രിസ്ത്യാനികളും, ഏറക്കുറെ അതിനടുത്തുവരുന്ന നായന്മാരും ഈ നമ്മുടെ പ്രദേശത്തുതന്നെ ഉണ്ടായിരുന്നു. എന്നിട്ടെന്തായി?

ആ ക്രിസ്ത്യൻ കുടുംബങ്ങളിൽ പലതും നാമാവശേഷമായിപ്പോയി. കമ്പോടുകമ്പ് മുടിഞ്ഞുപോയി. ആ കുടുംബങ്ങളിലെ പല ശാഖകളിലുംപെട്ട പുതിയ തലമുറയിലെ ചെറുപ്പക്കാർ ജീവിക്കാൻ വേണ്ടി പെടാപ്പാടുപെടുന്നു. പെണ്ണുങ്ങളിൽ ചിലർ മീൻ വില്ക്കാൻ നടക്കുന്നു. ഗതികിട്ടാ പ്രേതങ്ങളെപ്പോലെ മൂപ്പിലാൻമാർ നടക്കുന്നു. ഇവരുടെയൊക്കെ പൂർവ്വികന്മാർ കൂട്ടിവെച്ചത് പൊളിഞ്ഞുപോകാതിരുന്നെങ്കിൽ ഇത്തരം ഒരു ഗതിവരുമായിരുന്നോ? അതാ ഞാൻ പറഞ്ഞുവരുന്നത്.....

സുരേന്ദ്രൻ ഓർമ്മയിൽ ഒന്നു നിർത്തി പരതിനോക്കി, ആരെക്കുറിച്ചാണിനി പറയേണ്ടത്?

അല്ലല്ല, ഞാൻ ആദ്യമേ പറഞ്ഞ ക്രിസ്ത്യാനികളുടേയും നായന്മാരുടേയും ഒക്കെ ഗതികേടിനു കാരണം ഭൂപരിഷ്കരണ നിയമം വന്നതുകൊണ്ടാണെന്നൊക്കെ പറയുന്നവരുണ്ടായിരിക്കാം. അതുകാര്യമില്ല. പാട്ടവും പിരിവും ഇപ്പഴും വേറെ വേറെ രൂപങ്ങളിൽ, സമ്പ്രദായങ്ങളിൽ തുടരുന്നില്ലേ? വട്ടിപ്പലിശക്കാർ, കരാറുകാർ എന്നിവരൊക്കെ ഇപ്പഴുമില്ലേ? ഇനി ഈ ഭൂപരിഷ്കരണ നിയമത്തിന്റെ കാര്യമെടുത്താലോ, കെ ആർ ഗൗരി ഒരാൾ മാത്രമൊന്നുമല്ല അതിന്റെ പിന്നിൽ. അത് സർക്കാരിന്റെ കൂട്ടായ തീരുമാനമായിരുന്നു. കമ്യൂണിസ്റ്റുകാർ ഭരിക്കുമ്പോഴല്ലേ അങ്ങനെയൊക്കെ സംഭവിക്കൂ... ഗൗരിയുടെ ബില്ലെന്നൊക്കെ വിളിച്ചുപറയുന്നതുകൊണ്ട് കാര്യമില്ല. അന്നത്തെ വകുപ്പുമന്ത്രി ബിൽ നിയമസഭയിൽ കൊണ്ടുവന്നു. അത്ര തന്നെ.

ഞാൻ തെരഞ്ഞെടുപ്പുകളിൽ മത്സരിച്ചില്ല. അവസരമുണ്ടായിട്ടും വേണ്ടെന്നുവച്ചു. മന്ത്രിയായില്ല. അധികാരത്തിൽ അള്ളിപ്പിടിക്കാൻ നോക്കിയില്ല. തൊഴിലാളികളെ വർഗ്ഗബോധമുള്ളവരാക്കാനും അവരെ സംഘടിതരാക്കാനും ആവുംവിധം ഞാൻ പരിശ്രമിച്ചു. ആദ്യത്തെ ട്രേഡ് യൂണിയൻ കയർ തൊഴിലാളികൾക്കിടയിൽ രൂപീകരിക്കാൻ ഞാനും നിമിത്തമായി. പട്ടിണിയും പരിവട്ടവുമായിരുന്നു എന്റെ മൂലധനം. നിന്ദയും പരിഹാസവുമായിരുന്നു എന്റെ ഭക്ഷണം. ചവിട്ടും കുത്തുമായിരുന്നു എന്റെ വസ്ത്രങ്ങൾ. എന്റെ തീൻമുറി ലോക്കപ്പുകളായിരുന്നു. പഴുതാരയും പാറ്റയുമായിരുന്നു എന്റെ ഇഷ്ടക്കാർ. ലാത്തിയുടെ ഊക്കും തെറിയഭിഷേകവുമായിരുന്നു എന്റെ സംഗീതപാഠങ്ങൾ...

"നിങ്ങള് ഒന്നിലും ഒറച്ചു നിന്നില്ല.

നിങ്ങള് യൂണിയനുണ്ടാക്കാൻ നടന്നു. ഒളിവിൽ കെടന്നു. നാടകമെഴുതി പ്രചരണം നടത്തി. പക്ഷേ, പാർട്ടിച്ചട്ടക്കൂടു പറ്റത്തില്ലെന്നും പറഞ്ഞ് കലഹിച്ചു. ആ സമയത്ത് ആ ചട്ടക്കൂടിനു പറ്റുന്നവർ അതിൽ കയറി സ്ഥാനം ഉറപ്പിച്ചു."

ദേവകി ഇതേവരെ പറയാത്തകാര്യങ്ങളാണ് വിളിച്ചു പറയുന്നത്. ദേവകിക്ക് ഇങ്ങനെ ഇത്രമാത്രം പറയുവാൻ കഴിയുമെന്ന് സുരേന്ദ്രന് തോന്നിയിരുന്നുമില്ല.

"അപ്പോൾ ദേവകി, എന്റെ ജീവിതം, എന്റെ തീരുമാനങ്ങൾ ഒക്കെ ഒരു പാഴ്വേല ആയിരുന്നുവെന്നാണോ, നീ പറേന്നെ? എങ്കിൽ തെളിച്ചു പറേടി..."

സുരേന്ദ്രൻ തപ്പിപ്പിടിച്ചെഴുന്നേറ്റ് ചെന്ന് ബീഡി കണ്ടുപിടിച്ചു. കുറെ കാലമായി ദേവകിയുടെ നിർബ്ബന്ധം കാരണം പുകവലി അവസാനിച്ചിരിക്കുകയായിരുന്നു.

"ദാണ്ട് പിന്നേം...എനിക്കൊന്നും വയ്യായേ..."

ദേവകിക്ക് ദേഷ്യവും സങ്കടവും വന്നു.

ബീഡി പൂർണ്ണമായും തീർത്തുകഴിഞ്ഞപ്പോൾ സുരേന്ദ്രന് സമാധാനം കൈവന്നപോലെ തോന്നി.

ഒന്നും സംഭവിക്കാത്തവിധം അയാൾ കസേരയിൽ ഇരുന്നു. ദേവകി എഴുതാൻ തയ്യാറുണ്ടോ എന്ന് പാളിനോക്കി. സുരേന്ദ്രൻ ഓർമ്മകളുടെ ചൂളംവിളിക്ക് ഒരു മറുവിളി വിളിച്ചു:

...എല്ലാ കൂട്ടിവയ്ക്കലുകളും പൊളിഞ്ഞേതീരു എന്ന് പറയുന്നത് ഗൗരിക്കും എനിക്കും ഞാൻ പണ്ട് താമസിച്ച ലോഡ്ജിന്റെ ഉടമ പുതുപ്പണക്കാരനായ വള്ളം ഊന്നുകാരനും സമസ്ത പ്രപഞ്ചത്തിനും ബാധകമാണ്. ആത്മകഥയിൽ ഗീതയിലെ ഈ ശ്ലോകം വിശദീകരിക്കുമ്പോൾ കുറേക്കൂടി വ്യാപകവും വിശദീകരണാത്മകവും ആക്കി തീർക്കാൻ വേണ്ടി ഞാൻ ചില ഉദാഹരണങ്ങൾ, ചില വ്യക്തികളെ ചുറ്റിപ്പറ്റി പറയുന്നുവെന്നുമാത്രം. ഗൗരിയുടെ കൂട്ടിവയ്ക്കലുകളൊക്കെ പൊളിഞ്ഞു പോയത് പില്ക്കാല രാഷ്ട്രീയ ചരിത്രം. ഞാൻ അധികാരം കൈയാളി

യിട്ടില്ലായിരിക്കാം. പൊലീസുകാർ എനിക്ക് സല്യൂട്ട് തന്നിട്ടില്ലായിരിക്കാം. ഇന്നും എന്റെ കൃതികൾ അത്രമോശമാണെന്ന അഭിപ്രായം കേൾപ്പിക്കുന്നില്ല.

ഓടയിൽ വീണു പോകുന്നവരുടെ ജീവിതം ഞാൻ പകർത്തിയത് അന്നത്തെ കാഴ്ചയുടെയും അനുഭവത്തിന്റേയും അടിസ്ഥാനത്തിൽ തന്നെയാണ്. ഇന്ന് ഉന്തുവണ്ടിക്കാരെന്നോ റിക്ഷാക്കാരെന്നോ ഉള്ള ഒരു പ്രത്യേകവർഗ്ഗം പട്ടിണിക്കാരായി കഴിയുന്നില്ല. താൻ കാരണം ഓടയിൽ വീണ പെങ്കൊച്ചിനെ സംരക്ഷിക്കാനും ശുശ്രൂഷിക്കാനും തയ്യാറാകുന്ന, മനസ്സിൽ നന്മയുള്ള റിക്ഷാ ഡ്രൈവർമാരെ ഇന്നു കണ്ടില്ലാന്നുവരാം. എന്നാലും നന്മയുള്ളവരുടെ വംശം കുറ്റിയറ്റുപോയതായി ഞാൻ പറയുകയില്ല. അന്ധവിശ്വാസത്തിന്റേയും, ജാതിഭ്രാന്തിന്റേയും ഓടകളിലേക്ക് പുതിയ തലമുറയില്പെട്ടവരെ നമ്മൾ നമ്മുടെ ജാതിഭ്രാന്തിന്റെ ഉന്തുവണ്ടികൾ കൊണ്ടിടിച്ച് തള്ളിയിടുകയാണിപ്പോൾ. ഇത്തരം ഓടകളാണ് വൃത്തിയാക്കേണ്ടത്. അടിച്ചുവാരേണ്ടത്. ഇത്തരം ഉന്തുവണ്ടികളാണ് ഒടിച്ചുകളയേണ്ടത്. എന്റെ കൃതികളെ തമസ്കരിക്കാൻ മനഃപൂർവ്വം ശ്രമം നടന്നു. അതു വിജയിക്കുന്നില്ല എന്നുകണ്ടപ്പോൾ വ്യക്തിഹത്യചെയ്യാൻ ശ്രമിച്ചു സ്നേഹിച്ച പെൺകുട്ടിയെ വിവാഹം ചെയ്തതിന് എന്നെ അറസ്റ്റു ചെയ്യിക്കാൻ ചിലർ ശ്രമം നടത്തിയില്ലേ? സ്നേഹത്തിന്റെ പാനപാത്രം ചുരത്തുന്ന ഗൗരി അന്നെവിടെയായിരുന്നു?

സുരേന്ദ്രൻ ചത്തകുതിരയാണെന്ന് ആക്ഷേപിക്കുന്നവർക്ക് ഈ പുസ്തകം സമർപ്പിക്കുന്നു; കുതിരയ്ക്ക് കൊമ്പുണ്ടോ മന്തുണ്ടോ എന്നൊക്കെ വേണ്ടവർക്ക് നോക്കാം. പറ്റുമെങ്കിൽ പിടിച്ചുകെട്ട്. എന്റെ ജീവിതവീക്ഷണത്തെ ചിലർ തെറ്റായി വ്യാഖ്യാനിച്ചു. ഞാൻ കമ്യൂണിസ്റ്റ് വിരുദ്ധനാണെന്ന് പലരും കഥ മെനഞ്ഞു. എന്നെ സഹൃദയലോകം കൈവെടിഞ്ഞുവെന്നും ഒരു പറച്ചിലുണ്ടായി. ഒക്കേതിനുമുള്ള മറുപടിയാണെഴുതുന്നത്. ദേവകി നിർബ്ബന്ധിച്ചിട്ടാണിതിന് തയ്യാറാകുന്നത്. അവളാണ് താങ്ങും തണലും.

സ്നേഹപൂർണ്ണമായ അവളുടെ നിർബ്ബന്ധം ഉണ്ടായിരുന്നില്ലെങ്കിൽ ഇതിന് വഴിപ്പെടുമായിരുന്നില്ല. അങ്ങനെവരുമ്പോൾ സുരേന്ദ്രൻ പൂർണ്ണമായും മറവിയിൽ മരിക്കുമായിരുന്നു. ചെയ്തതും എഴുതിയതും പറഞ്ഞതുമായ കാര്യങ്ങളെ, വസ്തുതകളെ, വളരെ വർഷം കഴിഞ്ഞ്, അതേ എഴുത്തുകാരൻ കുറെക്കൂടി വിശദമാക്കാൻ ശ്രമിക്കുന്ന ശ്രമങ്ങൾ മാത്രമാണിത്. പിന്നെ എന്റെ സ്വഭാവത്തിന് പ്രത്യേകിച്ച് മാറ്റമൊന്നുമില്ല. തുറന്നുപറയാനുള്ളത് പറയും. അതങ്ങ് പറയും. അതിനപ്പുറോം ഇപ്പുറോം ഒന്നും നോക്കില്ല. ഇതു കാരണമുണ്ടായിട്ടുള്ള ശത്രുക്കളുടെ നിരയിലേക്ക് പുതുതായി പത്തുനൂറുപേർ കൂടി സ്ഥാനം പിടിച്ചാൽ അതിൽ സന്തോഷമേയുള്ളു. പത്തുനൂറെണ്ണത്തെ ഒന്നിളക്കിവിടാൻ ഈ പ്രായത്തിലും കഴിയുന്നുണ്ടല്ലോ എന്ന തോന്നൽ എനിക്ക് അളവറ്റ ആത്മവിശ്വാസവും പകരും...

സുരേന്ദ്രൻ ആലോചനയ്ക്കായി തലയിലിടിച്ചു. ഓർമ്മകൾ മങ്ങി പ്പോയതുകൊണ്ടായിരിക്കുമോ എന്നു ഭയന്നു ദേവകി.

ഇല്ല... ഇല്ല എന്ന് മനസ്സു പറഞ്ഞു.

ദേവകിക്ക് ഒരു സംശയം

"ചേട്ടാ, എന്നെക്കുറിച്ച് പറയുന്നിടത്ത് അത്ര വാചാലത വേണോ? ഞാൻ, നിമിത്തമായി എന്നല്ലേ ഉള്ളു. മറ്റൊരു സാഹചര്യത്തിൽ നിങ്ങൾ തന്നെ സ്വയം ഇങ്ങനെയൊരു ആത്മകഥ എഴുതുമായിരുന്നില്ലേ...?"

വീണ്ടും ഒരു ബീഡികത്തിച്ചു സുരേന്ദ്രൻ;

എന്തുകൊണ്ടോ വിലക്കാൻ തോന്നിയില്ല ദേവകിക്ക്.

"സത്യം ലോകം അറിയണം. അത്രയേ ഞാൻ ഉദ്ദേശിച്ചിട്ടുള്ളു. നിന്നെ പുകഴ്ത്താനും മറ്റുമല്ല ഉദ്ദേശ്യം. ശരി ബാക്കീം കൂടെ തീർക്ക്..."

നേരത്തേ പറഞ്ഞുവച്ചതിൽനിന്ന് വീണ്ടും തുടങ്ങാമെന്നോർത്തു സുരേന്ദ്രൻ. പറഞ്ഞുവച്ചത് ബോദ്ധ്യംവന്നു. ലോഡ്ജിന്റെ കാര്യമായി രുന്നു. ലോഡ്ജ് മുറിയിലെ കഠാരയും തൂലികയും...

...കഠാരയും തൂലികയും ഒരുമിച്ച് പ്രദർശിപ്പിച്ചിരുന്നു മേശമേൽ ഞാൻ അക്കാലത്ത്. രണ്ടും ഒരു എഴുത്തുകാരന്റെ ഹൃദയാന്തർഭാഗത്തെ രണ്ടു തരം തുടിപ്പുകളാണ്. ഒരു കഠാരയില്ലെങ്കിൽ ഒരു തൂലികയ്ക്ക് പ്രസക്തിയില്ല. ആ ലോഡ്ജ് മുറിയിൽനിന്നു തന്നെയാണ് ഞാൻ അറസ്റ്റുചെയ്യപ്പെട്ടത്. അഞ്ച് വർഷത്തെ കാരാഗൃഹജീവിതം എനിക്ക് നഷ്ടം നല്കിയത് പലവിധത്തിലാണ്. ആ കഠാരയും അന്നത്തെ തൂലി കയും പിന്നീട് ജയിൽ വിട്ടുവന്നശേഷം ലോഡ്ജിൽ പോയി തിരക്കി. പുതിയൊരു മുതലാളി ആ ലോഡ്ജ് ഏറ്റെടുത്തിരുന്നു. നഷ്ടത്തിന്റെ വലിയ കണക്കുകൾ വേറെയുണ്ട്. അത് വിസ്താരഭയത്താൽ ഇപ്പോൾ പ്രതിപാദിക്കുന്നില്ല. കുറേക്കൂടി നേരമെടുത്ത് വിശദീകരിക്കേണ്ട കാര്യ ങ്ങളാണവ...

സുരേന്ദ്രൻ പറയാതെ പറയുകയാണ്..

തല്ക്കാലം പറഞ്ഞു നിർത്തിയത് മറ്റുചില കാര്യങ്ങൾ ഓർമ്മയിൽ നിങ്ങിനിറഞ്ഞതുകൊണ്ടു കൂടിയാണെന്ന് ദേവകിക്ക് തോന്നി.

"അക്കാര്യം എന്നെക്കൊണ്ടെഴുതിക്കേണ്ട എന്നു വിചാരിച്ചിട്ടാണെ ങ്കിൽ എനിക്കതിൽ പ്രയാസമൊന്നുമില്ല..."

ദേവകി തുടക്കമിട്ടു.

"നിന്നെ അറിയിക്കാത്ത എന്തേലുമുണ്ടോ?

ചിലത് വൈകി അറിയിച്ചു എന്നതൊഴികെ...?"

രണ്ടുപേരും മിണ്ടാതിരുന്നു.

സുരേന്ദ്രൻ ഓർത്തുതുടങ്ങി:

...ആ ലോഡ്ജിന്റെ സ്ഥാനത്ത് ഇന്നൊരു സിനിമാ കൊട്ടകയാണു ള്ളത്. ഉടമസ്ഥർ പലവുരു മാറിയിരിക്കുന്നു. ആ മുറിയിലേക്ക്, ഇരുട്ടി ലേക്ക് എന്റെ പരിചയക്കാരും അവരുടെ പരിചയക്കാരും ഒക്കെയായി നിരവധി ആളുകൾ വന്നുപോകുമായിരുന്നു. എല്ലാവർക്കും ഓരോ ആവ

ശ്യങ്ങൾ ഉണ്ടായി. ചിലർ വന്നുപറയും: ഒരു പൊലീസുകാരൻ കൊറേ ദെവസമായി ഞങ്ങടെ പര്യമ്പറത്തുകൂടി നടന്നുപോകുന്നു. എന്തുവാ കാര്യം എന്ന് മനസ്സിലാവുന്നില്ല. വല്ല പരാതിയോ കേസോ... ഒണ്ടെങ്കിൽ അത് വന്നുപറയാത്തതെന്താരിക്കും? പട്ടിണിക്കോലംപോലുള്ള അയാൾ കിതച്ചുകൊണ്ടായിരിക്കും വന്നു നിന്ന് പറയുക.

ഇനി അതുമല്ലെങ്കിൽ, കളത്തിൽ പൊലി അളവു തെറ്റിച്ചതിന് കാരണം ചോദിച്ചതേ ഒള്ള്; മൂന്നുനാല് ദെവസമായി പണിക്കുകേറ്റിയി ട്ടില്ല. ഇനി ഒരാളുടെ ഭാര്യയും മകളുംകൂടി റവുക്ക മേടിക്കാൻ ജൗളിക്ക ടയിൽപോയി നില്ക്കുവാരുന്നു. ജൗളിക്കട ഒടമേടെ സ്നേഹിതൻ, പെണ്ണിനെനോക്കി വേണ്ടാതീനം പറഞ്ഞു. ചോദ്യംചെയ്തപ്പം അവരടെ മുൻപി വച്ച് കരണത്തടിച്ചു. കേസുകൊടുക്കാൻ പോവാൻ പേടി. ഒര പേക്ഷ എഴുതിത്തരണം...

അങ്ങനെ എത്ര എത്ര മുഖങ്ങൾ. അറിഞ്ഞും കേട്ടുമാ പലരും ആ മുറി തേടിവന്നത്. വരുന്നവർ പുറത്തുനില്ക്കും. അകത്തുകയറിയാൽ പരസ്പരം കണ്ടുകൂടാ... പുറത്താണെങ്കിൽ ഇരിക്കാൻ സൗകര്യവുമി ല്ല. നില്പോടു നില്പുതന്നെ. കേട്ടപാതി കേൾക്കാത്ത പാതി അവരുടെ കൂടങ്ങ് എറങ്ങും. എങ്ങോട്ടാ പോകുന്നതെന്നോ എപ്പോൾ തിരിച്ചുവരു മെന്നോ അറിയുകയില്ല. അതൊന്നും മുൻകൂട്ടി പ്രവചിക്കുക സാദ്ധ്യമാ യിരുന്നുമില്ല.

ഇറങ്ങാൻ നേരം ജുബ്ബ ഒന്നു മാറും. കഠാരയെടുത്ത് ഇടുപ്പിൽ തിരു കും. പേന എടുത്ത് പോക്കറ്റിൽ കുത്തും. ഒന്ന് മറ്റൊന്നിന്റെ വക ഭേദ മായിട്ടേ തോന്നിയിട്ടുള്ളു. ലോഡ്ജിൽ ചില മാസങ്ങളിൽ വാടക തെറ്റും. ആ ദിവസങ്ങളിൽ രാത്രിവൈകിയേ കേറിവരൂ. ആ വള്ളമൂന്നുകാരൻ മൊതലാളി കാത്തുനില്ക്കുന്നുണ്ടാവുമല്ലോ. അവനെ ഒളിച്ചു നടക്കും കുറച്ചു ദിവസം. ആഴ്ചയിൽ രണ്ടോ മൂന്നോ ദിവസം പരമേശ്വരൻ തമ്പി എന്ന വ്യാപാരിയുടെ പലചരക്കുകടയിൽ കണക്കെഴുത്തിനു പോകും. ആ തമ്പിയുടെ കട ഇന്നുമുണ്ട്. രാവിലെ എട്ടടിക്കുമ്പം കേറി ഇരിക്കും. കടപൂട്ടുന്നതു വരെയാണ് ജോലി സമയം. തമ്പി ഒറ്റ അക്ഷരം മിണ്ടുക യില്ല. കണക്കെഴുതി തീർത്തിട്ട് പൊയ്ക്കോളണം. ലോഹ്യം അലോഹ്യം ഒന്നുമില്ല.

ചന്ദനവും ഭസ്മവുംതൊട്ട് രുദ്രാക്ഷം കെട്ടിയ മാലയുമിട്ട് പരമേശ്വ രൻ തമ്പി കല്പെട്ടി തുറന്നുവച്ച് തടുക്കുപായയിൽ ഇരിക്കും. കൊച്ചി, കൊല്ലം ഭാഗങ്ങളിൽനിന്ന് കെട്ടുവള്ളത്തേൽ ചരക്കു വരും. ദിനംപ്രതി രണ്ടും മൂന്നും കെട്ടുവള്ളങ്ങൾ. തമ്പിയുടെ മേൽനോട്ടത്തിൽ ചരക്കിറ ക്കും. എന്നിട്ട് കൈവണ്ടികളിൽ പണ്ടകശാലയിലും അവിടെനിന്നും വേണ്ടവ കടയിലുമെത്തിക്കും. തമ്പിക്ക് സ്വന്തമായി പത്തു പതിനെട്ട് വാല്യക്കാരുണ്ട്. എന്തിനും പോന്നവന്മാർ. അവന്മാർ ചരക്കിറക്കും. കല്യാ ണിത്തെരുവെന്നാണ് ആ ദേശത്തിനു പേര്. തമ്പി അവിടം ഭരിച്ചു. ചോദ്യം പറച്ചിലുമൊന്നുമില്ല. എതിർക്കാൻ വരുന്നവരേം, മറ്റു ചട്ടമ്പിമാരേം വാല്യ

ക്കാർ നേരിട്ടുകൊള്ളും. അവിടെ എവിടെയെങ്കിലും അടിപിടി നടന്നുകഴിഞ്ഞാൽ തമ്പിയുടെ ആൾക്കാർവന്ന് വിവരം പറയും. സമ്മതമാണെന്നറിയിക്കാൻ തമ്പി പുറത്തേക്കു നീട്ടിത്തുപ്പും. അതാ സന്ദേശം പോയി തട്ടീട്ടുവാടാ എന്നുള്ള മുന്നറിയിപ്പ്.

രണ്ടുവർഷമേ തമ്പിയുടെ കൂടെ പണിയെടുത്തിട്ടുള്ളു. മാസം തികയുമ്പം എട്ട് രൂപ ശമ്പളം തരും. വിളീം പറച്ചിലുമൊന്നുമില്ല. നാലാം തീയതിയോ അഞ്ചാം തീയതിയോ പണിക്കുചെല്ലുമ്പോൾ തമ്പി വിരലുകൊണ്ട് ഞൊട്ടി വിളിക്കും. സന്തോഷിക്കുകയാണ് കടയിലെ മറ്റുപണിക്കാർ. കൂലി കിട്ടാൻ പോകുന്നു എന്നതിന്റെ സൂചനയാണത്. ഓരോരുത്തരായി ചെന്ന് നിരന്ന് നില്ക്കണം. തമ്പി, നമ്മുടെ അണ്ണാക്കുവരെ സൂക്ഷിച്ചുനോക്കും. എന്നിട്ട് ഉരിയാടാതെ ഓരോരുത്തർക്കും പണം എണ്ണിത്തിട്ടപ്പെടുത്തിവച്ചത് എടുത്തു തരും. ഞൊട്ടിവിളിക്കുന്നത് കേൾക്കുമ്പോൾ എനിക്ക് അരിശം വരും. ഇതെന്തുവാ പട്ടിയെ വിളിക്കുന്നപോലെ....

പക്ഷേ, അരിശം അടക്കും...

അറ്വനാണല്ലോ അന്നദാനപ്രഭു.

എട്ടുരൂപ കിട്ടിയാൽത്തന്നെ ഒന്നിനും തികയില്ല.

രണ്ട് രൂപ കൊണ്ടു വേണം ചെലവ് കഴിയാൻ. എണ്ണയും സോപ്പും പറ്റുവരവ് കടയിലെ ഏർപ്പാടും തീർത്തുവരുമ്പോൾ അഞ്ച് രൂപ ചെലവാകും. ബാക്കി മൂന്നുരൂപ കൊണ്ടെങ്ങനെ വാടകതീർക്കും?

ഏതെങ്കിലുമൊക്കെ സഖാക്കളെ കണ്ട് ചില്ലറ കടം ചോദിക്കും; രണ്ടു മൂന്നു ദിവസംകൊണ്ട് കിട്ടും. വാടക റീട്ടും. അതായിരുന്നു പതിവ്. വാടക കൂടുതലാണെങ്കിലും അവിടംവിടാൻ മടി. പലേടത്തേക്കും ഉള്ള എഴുത്തുകുത്തുകളിൽ വിലാസമായി ചേർത്തിരുന്നത് ലോഡ്ജിന്റെ പേരായിരുന്നു. തറവാടി എന്നോ മറ്റോ ആയിരുന്നു പേര്.

സ്വന്തമായി ഇല്ലാത്ത ഒന്നിനെ മുതലാളി ലോഡ്ജിന്റെ പേരാക്കി വച്ചു എന്നേ ധരിക്കാവൂ. ആയിടയ്ക്കാണ് കേരളോദയം പ്രസുകാർ എന്റെ കുറെ കഥകൾ പുസ്തകരൂപത്തിലാക്കി അച്ചടിച്ചു പുറത്തിറക്കിയത്. തേവിടിശ്ശിത്തെരുവ് എന്നായിരുന്നു ശീർഷകം. കല്യാണിത്തെരുവിനെ ചുറ്റിപ്പറ്റിയുള്ള സംഭവങ്ങളായിരുന്നു ഇതിവൃത്തം. അത് പുലിവാലായി.

പരമേശ്വരൻ തമ്പി പുസ്തകക്കാര്യം മണത്തറിഞ്ഞു. അയാൾ വായിച്ചുംകാണും. എഴുത്തും വായനയും അയാൾക്ക് വശമായിരുന്നു. കല്യാണിത്തെരുവിനെ തേവിടിശ്ശിത്തെരുവാക്കിയതിൽ അയാൾക്ക് ഹൃദയവേദനതോന്നും. ആ തെരുവിന്റെ പ്രജാപതിയായിരുന്നല്ലോ തമ്പി.

ഒരുദിവസം പണിക്കുചെന്നപ്പം പതിവില്ലാത്തവിധം തമ്പി ഒന്നു നോക്കി. കാര്യം മനസ്സിലായി.

'വേശ്യകളെ തട്ടീം മുട്ടീം നടക്കാൻ വയ്യാതായല്ലോ പുള്ളേ...'

തമ്പി മുറ്റത്തേക്ക് നീട്ടിത്തുപ്പി.

വാല്യക്കാർ പലേടത്തുമിരുന്ന് ബീഡി വലിക്കുന്നു. അവന്മാരത് കേട്ടതും ഉറക്കെ ചിരിയോടുചിരി. പോയെന്ന് പൊട്ടിക്കാൻ ധൈര്യം പോര.

'പുസ്തകത്തിന്റെ ടിപ്പണീൽ
എഴുതിയവന്റെ അമ്മേടെ പേരുകണ്ടു;
കുലത്തൊഴിൽ പുസ്തകത്തിനും കൊടുത്തു.'

കേൾക്കാതെ, കേട്ടതായി നടിക്കാതെ കണക്കിൽ നോക്കിയിരുന്നു.

'വേശ്യാത്തെരുവിലെ' ഒരു പുങ്കൻ മുതലാളിയും അയാളെ പേടിച്ച് വിറയ്ക്കുന്ന പണിക്കാരും ചൊല്പടിക്കു നില്ക്കുന്ന പെണ്ണുങ്ങളുമായിരുന്നു പ്രതിപാദ്യം. ഇനി നേരെയാവില്ലെന്ന് നിശ്ചയിച്ചു. ഉച്ചയ്ക്ക് ഉണ്ണാൻ വാല്യക്കാർ പിരിഞ്ഞപ്പോൾ മുതലാളിയെ തിരഞ്ഞു. പണപ്പെട്ടി പൂട്ടിയിട്ടിരിക്കുന്നു. മുറ്റത്തും പരിസരത്തും ആളനക്കം കുറവ്. നാലഞ്ച് ഉന്തുവണ്ടിക്കാർ കടത്തിണ്ണയിലിരുന്നു ഈച്ചയാട്ടുന്നു. പൊരിഞ്ഞ വയറുമായി കുറേ ഇലപെറുക്കിക്കുട്ടികൾ ഉച്ചകഴിഞ്ഞ സമയം നോക്കി ഹോട്ടലുകൾ തിരക്കി നടക്കുന്നു.

പിന്നാമ്പുറത്തേക്കു ശബ്ദമുണ്ടാക്കാതെചെന്നു. ഊണുമുറിയിലെ തുണിക്കസാലയിൽ തമ്പി കിടക്കുന്നു. വേഷ്ടി പകുതിപൊക്കിവച്ച കാൽവണ്ണയിൽ ഒരുത്തി ഇരുന്ന് തിരുമ്മുന്നു.

കവിളിൽ രണ്ട് പെട.

തുണിക്കസാലയും തമ്പിയും ഉരുണ്ട് പെടച്ച് നിലത്ത് വീണു. ആ പെണ്ണ് എഴുന്നേറ്റുനിന്നു തൊഴുതു. തിരികെ നോക്കാതെ ഓടി. പിറകെ ആരെങ്കിലുമുണ്ടായാലോ എന്ന് പേടി. നാലഞ്ച് ദിവസം ലോഡ്ജിൽ പോയില്ല. അരൂക്കുറ്റിയിലുള്ള ഒരു സഖാവിന്റെ വീട്ടില്പോയി ഒളിച്ചു. തുരുത്തുപോലുള്ളിടത്തായിരുന്നു വീട്. കണ്ടുപിടിച്ച് വരുന്നവർ നീന്തി കരപറ്റണം. രണ്ടു മൂന്നാഴ്ച അവിടൊരു ആശുപത്രി ക്യാന്റീനിൽ പണിക്കുപോയി...

പെട്ടെന്ന് സുരേന്ദ്രൻ മൗനിയായി

ഓർമ്മകൾ ചിട്ടയും ചൊല്ലും ഉപേക്ഷിച്ചതാവുമോ എന്ന് ദേവകി ഭയന്നു. ഒറ്റ ഇരുപ്പിന് ഇത്രയും നീണ്ട എഴുത്ത് കുറേ ദിവസത്തിനു ശേഷം ആദ്യമായിട്ടാണ്.

സുരേന്ദ്രൻ കിതച്ചു:

"എല്ലാ ചേർച്ചയും പിരിഞ്ഞേതീരൂ...."

"വീണ്ടും എഴുതാൻ പറേന്നതാന്നോ...
അതോ വെറുതേയാന്നോ...?"

സുരേന്ദ്രൻ മരവിച്ചപോലെ ഇരുന്നു.

മറുകരയിലേക്കുള്ള ദൂരം

പതിനാലുവർഷത്തെ വനവാസത്തിനൊരുങ്ങി ശ്രീരാമൻ കൊട്ടാരം വിട്ടിറങ്ങുകയാണ്. സീതയും ലക്ഷ്മണനും കൂടെ. അവർ ഗംഗാതീരത്തെത്തി. വനരാജനായ ഗുഹൻ രാമനെ തോണിയിൽ കയറ്റി, ഗംഗയുടെ മറുകരയെത്തിച്ചു.

'ഞാൻ അങ്ങേക്ക് കടത്തുകൂലിയായി എന്താണു തരേണ്ടത്? എന്റെ കൈവശം ഒന്നുമില്ലല്ലോ?'

രാമൻ, ഗുഹനോട് പറഞ്ഞു.

ഗുഹൻ പൊട്ടിക്കരഞ്ഞു;

അയാൾ ഇങ്ങനെ പറഞ്ഞു:

'ഭഗവാനേ എന്താണ് അവിടന്ന് ഇങ്ങനെ ചോദിക്കുന്നത്? ഈ നദിയുടെ അതിനിസ്സാരമായ ദൂരം മാത്രമാണല്ലോ അടിയൻ കടത്തിവിട്ടത്. ജീവിതമാകുന്ന മഹാസാഗരത്തിന്റെ മറുകര എത്തിക്കേണ്ട അങ്ങയോട് ഞാൻ കൂലി ചോദിക്കുകയോ? എങ്കിൽ അവിടുത്തേക്ക് ഞാൻ നല്കേണ്ടകൂലി ആർക്കു നിശ്ചയിക്കുവാനാകും?'

ജീവിത സാഗരത്തിലെ തോണിയാത്രികരിൽ ഒരുവൻ മാത്രമാണു ഞാൻ; മറുകരയിലേക്ക് യാത്ര തുടരുന്നു. ഇങ്ങനെ ഓർത്തുകൊണ്ടാണ് സുരേന്ദ്രൻ ഉണർന്നത്. ഉണർന്നപ്പോൾ പതിവില്ലാതെ, അമ്മുവും ഉണർന്നു. അവൾ അച്ഛന്റെ കൂടെ കുറേനേരം കഥകേട്ടുകിടന്നു. അവർ തമ്മിലുള്ള സംസാരം കേട്ടാണ് യഥാർത്ഥത്തിൽ ദേവകി കണ്ണുതുറന്നത്.

സമയം നാലായെന്നു തോന്നുന്നു. ദേവകി കുറച്ചുനേരംകൂടി കിടന്നു. കഥ കേട്ടുകേട്ട് അമ്മു മയങ്ങിപ്പോയി. കഥ കേട്ടുകേട്ട് ദേവകിയും മയങ്ങിപ്പോയി.

സുരേന്ദ്രൻ കട്ടൻചായ ഒഴിച്ചു കുടിച്ചു.

ഇരുട്ടിന്റെ ലഹരിയാണ് ചുറ്റിലും.

പക്ഷികളുടെയോ ജീവികളുടെയോ ഒന്നും ശബ്ദം കേൾക്കുവാനുമില്ല.

ഏതുനിമിഷവും സംഭവിച്ചേക്കാവുന്ന വിറയലിനും, ഓർമ്മക്കുറവിനും മുൻപേ സുരേന്ദ്രൻ ഓടിത്തുടങ്ങി:

എല്ലാ ഉയർച്ചയും വീണേതീരൂ...

ജീവിതം മരിച്ചേ തീരൂ...

ഇങ്ങനെയൊക്കെ എഴുതിത്തുടങ്ങുമ്പോൾ ഞാൻ ഒരു വേദാന്തിയായി മാറിയിരിക്കുന്നുവെന്ന് വായനക്കാർ തെറ്റിദ്ധരിക്കരുത്. ജീവിതത്തിൽനിന്നും ഒളിച്ചോടാൻ വേദാന്തത്തെ കൂട്ടിപിടിക്കയില്ല ഒരു കാലത്തും. ജീവിതത്തെ അതിന്റെ നിറവിൽ അതിന്റെ അപൂർണ്ണതയിൽ ഉൾക്കൊള്ളാനുള്ള ശേഷി ഇക്കാലമിത്രയും കടന്നു വന്നവഴികൾ നല്കിയിട്ടുണ്ട്; അതാണ് എനിക്കു ലഭിച്ചിട്ടുള്ള വലിയ സമ്മാനം.

സംസാരസാഗരം നീന്തിക്കയറുക, അതുമല്ലെങ്കിൽ അതിന്റെ മറ്റു കരയെക്കുറിച്ച് ജ്ഞാനം ആർജ്ജിക്കുക തുടങ്ങിയവ സാധാരണ മനസ്സുകൾക്ക് പിടികിട്ടാത്ത വിഷമങ്ങളാണ്. ദുഷ്കര കൃത്യങ്ങളാണ്. ജീവിത ഗതി, അതിന്റെ വിപരീതങ്ങൾ, സാമ്യങ്ങൾ, സാദൃശ്യങ്ങൾ എന്നിവയൊക്കെ എന്റെ ഉള്ളിലും അഗാധമായ സന്ദേഹങ്ങൾ പടർത്തിയിട്ടുണ്ട്.

ജീവിതസാഗരത്തിലെ തോണിയാത്രികരിൽ ഒരുവനാണ് ഞാനും. തന്റെ ആയുസ്സിലെ അല്പനേരം കടത്തുകാരൻ നമുക്ക് വഴികാട്ടിയാകുന്നു. തോണി വിട്ടിറങ്ങുമ്പോൾ നാം കടത്തുകൂലി തിരക്കുന്നു. കരപറ്റാത്ത സാഗരപ്പെരുമയെക്കുറിച്ചുള്ള ഓർമ്മയിലകപ്പെട്ടതുകൊണ്ടാകാം; തോണിക്കാരനിൽനിന്നും കടത്തുകൂലിയെപ്പറ്റിയുള്ള സ്മരണകൾ പിൻവാങ്ങിയിരിക്കുന്നു.

ഉയർച്ച താഴ്ചകളെപ്പറ്റി സത്യത്തിൽ എനിക്കെന്തറിയാം? കാര്യമായ ജ്ഞാനമില്ല. വിവേകസജ്ജമായ മനസ്സുപോലുമില്ല.

ഞാൻ താമസിച്ചിരുന്ന ഇരുട്ടറയെപ്പറ്റി പറഞ്ഞിരുന്നല്ലോ. വള്ളമൂന്നുകാരൻ പുതുപ്പണക്കാരനും മുതലാളിയുമായ കഥ. പത്തുമുറിയുള്ള ലോഡ്ജിന്റെ മുതലാളിയാണവൻ ഇന്ന്. സ്വന്തം മുതലാളി ജ്വരം വന്നു ചത്തപ്പോൾ നിലവറയിൽനിന്നും പണക്കിഴിയും പണ്ടങ്ങളുമായി അവിടംവിട്ട ആ വാല്യക്കാരനെ കൊല്ലങ്ങൾക്കപ്പുറത്ത് ഇവിടെ ഇങ്ങനെ ഒരു ലോഡ്ജ് മുതലാളിയായി കാലം മാറ്റിതീർത്തിരിക്കുന്നു. സിൽക്ക് ജുബ്ബ, കസവ് വേഷ്ടി, കാലിൽ മേല്ത്തരം ചെരിപ്പുകൾ.

ദൈവങ്ങളുടെ ചിത്രങ്ങൾ അലങ്കരിച്ചുവെച്ച മുറിയിൽ കസേരയും മേശയും. കസേരയിൽ ഒരു പട്ടുതുണി വിരിച്ചിരിക്കുന്നു. മുതലാളി അവിടെ വരുമ്പോൾ ആ കസേരയിൽ ചാരിയിരിക്കും. ഇല്ലെങ്കിൽ ജോലിക്കാർ വന്ന് കസേരയിൽ വിരിച്ചിരിക്കുന്ന പട്ടുതുണി ഭയഭക്തിപൂർവ്വം മടക്കി സൂക്ഷിച്ചുവയ്ക്കും; മുതലാളി വരുമ്പോൾ പട്ടുതുണി എടുത്ത് തിരികെ വിരിക്കും.

മേശമേൽ ഒരു താലത്തിൽ ചന്ദനവും, മുല്ലപ്പൂവും, പഴത്തിൽ കുത്തിനിർത്തിയ പുകയുന്ന സാമ്പ്രാണിത്തിരികളും കാണാം.

ഇനി ഈ മുതലാളിയെക്കുറിച്ചുപറയാം.

നാട്ടുകാർ പറയുന്നതാണ്. സത്യമായിരിക്കാം.

വാല്യക്കാരനായിരുന്ന ഇവൻ, കറുത്തു തടിച്ച മുഖവും കരിങ്കല്ലു പോലെ ശരീരവുമുള്ള ഇവൻ, പണവും പണ്ടവും മോഷ്ടിക്കുന്നതും മറ്റും ഇവന്റെ മുതലാളിയുടെ ഏക മകൾ യാദൃച്ഛികമായി കണ്ടത്രെ. ഭാര്യയെയും മകളെയും നിലവറയിലോ, കിടപ്പുമുറിയിലോ പ്രവേശിപ്പിക്കാത്ത സംശയാലു ആയിരുന്നുവല്ലോ മുതലാളി. ഭാര്യ അവളുടെ ആങ്ങളമാർക്ക് ഭർത്താവിന്റെ ഭാരിച്ച രഹസ്യ സ്വത്തിനെപ്പറ്റി വിവരം കൈമാറുമോ എന്ന് ഭയന്നിട്ടാണത്രെ ഇങ്ങനെ ചെയ്തത്.

ജ്വരം വന്ന് ചാകാറായപ്പോൾ ഭാര്യക്കും മകൾക്കും കാര്യം പിടികിട്ടി. കിടപ്പുമുറിയിൽ വാല്യക്കാരൻ മാത്രമെയുള്ളു അന്നേരവും. അവനാണ് പൂർണ്ണ സ്വാതന്ത്ര്യം. മാത്രമല്ല ദീനം ഇത്ര കടുത്തതാണെന്നോ അപായം ഭവിക്കുമെന്നോ മുതലാളി കരുതിയിട്ടുമില്ല.

വാല്യക്കാരനും കാര്യം പിടികിട്ടി. ഇനി അധികമില്ല. അപ്പോൾ എന്തു ചെയ്യാനാണ്? അവന് ഒരു ഉപായം തോന്നി. മുതലാളി സമയം എണ്ണുകയാണ്. ശബ്ദമില്ല. ആംഗ്യമെ ഉള്ളു.

ഇടയ്ക്ക് വെള്ളം ചോദിച്ചപ്പോൾ അവൻ ഒഴിച്ചു കൊടുത്തു. പന്തികേടുകണ്ടിട്ടോ എന്തോ മകളെ അകത്തേക്ക് വിളിച്ച് പണപ്പെട്ടിയും ഉരുപ്പടിയും കിഴികളുമൊക്കെ അവളെ ഏല്പിക്കാൻ മുതലാളി ആംഗ്യം കാട്ടി.

ഇവനത് ഇഷ്ടമായില്ല. എല്ലാം ഭാര്യയും മകളും കൊണ്ടുപോകും. തനിക്കൊന്നും കിട്ടുകയുമില്ല. അവർക്ക് നേരത്തെ തന്നെ തന്നോടു പകയുണ്ടുതാനും.

ഇവൻ പിന്നെ ഒന്നും ആലോചിച്ചില്ല.

കുനിഞ്ഞ് വെള്ളമൊഴിച്ചുകൊടുക്കുന്നമാതിരിനിന്ന് ഒന്നു ശ്രദ്ധിച്ചു. പിന്നെ ചാവാൻ കിടന്ന അയാളുടെ മേൽമുണ്ടുമാറ്റി നോക്കി. എന്നിട്ട് വായ പൊത്തിപ്പിടിച്ചു. ഒരു കൈകൊണ്ട് വൃഷണം പിടിച്ചുഞെരിച്ചുടച്ചു. ചിറകുകൊഴിഞ്ഞ ഒരു ശലഭം വിങ്ങിപ്പൊട്ടിച്ചാവുംപോലെ പ്രാണനങ്ങ് പോയി.

ഈ സമയം ആ പെൺകൊച്ച് എന്തോ തട്ടോമുട്ടോ കേട്ടിട്ടാവണം അച്ഛന്റെ മുറിയിലേക്കുചെന്നു. അങ്ങനെ പതിവില്ല. അച്ഛൻ അവസാനമായി കാണാൻ കൊതിച്ച കാര്യം, ഏക മകളല്ലേ, മനസ്സിൽ ആ തോന്നൽ വന്നു കൊത്തിക്കാണും. അവൾ എത്തിനോക്കുമ്പോൾ, വാല്യക്കാരൻ കാര്യം നടത്തിയിട്ട് ദേഹം തിരിച്ചിടുന്നു. അവൾ അലറാൻ ഓങ്ങിയതും വാല്യക്കാരൻ അവളേം പിടികൂടി. പൊക്കിയെടുത്ത് നിലവറയ്ക്കകത്തോട്ടു കൊണ്ടുപോയി. പിന്നെ തിരികെ വിട്ടില്ല.

ഇതാ കഥ

ഇപ്പോൾ കാണുന്ന ഒരു കാഴ്ചകൂടി പറയാം.

ലോഡ്ജിന്റെ മുറ്റം തൂക്കാനും അല്ലറ ചില്ലറ പണിക്കും ഒക്കെയായി ഒരു വെളുത്തുമെലിഞ്ഞ് ദണ്ണം പിടിച്ച സ്ത്രീ വന്നുപോകും. മുതലാളി കനിഞ്ഞ് എന്തെങ്കിലുമൊക്കെ കൊടുക്കും. വിനയവും മര്യാദയുമുള്ള ആ ജോലിക്കാരി, ഇവൻ കൊന്ന മുതലാളിയുടെ ഭാര്യയാണ്.

ഇതാണ് ജീവിതം.

ഭഗവാനേ, ജീവിതസാഗരത്തിന്റെ മറുകര പറഞ്ഞു തരേണ്ട അങ്ങ് നിശ്ശബ്ദനായിരിക്കുന്നു. എന്നിട്ടോ, ഗംഗയുടെ ചെറിയൊരു മറുകരയിലേക്ക് കടത്തുതോണിയിൽ കയറി ഇറങ്ങിയിട്ട് കടത്തുകൂലി അന്വേഷിക്കുന്നു. എങ്ങനെ സങ്കടം തോന്നാതിരിക്കും.

സുരേന്ദ്രൻ കരയുന്നതുകേട്ടാണ് ദേവകി ഉണർന്നത്. അവർക്ക് വിശ്വസിക്കാനായില്ല.

എഴുതുന്നതിനിടയിൽ സുരേന്ദ്രനിരുന്ന് വിമ്മിക്കരയുന്നു.

"അയ്യോ വയ്യാതായോ? എങ്കിൽ ഞാൻ എഴുതിക്കൊള്ളാം."

ദേവകി വിളിച്ചു പറഞ്ഞു. സുരേന്ദ്രൻ ഒന്നും കേട്ടില്ല.

അയാളുടെ കൈകൾ പൂക്കുലപോലെ വിറച്ചുകൊണ്ടിരുന്നു. ബഹളം കേട്ട് അമ്മുക്കുട്ടിയും ഉണർന്നു സർവ്വത്രകരച്ചിലായി.

"അച്ഛന് ഒന്നും പറ്റിയിട്ടില്ല മോളെ; തലകറക്കംപോലെ തോന്നിയതാ."

ദേവകി എഴുന്നേറ്റുചെന്ന് സുരേന്ദ്രനെ നേരെ ഇരുത്തി. കണ്ണടയും പേനയും തറയിൽ വീണു കിടന്നതെടുത്തുവച്ചു.

സുരേന്ദ്രൻ അപ്പോഴേക്കും തല ഉയർത്തിച്ചിരിച്ചു.

"ഒന്നും പറ്റിയില്ല;

അഞ്ചാറുപേജ് തീർത്തോണ്ടാ..."

സുരേന്ദ്രൻ, എഴുതിയതു കാണിച്ചുകൊടുത്തു.

പതിനഞ്ച് പേജ് എഴുതിത്തീർത്തിരിക്കുന്നു. വെറുതെയല്ല സുരേന്ദ്രന് വയ്യായ്ക തോന്നിയതെന്ന് ദേവകി വിചാരിച്ചു.

ദേവകി കടലാസും പേനയും എടുത്തുവച്ച് കേട്ടെഴുതാൻ തയ്യാറായി.

"കൊച്ച് ഒറങ്ങിക്കോ; നേരം വെളുക്കാൻ ഇനീം സമയം ഒണ്ട്..."

അമ്മു ഭയന്നപോലെ കിടന്നു.

അച്ഛന്റെ വയ്യായ്ക ആദ്യമായല്ല അവൾ കാണുന്നത്. എന്നാലും ഓരോ തവണ കാണുമ്പോഴും അവൾക്ക് ഭയം തോന്നും.

അമ്മു ഷീറ്റിനടിയിലേക്ക് ചുരുണ്ടു. അവൾ കണ്ണടച്ച് ഉറക്കം നടിച്ചു കിടന്നു. ഉറങ്ങാൻ തോന്നുന്ന അന്തരീക്ഷമായിരുന്നില്ല ആ മുറിയിൽ.

സുരേന്ദ്രൻ പറഞ്ഞു തുടങ്ങി:

അന്ന് ഇടങ്ങഴി അരിക്ക് ഒരു ചക്രമായിരുന്നു വില. പട്ടിണിയും ക്ഷാമവും. സാധാരണക്കാരുടെ കൈവശം പണമില്ല. നഗരത്തിൽ പത്തിരുപത്തഞ്ച് കമ്പനികളുണ്ട്. ഒന്നോ രണ്ടോ എണ്ണം മാത്രം ഇന്ത്യാക്കാ

രുടെ. ബാക്കി സായിപ്പന്മാരുടേത്. കൂലി എല്ലാടത്തും ഒരു പോലെ. രാവിലെ മൂന്നുവട്ടം ഊത്തുകേൾക്കാം. എട്ടുമണിക്കുള്ള മൂന്നാമത്തെ ഊത്തിന് കമ്പനിക്കകത്ത് കയറിക്കൊള്ളണം. വൈകിയാൽ അന്ന് പണി യില്ല. മൂപ്പൻ പിടിച്ച് തല്ലുകയും ചെയ്യും. മൂപ്പന്മാർ സായിപ്പന്മാരല്ല; പക്ഷേ, കമ്പനിയിൽ സായിപ്പിന്റെ പ്രതിപുരുഷൻ. എന്തും ആകാം അവർക്ക്.

വൈകിയെത്തുന്ന തൊഴിലാളി മൂപ്പനെക്കണ്ട് പരുങ്ങും; മൂപ്പൻ കസേരയിൽ മലർന്നുകിടക്കുകയായിരിക്കും. ഉടൻ ചോദ്യം വരും:

എടാകഴുവേറീ കമ്പനി നിന്റെ അമ്മേടെ നായരുടേതാന്നോടാ?

മിണ്ടാതെ നിന്നു കൊള്ളണം.

അനങ്ങരുത്. അനങ്ങിയാൽ അടി ഉറപ്പാണ്. ചോദിക്കാനും പറ യാനും ആരുമില്ല. പുറത്ത് പൊലീസും റൗഡികളും ഒറ്റക്കെട്ടാണ്. കമ്പ നിസായിപ്പന്മാർക്ക് രാജാവിലും വലിയ ദിവാൻജിയിലുമൊക്കെ വലിയ പിടിപാടുണ്ട്. പുഴുവാണ് തൊഴിലാളി.

പണമില്ല. ദാരിദ്ര്യമുണ്ട്.

ഗതിയില്ല. ഗതികേടുണ്ട്.

ശങ്കു, ഗോപാലൻ, പപ്പൻ....എന്റെ ആത്മമിത്രങ്ങളായിരുന്നു ഇവർ. ഇപ്പോൾ ജീവിച്ചിരിപ്പില്ല. തോട്ടിത്തൊഴിലാളികളും റിക്ഷക്കാരുമൊക്കെ യായിരുന്നു ഇവർ. തോട്ടിപ്പണിക്കാർക്ക് അക്കാലത്ത് ഗ്ലാസിൽ കുടിക്കാൻ കൊടുക്കുകയില്ല. ചായക്കടയിലാണെങ്കിൽ അരികിൽവന്നു നിന്ന് തല ചൊറിയണം. അങ്ങനെ ചെയ്യുമ്പോൾ ചിരട്ടയിൽ ഒഴിച്ചുകൊടുക്കും. കുടി ച്ചിട്ട് ചിരട്ട കഴുകി കമിഴ്ത്തിവച്ചിട്ട് പൊയ്ക്കൊള്ളണം.

ശങ്കുവും പപ്പനുമൊക്കെ തോട്ടികൾ. ഗതികെട്ട് അടികിട്ടി പട്ടിണി കിടന്ന് അവറ്റകൾ ചാവാറായി. അവകാശത്തെക്കുറിച്ചൊക്കെ അവർ അറിഞ്ഞുവരുന്നകാലം. ഞങ്ങൾ കൊറച്ചുപേർ ചേർന്ന് അവരെ അവ കാശം എന്താണെന്നു പഠിപ്പിക്കുവാൻ തുടങ്ങി. ഏറ്റവും ഹീനജാതിക്കാ രായിട്ടാ തോട്ടികളെ അന്നു കണ്ടിരുന്നത്.

അതിലൊരു മാറ്റം വേണമല്ലോ.

മാറ്റമില്ലാത്തതെന്തും മാറുമെന്നാണല്ലോ പ്രമാണം.

അമേദ്ധ്യ വണ്ടി വലിച്ചു വലിച്ചു വലഞ്ഞ ശങ്കു ഒരുദിവസം ക്ഷീണിച്ചു വശായി. അവൻ ഒരു ചായചോദിച്ച് കടയുടെ വാതില്ക്കൽ പോയിനിന്നു. എത്ര കാത്തുനിന്നു.

ഒടുവിൽ കടക്കാരൻ കനിഞ്ഞു:

'ചിരട്ട കൊണ്ടുവാടാ.' കടക്കാരൻ കല്പിച്ചു.

തളർന്ന് തലകുമ്പിട്ട് റോഡരികിൽ ഇരിക്കുന്ന ശങ്കു എവിടെപോയി ചിരട്ട കൊണ്ടുവരാനാണ്. മാത്രവുമല്ല ദേഹവും വിറയ്ക്കുന്നു. കാലും തലയും നേരെ നില്ക്കുന്നുമില്ല.

വരുന്നതു വരട്ടെ. ശങ്കു ഒന്നും കേട്ടതായി ഭാവിക്കാതെ ചായചോ ദിച്ച് നിലത്തിരുന്നു.

കടക്കാരന് അരിശം കൂടി:

'കേട്ടില്ലിയോടാ പറഞ്ഞെ; കുടിക്കണേൽ ചിരട്ടയെടുക്കടാ.'

ശങ്കുവിന് തലകറങ്ങുന്നതായിതോന്നി. എഴുന്നേല്ക്കാനും ഇരിക്കാനും വയ്യ. വിഷമവും സങ്കടവും അരിശവും ചേർത്ത് ശങ്കു കടക്കാരനെ നോക്കി.

'എന്താടാ ധിക്കാരി; അനുസരണമില്ലിയോടാ?'

കടക്കാരൻ ചായത്തവി എടുത്ത് ശങ്കുവിന്റെ പുറത്ത് രണ്ടു പെട വച്ചു കൊടുത്തു. ശങ്കു മണ്ണിൽ കമിഴ്ന്നടിച്ചു വീണു.

ഞാൻ ലോഡ്ജിനുപുറത്ത് മുണ്ടുകഴുകി വിരിച്ചു നില്ക്കുമ്പോൾ പപ്പു ഓടിവന്നു കാര്യം പറഞ്ഞു. പപ്പു കരഞ്ഞുകൊണ്ടാണു വന്നത് ശങ്കുവിന് എഴുന്നേറ്റ് ഓടാനുള്ള ത്രാണിയില്ല. ശങ്കു മറുത്തുപറയുന്നു എന്ന തോന്നലിലാണ് കടക്കാരൻ മർദ്ദിച്ചത്.

പപ്പുവിനൊപ്പം ചെന്നപ്പോൾ ശങ്കു ഓടയിലേക്ക് കാലും നീട്ടി കിടക്കുന്നു. എടുത്ത് ആശുപത്രിയിലേക്ക് കൊണ്ടുപോയി. അവന് ദീനം കൂടിയിട്ടുണ്ട്; കൂടെ തല്ലും കിട്ടി.

വൈകിട്ട് തോട്ടിക്കാരായ പരിചയക്കാരെ മുഴുവൻ വിളിച്ചു ചേർത്തു. തോട്ടികളെ വേണ്ടാത്തവരെ തോട്ടികൾക്കും വേണ്ട. നിന്റെ ഒക്കെ വീട്ടിൽ വന്ന് അമേദ്ധ്യം കോരാൻ ഇനി ഞങ്ങളെ കിട്ടില്ലെന്ന് ഞങ്ങൾ വിളിച്ചു പറഞ്ഞു. ചിരട്ടമാറ്റി ഗ്ലാസ് തരണം എന്നതായിരുന്നു കച്ചവടക്കാർ മുൻപാകെയുള്ള ഞങ്ങളുടെ ആവശ്യം. ന്യായമായ ആവശ്യം.

തോട്ടി തൊടുന്നിടത്ത് നാറ്റം മാറും. തോട്ടി തൊടാത്തിടം നാറിപ്പഴുക്കും...

വെള്ളക്കടലാസിൽ കരിക്കട്ട കൊണ്ടെഴുതി സമരമുന്നറിയിപ്പ് ഒട്ടിച്ചുവച്ചു. അതുഫലം കണ്ടു. തോട്ടിത്തൊഴിലാളികളുടെ ഐക്യത്തിനു മുന്നിൽ മുതലാളിമാരും ജാതിക്കോമരങ്ങളും വിറച്ചു. തോട്ടി ചെല്ലാതിരുന്നാൽ വീടുകൾ നാറും. റോഡുകൾ നാറും.

നാട് നാറും. രണ്ടുദിവസത്തെ പണിമുടക്കം കൊണ്ട് നാട് വിറച്ചു. പിന്നെ ഒത്തുതീർപ്പും ചർച്ചയും നടന്നു.

ചിരട്ടവേണ്ട; ഗ്ലാസ് വേണം. ആവശ്യം അംഗീകരിക്കപ്പെട്ടു.

ഞങ്ങളുടെ യൂണിയൻ കൺവീനർ, സമരവിജയത്തെപ്പറ്റി ഒരു കവിതയെഴുതി:

കാലവും പ്രയത്നവും
ഒന്നിച്ചു ചെന്നെത്തിയാൽ
കാലുമാറിപ്പോകാത്ത പഴമയെന്തുള്ളു?

ദേവകി കേട്ടെഴുത്തുനിർത്തി.

അവരുടെ കൈ വേദനിച്ചുവെന്നു തോന്നുന്നു.

"ഇതൊക്കെ സവിസ്തരം പറേന്നതുകൊണ്ട് ഇപ്പം വല്ലകാര്യവുമുണ്ടോ?"

ദേവകി ഒരു സംശയം ചോദിച്ചു.

ദേവകിക്ക് ഇത്തരം സംശയങ്ങൾ എപ്പോഴുമുണ്ട്. ജീവിത ഗതിയിലേക്കുവന്നുവീണ കരിയിലകളടങ്ങിയ ചപ്പുചവറുകൾ അടിച്ചുമാറ്റി

ഓർമ്മകളെ വൃത്തിയാക്കി എടുക്കേണ്ടതിനുപകരം, ചപ്പുചവറുകളിട്ട് വീണ്ടും ഓർമ്മകളുടെ വഴിമൂടാനാണ് സുരേന്ദ്രൻ ശ്രമിക്കുന്നതെന്ന് അവർക്ക് പരാതിയുണ്ട്.

"അക്കാലത്തെ സാധാരണക്കാരുടെ വിഷമവും അനീതിയോട് സന്ധി ചെയ്യാത്ത ധീരന്മാരുടെ തന്റേടവും ഞങ്ങളെപ്പോലുള്ളവരുടെ മനുഷ്യ...സഹജീവിസ്നേഹവും ഒക്കെ പുതിയ കാലഘട്ടം കൂടുതൽ മനസ്സിലാക്കാൻ വേണ്ടി പറയുന്നുവെന്നേയുള്ളു."

സുരേന്ദ്രൻ ബീഡി കൊളുത്തി

ദേവകി അസഹ്യത കാണിച്ചു:

"തോന്നുന്നത് പറഞ്ഞോളൂ; ഞാൻ എഴുതിക്കൊള്ളാം. എന്നാലും എനിക്കുതോന്നുന്നത്... നിങ്ങളുടെ തലമുറയ്ക്ക് ഒരു തോന്നലുണ്ട്, നിങ്ങളൊക്കെ ചെയ്തതുമാത്രമായിരുന്നു മഹത്തായ കാര്യം. നിങ്ങളുടെ സഹനമാണ് ഏറ്റവും അർത്ഥപൂർണ്ണം. നിങ്ങൾ സ്വയം പുകഴ്ത്തുന്നവരാണോ എന്ന് ചിലരെങ്കിലും സംശയിക്കും."

സുരേന്ദ്രനതിനോട് പ്രതികരിക്കേണ്ടെന്നു വിചാരിച്ച് മിണ്ടാതിരുന്നു.

"ഒരു കാലത്തിനു മാത്രമായി പ്രത്യേക അർത്ഥമൊന്നുമില്ല. കാലം മാറുമ്പോൾ പരിഗണനകൾ മാറുന്നുവെന്നേ ഉള്ളൂ..."

ദേവകി ധൈര്യപ്പെട്ട് പറഞ്ഞു തുടങ്ങി

"എടീ, സി പിയുടെ കൂലിപ്പൊലീസിനും ഗുണ്ടകൾക്കുമെതിരെ മീശ കിളിക്കാത്ത പ്രായത്തിൽ ഇറങ്ങിത്തിരിച്ചവനാ സുരേന്ദ്രൻ. ഞാൻ തിന്ന ചോറ് ഉരുട്ടിത്തന്നത് വിശപ്പിന്റെ വൃത്തിയില്ലാത്ത കൈകളായിരുന്നു. എടീ ദേവകി, ഒരുതുള്ളി ചോരകണ്ടാൽ നീ അയ്യോ അമ്മേ എന്നലറും. തലപൊട്ടി ചോര ഒഴുകിയപ്പം ഉടുതുണിയേൽ തുടച്ചിട്ട് ഉയരട്ടങ്ങനെ ഉയരട്ടെ ചോരച്ചെങ്കൊടി ഉയരട്ടേയെന്ന് ഞങ്ങൾ അലറി. ഇതാ നമ്മൾ തമ്മിലുള്ള വ്യത്യാസം."

ദേവകിക്ക് അല്പം ദേഷ്യം തോന്നി.

തന്നെ ചെറുതാക്കിയതാണോ; ഒരുതരം കളിയാക്കൽ. വിട്ടുകൊടുക്കേണ്ടെന്നു തോന്നി.

"അങ്ങനെയാന്നേൽ, മീശ കിളിക്കാത്തപ്പം സി പിക്കെതിരെ കൈചുരുട്ടിയ ആൾ താടിനരച്ച കാലത്ത് അടിയന്തരാവസ്ഥയോട് കലഹിക്കാഞ്ഞതെന്താ?"

സുരേന്ദ്രൻ പ്രകോപിതനായില്ല

ഗൗരവപ്പെട്ട ചോദ്യമായിരുന്നു അത്.

"നീ അതിനുള്ള മറുപടി ശ്രദ്ധിച്ച് എഴുതണം. എഴുതി പുസ്തകത്തിൽ ചേർക്കണം. നിങ്ങളൊക്കെ സ്വതന്ത്ര ഭാരതത്തിൽ ജനിച്ചവരായോണ്ടാ ഇത്ര നിസ്സാരമായി ചോദിച്ചെ. രാജഭരണത്തിനും ബ്രിട്ടീഷ് ഭരണത്തിനും ഒരേവിധം എതിരായിട്ടാ ഞങ്ങൾ പ്രവർത്തിച്ചെ. അതും നിരോധിക്കപ്പെട്ട കമ്യൂണിസ്റ്റു പാർട്ടീൽ. സ്വാതന്ത്ര്യോം, ഉത്തരവാദ ഭരണോം; അതു രണ്ടും നേടാനിടയാക്കിയ രാഷ്ട്രീയ പ്രബുദ്ധതയും സാമൂഹ്യ

ബോധവും ഞങ്ങളുടെ തലമുറ ഇവിടെ ഊട്ടി ഉറപ്പിച്ചു; ഞങ്ങളുടെ കണ്ണു നീരിന്റേയും ചോരയുടേയും അടിത്തറയിൽ. എടീ, സായിപ്പിനേയും വിദേശപട്ടരേയും ഒരേവിധം തീ തീറ്റിച്ച ഞങ്ങളുടെ ജീവിതം പുതിയ തലമുറയ്ക്കായി ഹോമിച്ചു. സുപ്രധാന രാഷ്ട്രീയ ദൗത്യം നയിച്ച ഞങ്ങൾ തന്നെ വേണമായിരുന്നോ അടിയന്തരാവസ്ഥയെ ചെറുക്കാൻ? സ്വതന്ത്ര കേരളത്തിൽ യുവാക്കളും യുവതികളും ചത്തു പോയിരുന്നോ? എങ്കിൽ, നിന്റെ അച്ഛനും അമ്മയും എവിടെയായിരുന്നു? നിന്റെ സഹോദരങ്ങൾ എവിടെയായിരുന്നു? അല്ല, ദേവകീ, നീ എവിടെയായിരുന്നു?"

സുരേന്ദ്രൻ കിതയ്ക്കാൻ തുടങ്ങി

ഇത്രയും പ്രകോപനം വേണ്ടിയിരുന്നില്ലെന്ന് ദേവകി വിചാരിച്ചു. സുരേന്ദ്രൻ ചില കാര്യങ്ങളിൽ ഇടപെട്ടാൽ പിന്നെ എങ്ങനെയാകും എന്ന് പ്രവചിക്കുക വയ്യ.

ഇനി അധികനേരം ഓർമ്മകൾ തങ്ങിനില്ക്കുകയില്ലെന്ന് സുരേന്ദ്രനും തോന്നി. ഓർമ്മകൾക്ക് തിരികെപ്പോകാൻ സമയമായിരിക്കുന്നു.

"എഴുതിക്കോ..." സുരേന്ദ്രൻ വിളിച്ചുപറഞ്ഞു.

"കല ജീവിതത്തിനുവേണ്ടിയാകണം എന്ന് ചിന്തിച്ചു. പട്ടിണിക്കാരന്റെ ജീവിതത്തെ പരിപോഷിപ്പിക്കാൻ വേണ്ടിയുള്ള പ്രവർത്തനങ്ങളിൽ പ്രയോജനമായിട്ടുള്ളതാകണം കലാപ്രവർത്തനം എന്നായിരുന്നു വിശ്വാസം. അതിൻപ്രകാരമായിരുന്നു എഴുത്തും ചിന്തയും വാക്കും പ്രവൃത്തിയുമെല്ലാം. തൂലികകൊണ്ട് ഞങ്ങൾ നവലോകം സൃഷ്ടിച്ചു. അതേ കൈകളിൽ ഏന്തിയ കഠാരകൊണ്ട് ചൂഷകന്റെ നെഞ്ച് പിളർത്തുമെന്നും പറഞ്ഞു. എടീ, പട്ടിണിക്കാരിയുടെ മാറ് സ്വന്തം വായിൽ ചുരത്തിക്കിട്ടണമെന്നു വാശിപിടിച്ചവന്റെ മാറിനു നേർക്കുവേണ്ടത് തൂലികയല്ല, കഠാരയാണ്. നീ പറ ഏതാണു ശരി?"

തൂലിക സങ്കടം വരുത്തും. കഠാര സങ്കടം തീർക്കും. ഇന്നും അങ്ങനെ തന്നെയോ എന്നു ചോദിച്ചാൽ ഉത്തരമില്ല. ജീവിത സാഗരത്തിന്റെ മറുകരയിലേക്ക് അനേകം പേർക്കൊപ്പം തോണിയാത്ര നടത്തുന്ന ഒരുവന് പിന്തിരിഞ്ഞുനോക്കി പതം പറയേണ്ട ബാദ്ധ്യതയൊന്നുമില്ല. മറുകര എത്തുകയേ നിവൃത്തിയുള്ളു. അത് പരമമായ നിയമമാണ്. നിയോഗവുമാണ്.

നീയും നിന്റെ തലമുറയും എന്നേയും കൊണ്ട് തുഴയേണ്ടവരാണ്; തുഴയുന്നവരുമാണ്. മറുകര എത്തിയെന്നായാൽ കടത്തുകൂലി ചോദിച്ചിട്ട് ഞങ്ങൾ നിസ്സഹായത പറയും. ഇത്രകാലം കഴിഞ്ഞുകൂടിയിട്ടും കൂലിയായി തരാൻ ഒന്നും ഈ കൈയിൽ ശേഷിക്കുന്നില്ലല്ലോ എന്ന്. വിവേകവും കനിവുമുള്ളവരാണെങ്കിൽ മാത്രം നിങ്ങൾ പറഞ്ഞേക്കും: അതിനിസ്സാരം മാത്രമാകുന്ന ദൂരമാണല്ലോ ഞങ്ങൾ കടത്തിവിട്ടത്. ജീവിതമെന്ന മഹാസാഗരത്തിന്റെ മറുകര എത്തിക്കുവാൻ ശ്രമിച്ചവരിൽ നിന്നും ഞങ്ങൾ കൂലിവാങ്ങുകയോ...?

ഒരു വിറയലോടെ, നാലാം യാമത്തിന്റെ അന്ത്യത്തിൽ സുരേന്ദ്രൻ കസേരയിലേക്ക് വീണു.

ഒരു മഞ്ഞ ഇല എന്ന നിലയിൽ

"**നി**ങ്ങൾ മഞ്ഞയിലപോലെയാണ്.

മരണദൂതന്മാർ ഏറെ അടുത്തെത്തിയിരിക്കുന്നു.

നിങ്ങൾ എന്താണ് കൂടെ കൊണ്ടുപോകുന്നത്...?

ശ്രീബുദ്ധൻ ഇപ്രകാരം നിരീക്ഷിച്ചത് ഞാൻ പണ്ട് വായിച്ചതോർക്കുന്നു. മഞ്ഞയിലയിലേക്ക് ആകൃഷ്ടരാകുന്ന മരണദൂതന്മാരെക്കുറിച്ച് എനിക്ക് പരാതിയില്ല. അവർ അടുത്തെത്തുകയും വേണം. മഞ്ഞയിലകൾ ഉള്ളിടത്തേ മരണദൂതന്മാർക്ക് അർത്ഥം കല്പിക്കപ്പെടുകയുള്ളൂ. ദേവകി കേൾക്കുന്നുണ്ടോ...?"

ദേവകി ഉറക്കം തൂങ്ങുകയായിരിക്കുമോ എന്ന് സുരേന്ദ്രൻ കരുതി ഒരു നിമിഷം. അല്ല, ഇന്ന് പൊതുവെ ശാന്തനായി കാണപ്പെടുന്ന സുരേന്ദ്രന്റെ ശബ്ദം അനുകമ്പയോടെ കേട്ടിരിക്കുകയാണ് കേട്ടെഴുതുകയാണ് ദേവകി. ഇന്നത്തെ നാലാംയാമത്തിനും പ്രത്യേകതയൊന്നുമില്ല. ചില ദിവസങ്ങളിൽ സുരേന്ദ്രൻ തനിയെ എഴുതാൻ തുടങ്ങും. ക്ഷീണിക്കുമ്പോൾ മാത്രം സഹായത്തിനു വിളിക്കും. ഇന്ന് അങ്ങനെയല്ല, എഴുന്നേറ്റപ്പോൾത്തന്നെ ദേവകി കുറിച്ചെടുക്കണമെന്ന് സുരേന്ദ്രന് നിർബ്ബന്ധമുണ്ടായി.

നിങ്ങൾ എന്തുകൊണ്ടുപോകുന്നു എന്ന ചോദ്യം ഞാൻ മാത്രം ചോദിക്കേണ്ടതല്ല; ഞാൻ മാത്രം ഉത്തരം കണ്ടെത്തേണ്ടതും പറയേണ്ടതുമല്ല അത്. മാനവരാശി രൂപംകൊണ്ട കാലംമുതല്ക്കേ ഈ ചോദ്യമുയരുന്നു. ചോദ്യം തുടരുന്നു...

ഉത്തരങ്ങൾ ഇല്ല.

ഉത്തരം തരാൻ അങ്ങനെ ഒരാൾ, ഒരു കേന്ദ്രം നിലനില്ക്കുന്നുവെന്ന് ഞാൻ കരുതുന്നുമില്ല. ഉത്തരം ചോദ്യത്തോടൊപ്പം എഴുതിച്ചേർത്തിട്ടു

ണ്ടാവും എല്ലാ ചോദ്യങ്ങൾക്കും ഒപ്പം ഉത്തരങ്ങളും ഉണ്ടാകും. അതുമല്ലെങ്കിൽ ഓരോ ചോദ്യങ്ങളും ഉത്തരങ്ങളുമായി ജനിക്കുന്നു, ഉത്തരങ്ങൾക്കുവേണ്ടി രൂപപ്പെടുന്നു എന്നു പറയേണ്ടിവരും. ചോദ്യങ്ങൾ ഉത്തരങ്ങളുടെ മാതാവാകുന്നു. ചോദ്യങ്ങളില്ലാത്ത, ചോദ്യങ്ങൾ ജന്മം നല്കിയിട്ടില്ലാത്ത, ഉത്തരങ്ങൾ എന്ന ശിശുക്കൾ തീർത്തും അനാഥരാണ്.

ഇത്തരത്തിൽ ആയിരക്കണക്കിന് ഉത്തരങ്ങൾ എന്ന അനാഥ ശിശുക്കളെ ഞാൻ പോറ്റി വളർത്തുന്നുണ്ട്. ഇവരെ ഞാൻ നിരീക്ഷിച്ചുകൊണ്ടിരിക്കുന്നു. പരിപൂർണ്ണ ആരോഗ്യത്തോടെ ഉത്തരങ്ങൾ എന്ന അനാഥ ശിശുക്കൾ എന്റെ കരങ്ങളിൽ സുരക്ഷിതരുമാണ്. എന്നാൽ കുറേ കഴിയുമ്പോൾ ഞാൻ ശ്രദ്ധയോടെ പരിപാലിച്ചുപോന്ന ഉത്തരങ്ങൾ തീർത്തും അനാഥരല്ല, അവർക്ക് മാതാക്കളുണ്ട് എന്ന് തിരിച്ചറിയേണ്ടിയും വരും.

സനാഥത്വമുള്ള ഉത്തരങ്ങൾ.

ഇപ്പോൾ ലേശം മുൻപ് ഞാൻ പറഞ്ഞ മാതിരി, നിങ്ങൾ എന്തു കൊണ്ടുപോകുന്നു?

ഞാൻ പോറ്റി വളർത്തിയ ഉത്തരങ്ങളുടെ മാതാവാണിത്. ഈ ചോദ്യ മാതാവിനേക്കാൾ ഉത്തര സന്താനങ്ങളോടാണെനിക്ക് അടുപ്പം. കൂടുതൽ പരിചയം. ഈ അടുത്ത കാലത്താണ് ചോദ്യമാതാവിനെ പരിചയമാകുന്നത്. അത് ബുദ്ധന്റെ സന്ദേഹപരമ്പരയിൽ ഉൾപ്പെടുന്ന ചോദ്യമാണത്രെ. നഗ്നരായി വന്ന് നഗ്നരായി തന്നെ പോകുന്നുവെന്ന് പിന്നേയും കേട്ടിട്ടുണ്ട്; അലക്സാണ്ടർ ചക്രവർത്തി ശവപ്പെട്ടിക്ക് ദ്വാരമുണ്ടാക്കി ഇരുകരകളും പുറത്തേക്കിട്ട് തന്റെ മൃതദേഹം കൊണ്ടുപോകാൻ നിർദ്ദേശിച്ചിരുന്നതുപോലെ.

എന്റെ ഉത്തരങ്ങൾ ഭിന്നമായിരിക്കാം. എന്റെ യൗവനത്തിൽ ഒരു പണം നാലുചക്രമായിരുന്നു. ഇരുപത്തിഎട്ട് ചക്രം ഒരു രൂപയും. ഇന്ന് ഒരു രൂപയ്ക്ക് അത്ര വിലയൊന്നുമില്ല. ഒരു രൂപ കളഞ്ഞുപോയാൽ അതത്ര നഷ്ടമായി ആർക്കും തോന്നാത്ത കാലം. ഞാൻ പറഞ്ഞുവരുന്നത്... ഭൂമിയിൽനിന്നും യാത്രപറയുമ്പോൾ അവശേഷിപ്പിച്ചു പോകാൻ നിക്ഷേപമായി ഒരു രൂപയോ, ഒരു പണമോ സുരേന്ദ്രന്റെ അധീനതയിൽ ഇല്ല. ഒന്നുമില്ല ആ തരത്തിൽ. സമ്പാദ്യം അടുത്ത തലമുറയെ ഏല്പിച്ചിട്ട് മനസില്ലാമനസ്സോടെ പിരിഞ്ഞുപോകുന്ന ഒരു വിഡ്ഢിയായ കിഴവനല്ല സുരേന്ദ്രൻ. ലക്ഷ്യത്തോടെ ജീവിച്ചു; ലക്ഷ്യം നിറവേറ്റുവാൻ, പൂർണ്ണമായി നിറവേറ്റുവാൻ മനുഷ്യർക്ക് സാദ്ധ്യവുമല്ല. കൃഷ്ണന്റെയും ക്രിസ്തുവിന്റേയും ഗാന്ധിജിയുടേയും കാറൽമാർക്സിന്റേയും ആഗ്രഹവും അഭിലാഷവും സ്വപ്നവും പൂർണ്ണമായോ? ഇല്ലെങ്കിൽ പിന്നെ പട്ടിണിക്കാരനായി വളർന്ന് പട്ടിണിക്കാരെ സംഘടിപ്പിക്കുകയും സ്നേഹിക്കുകയും അവർക്കുവേണ്ടി എഴുതുകയും സ്വപ്നം കാണുകയും ചെയ്ത സുരേന്ദ്രൻ കാലാന്തരത്തിൽ പട്ടിണിക്കാരനായി തീർന്നുവെന്നതിൽ എന്താണൊരു വൈരുദ്ധ്യം?

സമൂഹത്തെ ഒരു പരിധിവരെ സ്വാധീനിക്കാനും ചുരുക്കം സഹജീ

വികൾക്കെങ്കിലും ദിശാബോധവും ജീവിത ബോദ്ധ്യവും പ്രദാനം ചെയ്യുവാനും കഴിഞ്ഞു എന്ന ഉൾവെളിച്ചമായാണ് ഈ മഞ്ഞഇല, വീണ്ടും അതിന്റെ അനന്തവും അജ്ഞാതവുമായ ഏതോ കാറ്റിന്റെ ഗതിയിൽ വേഗത്തിൽ യാത്ര തുടരുന്നത്. ഇത് അന്ത്യമല്ലെന്നാണ് പക്ഷം. എന്റെ കൃതിയിലൂടെയും, ഹ്രസ്വമെങ്കിലും ദരിദ്രർക്കിടയിൽ പ്രവർത്തിക്കാൻ കഴിഞ്ഞകാലത്തെ പ്രവർത്തനങ്ങളെ മുൻനിർത്തിയും ഞാൻ മരണദൂതന്മാരുടെ ആതിഥ്യം സ്വീകരിച്ചുകഴിഞ്ഞാലും കുറച്ചുപേരെങ്കിലും അവരുടെ സ്മരണകളിൽ എന്നെ നിലനിർത്താതിരിക്കില്ല. ആ ബോദ്ധ്യമാണ് ഞാൻ കൊണ്ടുപോകുന്നത്. എന്തുകൊണ്ടുപോകും എന്ന ചോദ്യം ഉദിക്കുംമുൻപേ ഞാൻ പോറ്റി വളർത്തിയ ഉത്തരമാണിത്.

തിരകൾ അനേകവും സമുദ്രം ഒന്നുമാണ്. ഒരു തിര തീരുന്നതോടെ എല്ലാ തിരകളും അവസാനിക്കുകയല്ല അനേകം തിരകൾ രൂപം കൊള്ളുകയാണ് ചെയ്യുന്നത്. ഞാനെന്ന ഒരു തിര മരിക്കുമ്പോൾ അനേകം തിരകൾ ജന്മം കൊള്ളും. പക്ഷേ, ഒരു തിര തീർന്നെങ്കിൽ മാത്രമെ മറ്റ് അനേകം തിരകൾക്ക് തിരകകളായി രൂപംകൊണ്ട് തിരകളുടെ ധർമ്മം നിറവേറ്റുവാൻ കഴിയുകയുള്ളൂ. അനേകം തിരകളുടെ വലിയ ദൗത്യത്തിനുവേണ്ടി, ദൗത്യം തീർത്ത ഒരു തിര പിൻവാങ്ങുകയാണു വേണ്ടത്.

ദേവകിക്ക് എഴുത്തു തുടരാൻ പ്രയാസം തോന്നി. ഓരോ ദിവസവും സുരേന്ദ്രൻ കൂടുതലായി മരണത്തെക്കുറിച്ചുതന്നെ പറഞ്ഞുകൊണ്ടേയിരിക്കുന്നു. ഇത് പന്തിയല്ല; ഇങ്ങനെ തുടരാൻ അനുവദിക്കേണ്ടതില്ലെന്ന് ദേവകി തീരുമാനിച്ചു.

“നമ്മൾ അനുഭവങ്ങൾ പകർത്താനാണ് തീരുമാനിച്ചിട്ടുള്ളത് എന്നാൽ പകർത്താൻ കിട്ടുന്നതാകട്ടെ അനുഭവങ്ങളേക്കാൾ വിചാരങ്ങളാണ്.”

ദേവകി വിഷയം മാറ്റാൻ പരിശ്രമിച്ചുകൊണ്ട് പറഞ്ഞു.

സുരേന്ദ്രൻ അതുകേട്ടു. അതിനോട് പ്രതികരിച്ചില്ല.

“പത്തിരുപത്തിയഞ്ചുപേർ ഉൾപ്പെട്ട ഒരു കൂട്ടം കുടുംബത്തിലാണ് എന്നെ പെറ്റത്. സാധുവും ലജ്ജാലുവുമായ ഒരു നായരായിരുന്നു എന്റെ അച്ഛൻ. അച്ഛന് അമ്മയുടെ തറവാട്ടിൽ പ്രത്യേകിച്ച് കാര്യമൊന്നുമില്ലായിരുന്നു, കാരണവരായ അമ്മാവനെ കണ്ടുവണങ്ങി, അമ്മയെ കണ്ട് എന്നെ ഒന്നു നോക്കിയിട്ട് അച്ഛൻ മടങ്ങിപ്പോകും. കാരണവരായ വല്യമ്മാവനെ അച്ഛൻ ഉൾപ്പെടെ ആർക്കും പേടിയായിരുന്നു.

ദേഹത്ത് കരടി രോമം
നെറ്റിയിൽ പലതരം കുറികൾ
കാലിൽ ചെരിപ്പില്ല.
കൈകൾ രണ്ടും മെലിഞ്ഞിരിക്കും.
ഒത്ത ഉയരം; കാലുകൾക്കാണ് ശക്തി
നടന്നുവരുന്ന ശബ്ദം ദൂരെനിന്നും കേൾപ്പിക്കും.

അച്ഛൻ ഇറങ്ങിപ്പോകാൻ അമ്മാവൻ കല്പിക്കുന്നത് ഞാൻ പലത

വണ്ണ കേട്ടിട്ടുണ്ട്.

'കേശവന് സമയമായില്ലേ തിരിക്കാൻ?'

അച്ഛൻ വിധേയനെപ്പോലെ തലകുനിച്ച് അമ്മാവന്റെ കണ്ണില്പെടാതെ ഇറങ്ങിപ്പോകും. അമ്മ നോക്കിയിരിക്കും.

വല്യമ്മാവനോട് എനിക്ക് അരിശം തോന്നും.

എന്റെ അച്ഛനെ ഭരിക്കാൻ ഇവൻ ആരടാ എന്നായിരുന്നു ഉള്ളിൽ തികട്ടിയ ചോദ്യം.

തിരുവായ്ക്ക് എതിർവാ ഇല്ലാത്തകാലമായിരുന്നു.

ഒരിക്കൽ ഒരു കപ്പക്കഷണം അടുപ്പിലിട്ട് ഞാൻ ചുട്ടു.

പത്തുപന്ത്രണ്ടായികാണും പ്രായം.

തൊഴുത്തിനടുത്തുപോയിരുന്ന് വാഴയിലയിൽ വച്ച് കപ്പ പൊട്ടിച്ച് തിന്നാൻ തുടങ്ങി. കാരണവർ ദൂരെനിന്നും കണ്ടു. ഒറ്റ അലർച്ച:

'എടാ അസത്തേ...'

ഞാൻ വിറച്ച് എഴുന്നേറ്റു.

'ചെറുമന്റെ മോനാന്നോടാ നീയ്യ്...?

ചെറുമൻ കുടീലൊള്ള കപ്പ ചുടീൽ...

പോടാ...'

ഞാൻ കരഞ്ഞുംകൊണ്ട് ഓടി. അമ്മയും ഭയന്നുപോയി. കുഞ്ഞമ്മമാരും അവരുടെ മക്കളുമൊക്കെ നോക്കിനിന്നു ചിരിച്ചു. വല്യമ്മാവന്റെ പുലയാട്ട് പിന്നെ കേട്ടില്ല. ഞാൻ പുറത്തിറങ്ങാതെ കിടന്നു. തറവാട്ടിൽ വെപ്പും കുടീം വെവ്വേറെയായിരുന്നു. നാല് നാളികേരവും രണ്ടിടങ്ങഴി നെല്ലുമായിരുന്നു പ്രതിമാസം അമ്മയ്ക്ക് തറവാട്ടിൽ നിന്നനുവദിച്ചിട്ടുള്ള വിഹിതം. അമ്മ അതുംകൊണ്ട് ഒപ്പിച്ചുകൊള്ളും.

സ്കൂളിൽ പോക്കൊക്കെ കണക്കായിരുന്നു. പോകുന്നവഴി മാവേലും പറങ്കിമാവേലുമൊക്കെ കേറീം മറിഞ്ഞും. അങ്ങിങ്ങ് കഴിഞ്ഞു. വഴീൽ കിടക്കുന്ന പുഴുത്ത മാങ്ങപോലും വിശപ്പു സഹിക്കാഞ്ഞ് ഞാൻ എടുത്തുതിന്നും; കഴുകിക്കളയാൻ കൂട്ടാക്കുകയുമില്ല. അത്രയും ക്ഷമയില്ല. പുഴുത്ത മാങ്ങ രുചിയോടെ തിന്നുന്ന എന്നെ കുട്ടികൾ കളിയാക്കിക്കൊല്ലും. കണക്കുസാർപോലും പുഴുപ്പൻ എന്ന് വിളിച്ചുപോന്നു. വിശപ്പായിരുന്നു എന്റെ വളർത്തമ്മ. എന്തുകിട്ടിയാലും തിന്നു. പക്ഷേ, ഒന്നും കിട്ടാനില്ല.

എന്റെ ആക്രാന്തവും പരാക്രമവും അമ്മയ്ക്കറിയാം. അമ്മ അക്കാലത്ത് വല്ലതും കഴിച്ചിട്ടുണ്ടാകുമോ വയറുനിറയെ, എന്ന് സംശയമുണ്ട്. വയറൻ വരുന്നേ മാറിക്കോ എന്ന് വിളിച്ച രണ്ടുമുതിർന്ന കുട്ടികളിൽ ഒരുവനെ ഞാൻ സ്കൂളിൽ വച്ച് കല്ലെടുത്തങ്ങ് ചതച്ചു. തലമുഴച്ചുവരികയും ചെയ്തു. സംഭവമറിഞ്ഞ് കണക്കുസാർ എന്നെ പിടിച്ചു തല്ലിയതിന് കണക്കില്ല.

ചുട്ടിത്തോർത്തായിരുന്നു എന്റെ വേഷം. തുട രണ്ടും പൊട്ടിവീർത്തു. വല്യമ്മാവന്റെ പരിചയക്കാരനാണ് കണക്കുസാർ. ഇനി

ഇക്കാര്യം വീട്ടിലറിയുമോ എന്ന ചിന്തയായിരുന്നു തല്ലുകൊണ്ടതിനേക്കാൾ എന്നെ വേദനിപ്പിച്ചത്. ഒരാഴ്ച ഭയപ്പാടോടെ കാത്തിരുന്നു. വല്യമ്മാവന്റെ മുന്നില്പെടാതെ ഒളിച്ചു നടന്നു. ഒടുവിൽ രക്ഷപ്പെട്ടു. ആൾ അറിഞ്ഞ ലക്ഷണമില്ല. എന്നേക്കാൾ അമ്മയ്ക്കായിരുന്നു ആശ്വാസം. അറിഞ്ഞിരുന്നുവെങ്കിൽ കണക്കുസാർ നീരുവരുത്തിയ കാൽ ഒരിക്കൽക്കൂടി നീരുവന്ന് വീർക്കുമായിരുന്നു.

എന്റെ അമ്മ സത്യത്തിൽ ഒരു മഴമേഘമായിരുന്നു. കണ്ണീർ ഒരിക്കലും തോർന്നു കണ്ടിട്ടില്ല. നീല ബ്ലൗസുപോലെ നീണ്ട ഒരു കുപ്പായവും വെള്ളമുണ്ടുമായിരിക്കും. കരഞ്ഞുകരഞ്ഞ് അമ്മചുവക്കും. ആ നിറം എനിക്ക് വളരെ ഇഷ്ടമായിരുന്നു. അതുകൊണ്ട് തന്നെ അമ്മ ഇടയ്ക്കിടയ്ക്കെ കരയുന്നത് എനിക്ക് അധികം ഇഷ്ടമായിരുന്നു. അമ്മ കരയാതിരിക്കുന്നതുകാണുമ്പോഴായിരുന്നു സത്യത്തിൽ എനിക്ക് അങ്കലാപ്പ്. അയ്യോ, എന്തെങ്കിലും പറ്റിക്കാണുമോ? ഇനി അമ്മ എന്നാവും ഒന്നു കരയുക എന്നൊക്കെയുള്ള ചിന്തയായിരിക്കും എന്റെ മനസ്സിൽ നിറയുക.

ദിവസങ്ങൾ അമ്മ തുടർച്ചയായി കരഞ്ഞു ജീവിച്ചത് എനിക്ക് ഇന്നും വ്യക്തമായി ഓർക്കാൻ കഴിയുന്നുണ്ട്. ഇപ്പോഴത് മനസ്സിലാക്കാൻ കഴിയുന്നു. അച്ഛൻ അങ്ങോട്ടേക്ക് നിശ്ശേഷം വരാതായതുകൊണ്ടായിരിക്കാം. ഞാൻ നാലാം തരത്തിൽ പഠിക്കുന്ന കാലത്താണ് അച്ഛനെ ഒടുവിൽ കണ്ടത്. പിന്നെ അങ്ങോട്ടേക്ക് വന്നിട്ടേയില്ല. എവിടെപ്പോയോ എന്തോ?

ദാരിദ്ര്യവും വിശപ്പും വീട്ടിലെ വിഷമങ്ങളും കാരണം കഷ്ടിച്ച് ഏഴാംതരം മാത്രമെ ഞാൻ സ്കൂളിൽ പോയിട്ടുള്ളു. മലയാളം നന്നായി എഴുതും വായിക്കും, അത്യാവശ്യം കണക്കുകൾ കൂട്ടുകയും കുറയ്ക്കുകയും ചെയ്യും. മതി. സ്കൂളിൽ പോകേണ്ടന്നങ്ങ് തീരുമാനിച്ചു. അമ്മയോട് നേരിട്ട് ഒന്നും പറഞ്ഞില്ല. കുറേ ദിവസം സ്കൂളിലേക്കെന്നും പറഞ്ഞിറങ്ങി; പക്ഷേ, പോയില്ല.

പട്ടണത്തിലേക്ക് എത്തും മുൻപ് ഒരു കൊടും വളവുണ്ട്. അവിടെ ഒരു തയ്യൽക്കട, ചെറിയ ഹോട്ടൽ, ഒരു സൈക്കിൾ കട. സൈക്കിൾ വാടകയ്ക് കൊടുക്കും. പഞ്ചർ ഒട്ടിച്ചു കൊടുക്കും. അത്യാവശ്യം അറ്റകുറ്റപ്പണി നടത്തുന്ന ഒരു കടയാണ്. സ്കൂളിൽ കയറാതെ ഞാൻ അവിടെപ്പോയി നില്ക്കും. കാശൊള്ളവർ വന്ന് മണിക്കൂർ ഒന്നിന് വാടക പറഞ്ഞ് സൈക്കിൾ എടുത്തുകൊണ്ടുപോകുന്നു. ചെമ്മൺ വഴിയിലൂടെ പൊടി പറത്തി റാലികൾ പായുന്നു. എനിക്ക് സൈക്കിൾ ചവിട്ടാൻ അറിയില്ല. ഒരിക്കൽ പഠിക്കണം, അങ്ങനെ നോക്കീം കണ്ടും നിന്നു. രണ്ടു ദിവസം കഴിഞ്ഞപ്പോൾ കടക്കാരൻ എന്നെനോക്കി ചിരിച്ചു. കൈലിമുണ്ടും വെള്ളബനിയനും ധരിച്ച വെളുത്ത് സുന്ദരനായ മനുഷ്യൻ; പൂത്ത പണമുള്ള ആളായിരിക്കും. സ്വന്തമായി അഞ്ച് സൈക്കിൾ ഉണ്ട്. ഒരു പണിക്കാരനും. പണിക്കാരൻ സൈക്കിൾ ഉന്തിതള്ളി റോഡിലിറക്കും. വാടകക്കാരൻ അവിടെനിന്നും അത് ഏറ്റുവാങ്ങും. പണിക്കാരൻ ഒരു തോർത്തുമാത്രമേ ഉടുത്തിട്ടുള്ളൂ; കരയുന്ന മുഖമുള്ള ഒരാളായിരുന്നു.

സൈക്കിളുകൾക്ക് നല്ല ആവശ്യക്കാരാണ്. വന്നും പോയുമിരിക്കും. പണിക്കാരനും പിടിപ്പതു പണിയുണ്ട്. അതുകൊണ്ടായിരിക്കും അയാളുടെ മുഖം കരയുന്നതുപോലെ തോന്നിയത്.

'പയ്യൻ എന്തുവാ നോക്കി നിക്കുന്നേ...?

സൈക്കിൾ പഠിക്കണോ?'

കടക്കാരൻ ചോദിച്ചു.

ഞാൻ അതേയെന്നു തലകുലുക്കി.

അങ്ങനെയായി തുടക്കം.

പണിക്കാരൻ ഊണുകഴിക്കാൻ മാറുമ്പോൾ സൈക്കിൾ ഉന്തിതള്ളി റോഡിലിറക്കി കൊടുക്കണം അതായിരുന്നു തുടക്കത്തിൽ പണി. പിന്നെ ശീലമായി. കടുപ്പത്തിൽ ചായയും വടയും കിട്ടാൻ കടക്കാരൻ ഏർപ്പാടാക്കി.

'പള്ളിക്കൂടത്തിൽ പോയിട്ടൊന്നും വല്യകാര്യമില്ല. കച്ചോടം ചെയ്തു പഠിക്കണം. അത് ചെറുപ്പത്തിലേ തൊടങ്ങണം. നിന്റെ പ്രായമാ അതിനുപറ്റിയത്.' ഒരുദിവസം കടക്കാരൻ ഉപദേശിച്ചു. എനിക്ക് സന്തോഷമായി. കാരണം ഞാൻ മനസ്സിൽ വിചാരിച്ചിരുന്ന അതേകാര്യം ധനികനായ ഈ കടക്കാരൻ, സുമുഖനായ മുതലാളി എന്റെ മുഖത്തുനോക്കി പറയുന്നു. ഇതില്പരം ആഹ്ലാദം എന്ത്? പക്ഷേ, പണിക്കാരന് ഈ പറച്ചിൽ ഇഷ്ടമായില്ല. അയാൾ ഇത് കേട്ടില്ലെന്നു നടിച്ചു. കേട്ടപ്പോൾ അസഹിഷ്ണുത കാണിക്കുകയും ആംഗ്യം കാട്ടുകയും ചെയ്തു.

എന്തായാലും എനിക്കവിടെ പണി ഉറച്ചു. രണ്ടു പണിക്കാർ ആവശ്യമില്ലെങ്കിലും എന്നെ മുതലാളിക്കിഷ്ടമായി. തൂത്തും തുടച്ചും കയറി ഇറങ്ങിയും സൈക്കിൾ ചവിട്ടാനും പഠിച്ചു. അതായിരുന്നു ഏറ്റവും സന്തോഷമുള്ള കാര്യം.

ഒരുമാസം കഴിഞ്ഞപ്പോൾ സ്കൂളിൽപോക്കു നിർത്തിയ കാര്യം ഞാൻ അമ്മയോട് പറഞ്ഞു; അമ്മ വിശ്വാസം വരാത്തവിധം എന്നെ നോക്കി. പിന്നെ മാറത്തടിച്ച് ഒറ്റനിലവിളി. അമ്മയുടെ കരച്ചിൽ പുതുമയുള്ള കാര്യമല്ലാത്തതുകൊണ്ട് എനിക്കൊന്നും തോന്നിയില്ല.

പിന്നേയും ഒരുമാസം കഴിഞ്ഞപ്പോൾ മുതലാളി എനിക്ക് കൂലി തന്നു. അതിൽ രണ്ട് ചക്രം ഞാൻ അമ്മയുടെ കൈയിൽ ഏല്പിച്ചു. അന്നും അമ്മ എന്നെ ചേർത്തുനിർത്തി കരഞ്ഞു. കരച്ചിലിൽ പുതുമ തോന്നാത്തതിനാൽ കരച്ചിലിനൊടുവിൽ അമ്മയുടെ മുഖം ചുവന്നുതുടുക്കുന്നതു നോക്കി ഞാൻ നിന്നു. രണ്ടു ചക്രം അമ്മ മുണ്ടിന്റെ ഒരു തുമ്പിൽക്കെട്ടി തിരുകി വയ്ക്കുന്നതുകണ്ടു.

തറവാട്ടിലെ മറ്റു കുട്ടികളൊക്കെ പഠിക്കാൻ പോയ്ക്കൊണ്ടിരുന്നു. അവരുടെ അമ്മമാർ എന്നും കരയുമായിരുന്നുവോ എന്ന് എനിക്ക് നിശ്ചയമില്ല. എല്ലാ അമ്മമാർക്കും ലക്ഷണമായി പറഞ്ഞുവച്ചിട്ടുള്ളതാണല്ലോ കരച്ചിൽ.

സൈക്കിളുകടയിൽ എന്റെ ജീവിതം കറങ്ങിക്കൊണ്ടിരുന്നു. അക്കാ

ലത്ത് എന്റെ ശമ്പളം രണ്ട് രൂപയായി ഉയർന്നു. പത്തുപന്ത്രണ്ടു സൈക്കിൾ കടമുറ്റത്ത് നിരക്കുവാൻ തുടങ്ങിയകാലം. ഒരുദിവസം മുതലാളി എന്നെ വിളിച്ചു ചോദിച്ചു.

'എടാപയ്യാ നീയ് തെള്ളകത്തെയാന്നോടാ...?'

'അതേ...'

എനിക്ക് പേടിതോന്നി.

'കേശവ പിള്ളയുടെ മോനാന്നോടാ നീയ്...?'

'അതേ...'

'ഓഹോ, അങ്ങനെയാന്നോ...'

മുതലാളി കൂടുതലൊന്നും പറഞ്ഞില്ല. ഉച്ചയൂണും കഴിഞ്ഞ് മുതലാളി ഒന്നു മുറുക്കും. അടയ്ക്ക അരിഞ്ഞുകൊടുക്കുന്നത് എന്റെ പണിയായിരുന്നു.

മിക്ക ദിവസവും മുതലാളി, കമ്യൂണിസ്റ്റുകാരെ കുറ്റം പറയും. കമ്യൂണിസ്റ്റു നേതാക്കളെന്നു പറഞ്ഞാൽ മുതലാളിക്ക് കലിവരും.

'യൂണിയൻ ഒണ്ടാക്കിയതുകൊണ്ടൊന്നും തൊഴിലാളികൾ രക്ഷപ്പെടത്തില്ല. അതിനു ജന്മീം കൂടെ വിചാരിക്കണം. അല്ലേൽ കച്ചോടമോ ബിസിനസ്സോ മറ്റോ അവന്മാരു പോയി തൊടങ്ങണം.'

'ശരിയാ ശരിയാ...'

സൈക്കിൾ വാടകയ്ക്കു നോക്കാൻ വരുന്നവർ അതുശരിവയ്ക്കും. നല്ല കാശുള്ളവർ മാത്രമെ അക്കാലത്ത് സൈക്കിൾ തേടി വരുമായിരുന്നുള്ളു.

'എല്ലിയോ, പരമുപിള്ളേ...?'

അടുത്ത ചായക്കടക്കാരനെ നോക്കി മുതലാളി ചോദിക്കും

കേൾക്കണ്ട താമസം പരമുപിള്ള ശരിവക്കും.

'എനിക്കു വേണേൽ തറവാട്ടുവകകൃഷിയും മറ്റും നോക്കി സുഖമായി ഉണ്ടുറങ്ങി കഴിയാമായിരുന്നു. പക്ഷേ, നോക്കണേ, ബിസിനസിലേക്കിറങ്ങിയപ്പം ഇതാ ഗുണമെന്നു തോന്നി. മനുഷ്യന് നന്നാവണേൽ മനസ്സു നന്നാവണം എന്റെ അച്ഛനപ്പൂപ്പന്മാരുടെ മനസ്സുകൊണ്ടാ ഞാൻ നന്നായെ...

തൊഴിലാളി അവന്റെ ഗതി നോക്കണം. ആ സുഖിയന്റെ കൂടെ പോകുന്നവർക്കെല്ലാം അധോഗതിയേ വരത്തൊള്ള്. തൊഴിലാളികള് ജന്മിമാരെ റഷ്യേൽ തോല്പിച്ചൂന്നാ എവന്മാര് പറഞ്ഞു നടക്കുന്നെ... ഇതെല്ലാം ആ സുഖിയന്റെ കള്ളത്തരമാ...'

മുതലാളി സുഖിയനെന്നു വിളിച്ച് ആക്ഷേപിച്ചത് ആർ സുഗതനെ ആയിരുന്നു. ജീവിതസുഖം എന്തെന്നറിഞ്ഞിട്ടില്ലാത്ത ആർ സുഗതൻ എതിരാളികൾക്ക് വെറും സുഖിയനായല്ലോ എന്ന് അന്നേ ഞാൻ ഓർക്കുമായിരുന്നു.

മുതലാളി ഇങ്ങനെയൊക്കെ പറഞ്ഞുതുടങ്ങുമ്പോൾ എന്നോടൊപ്പമുള്ള പണിക്കാരന് അതൊന്നും ഇഷ്ടമുണ്ടാകുകയില്ല. കറുത്തുമെ

ലിഞ്ഞ മനുഷ്യൻ ആ സമയം ദ്വേഷ്യം കൊണ്ടെന്നപോൽ സൈക്കിൾ ബെല്ലടിച്ച് ദേഷ്യം തീർക്കും. അല്ലെങ്കിൽ സൈക്കിൾ സ്റ്റാന്റിൽ നിർത്തി എന്നുറപ്പു വരുത്തിയശേഷം വെറുതെ അതിവേഗം ചവുട്ടി ശബ്ദമുണ്ടാക്കും. എന്തോ കടുത്ത പണിയാണെന്നു കരുതി മുതലാളി ഇതൊന്നും ശ്രദ്ധിക്കുകയുമില്ല.

ഒരുദിവസം മുതലാളി എന്നെ പതിവില്ലാത്തോണം നീട്ടിവിളിച്ചു. തലേന്ന് ഉറങ്ങാൻ പറ്റാത്തതുകൊണ്ട് നല്ല ക്ഷീണത്തിൽ ഞാൻ ഒരു സൈക്കിൾ ടയർ ഊരിയെടുക്കുകയായിരുന്നു. കൈയിലും കാലിലുമെല്ലാം കരിപറ്റിയിട്ടുമുണ്ട്. എന്നും ജോലികഴിഞ്ഞ് പാർട്ടിയുടെ സ്റ്റഡി ക്ലാസിൽ പോകും. തയ്യൽക്കടക്കാരൻ കുമാരനും അച്യുതനുമാണ് ക്ലാസെടുക്കുന്നത്. എന്നെപ്പോലുള്ള പത്തു പതിനഞ്ചുപേർ ക്ലാസിൽ പങ്കെടുക്കും. കൂടെയുള്ള പണിക്കാരനാണ് എന്നെ ക്ലാസിൽ കൊണ്ടുപോയി തുടങ്ങിയത്. ഇതൊന്നും മുതലാളി അറിഞ്ഞിട്ടില്ല. അറിഞ്ഞാൽ പണി പോകും.

ഞാൻ മുതലാളിയുടെ മുറിക്കടുത്തേക്ക് പതുങ്ങിച്ചെന്നു. മുതലാളിയും മറ്റൊരാളും കൂടിയിരുന്ന് എന്തോ ചർച്ച ചെയ്യുന്നു. കരയോഗത്തിന്റെ കാര്യമാണെന്നു തോന്നി. ഞാൻ ചെറുതായി ഒന്നു ചുമച്ചു.

'ഇങ്ങകത്തേക്ക് വാ ചെറുക്കാ.'

ഞാൻ അകത്തേക്ക് കാൽവച്ചപ്പോൾ മുറിയിൽ ഇരുന്ന ആൾ എന്നെ സൂക്ഷിച്ചുനോക്കി.

'ഈ പയ്യനെ കേശവപിള്ളയ്ക്ക് അറിയാമോ?'

മുതലാളി ചോദിച്ചു

ഞാനും അദ്ദേഹത്തെ കുറച്ചുനേരം നോക്കിനിന്നു.

എവിടെയോ കണ്ടു മറന്നമുഖം; എന്നാൽ ഓർക്കുവാനും പറ്റുന്നില്ല.

'രണ്ടാം സംബന്ധം ഒണ്ടായെന്നുംവെച്ച് ഇത്രേം മറവിയായോ കേശവപിള്ളയ്ക്ക്?'

അന്നാദ്യമായിട്ടാണ് ഞാൻ ചങ്കുപൊട്ടിക്കരഞ്ഞത്. അമ്മ എത്ര കരഞ്ഞിട്ടുള്ളത് ഞാൻ കാണുന്നതാ, അന്നേരമൊന്നും എന്റെ ചങ്ക് പൊട്ടുകയില്ല.

'അയ്യോ സുരേന്ദ്രനാരുന്നോ?'

അച്ഛൻ എഴുന്നേറ്റുവന്ന് എന്റെ തലയിൽ കൈവെച്ചു. എന്റെ നെഞ്ച് കത്തിക്കൊണ്ടിരുന്നു. മുതലാളിയും പണിക്കാരനും ആ സമയത്ത് അവിടെ ഇല്ലായിരുന്നുവെങ്കിൽ ഞാൻ ഉറക്കെ ഉറക്കെ കരയുമായിരുന്നു. അച്ഛൻ എന്റെ കൈ പിടിച്ചു. ക്ഷീണിച്ച് നരച്ച് വയസ്സാനായിരിക്കുന്നു. പണ്ടത്തേതിൽനിന്നും ഭിന്നമായി ഒരു രണ്ടാംമുണ്ടുണ്ട് തോളിൽ. തലകുനിച്ച് കൂനിയുള്ള നടത്തത്തിന് ഒരു മാറ്റവുമില്ല.

'ഞാനങ്ങ് പന്മനേലോട്ട് താമസം മാറ്റിയതിനുശേഷം എവനെ കണ്ടിട്ടില്ല. ഓർക്കാതിരുന്നിട്ടൊന്നുമല്ല; അതുകൊണ്ടല്ലിയോ ഇച്ചിരി കഴിഞ്ഞാന്നേലും എവനെ മനസ്സിലായത്.'

എന്റെ കൂടെയുള്ള പണിക്കാരൻ ഇതൊന്നും ഇഷ്ടമല്ലാത്ത മട്ടിൽ

അച്ഛനെ നോക്കി നില്ക്കുന്നതു കണ്ടു. അച്ഛൻ എന്നെ അടുത്ത ചായ ക്കടയിലേക്ക് കൊണ്ടുപോയി. ഞങ്ങൾ ചായയും പലഹാരവും കഴിച്ചു.

'അച്ഛന് പ്രാരാബ്ധവും കാര്യങ്ങളുമൊക്കെ ആയിപ്പോയി. താമസോം മാറി. കൃഷിയൊന്നുമില്ല അതുകൊണ്ടൊക്കെയാ... പിന്നെല്ലാം അങ്ങനങ്ങ് സംഭവിച്ചു.'

'ഈശ്വര നിശ്ചയമായിരിക്കും,' അച്ഛൻ നിരാശയോടെ പറഞ്ഞു.

എനിക്ക് ശ്വാസം മുട്ടുന്നതായി തോന്നി. ആദ്യമായി അച്ഛൻ എന്നെ തൊട്ടു, തലയിൽ ഉഴിഞ്ഞ് സ്നേഹത്തോടെ മിണ്ടി അടുത്തിരിക്കുന്നു. എന്റെ കറുത്തുണങ്ങിയ രൂപവും ഉറക്കൊഴിച്ചതിനെ തുടർന്ന് ചുവന്നു പോയ കണ്ണുകളും അച്ഛനെ അതിശയിപ്പിച്ചുകാണും.

'പിരിയാൻ നേരം അച്ഛൻ എനിക്ക് അഞ്ച് ചക്രം എണ്ണിത്തന്നു. അമ്മയ്ക്കു കൊണ്ടുപോയി കൊടുക്കണം.'

ഞാൻ സമ്മതിച്ചു.

പന്മനയ്ക്കുള്ള ബസ് വന്നു നില്ക്കുന്ന ദിക്കിലേക്ക് അരനാഴിക നടന്നു പോകേണ്ടതുണ്ടെന്ന് അച്ഛൻ പറഞ്ഞു. അല്പം കുനിഞ്ഞ് അച്ഛൻ നടന്നുപോകുന്നത് നോക്കി നിന്നു. അച്ഛൻ തിരിഞ്ഞുനോക്കരുതേ എന്നായിരുന്നു പ്രാർത്ഥന. തിരിഞ്ഞുനോക്കിയിരുന്നുവെങ്കിൽ സങ്കടം നിയന്ത്രിക്കാൻ പറ്റാതെ വരുമായിരുന്നു. കരച്ചിൽ വഴിപോക്കർ കേൾക്കുമായിരുന്നു. അച്ഛൻ തിരിഞ്ഞുനോക്കാതെ പോയി മാഞ്ഞു.

അമ്മയെ അഞ്ചുചക്രം ഏല്പിച്ചിട്ട് നടന്നകാര്യങ്ങൾ അതേപടി പറഞ്ഞു. ആരും കേൾക്കാതെ ശബ്ദം കുറച്ചുപറയാൻ അമ്മ ആവശ്യപ്പെട്ടു. അഞ്ചുചക്രം അമ്മ തിരിച്ചുതന്നു, ഞാൻ സൂക്ഷിക്കണം എന്നും പറഞ്ഞു. പതിവുപോലെ അമ്മ ഏങ്ങിക്കരയുമെന്നായിരുന്നു ഞാൻ കരുതിയത്. എന്തോ അങ്ങനെ സംഭവിച്ചില്ല.

എന്തുകൊണ്ടാണ് അമ്മ കരയാത്തതെന്ന് ചോദിക്കണമെന്നു തോന്നി. പിന്നെ വേണ്ടെന്നു വച്ചു. പക്ഷേ, അമ്മ കാണാതെ വീടിന്റെ പിന്നാമ്പുറത്തെ ഇരുട്ടിൽ പോയിനിന്ന് ഞാൻ മതിയാകുവോളവും തേങ്ങിക്കരഞ്ഞു.

ദേവകീ, ഇതെല്ലാം ഒരു മഞ്ഞയില എന്ന നിലയിൽ ഞാൻ കൂടെ കൊണ്ടുപോകും. എന്റെ ചെറുതെങ്കിലും സജീവമായിരുന്ന ജീവിതകാലത്ത് എനിക്ക് കണ്ണീരൊപ്പാൻ കഴിഞ്ഞ മുഖങ്ങളേയും എന്നെ കണ്ണീരു കുടിപ്പിച്ച മുഖങ്ങളേയും ഞാൻ കൂടെ കൊണ്ടുപോകുന്നു.

പന്മനയിലേക്കുള്ള ബസ് നോക്കിപ്പോയ അച്ഛനെ പിന്നെ ഞാൻ കണ്ടിട്ടേയില്ല. ജോലിയും ചെറിയ വരുമാനവുമൊക്കെ ആയകാലത്ത് എനിക്ക് പത്തുമുപ്പത്തിയഞ്ചു വയസ്സുള്ളകാലത്ത് ഒരിക്കൽ ഞാൻ പന്മനവരെ പോയി ഒരന്വേഷണം നടത്തിയിരുന്നു. കൃത്യമായ വിവരം കിട്ടിയില്ല. പത്തുപതിനഞ്ചാണ്ട് മുൻപ് പല്ലനയാറ്റിൽ ചാടിച്ചത്ത ഒരു കേശവപിള്ളയെക്കുറിച്ച് ചിലരൊക്കെ പറഞ്ഞു. പിന്നെ ആ വക വിശേഷങ്ങളൊന്നും കേൾക്കുകയുണ്ടായില്ല. ഞാൻ അന്വേഷിച്ചുമില്ല അറിഞ്ഞുമില്ല.

ദേവകീ, നീ കരയാൻ വേണ്ടിയല്ല ഇതൊക്കെ പറഞ്ഞെ; അയ്യോ നീ കരയാൻ പാടില്ല.

സുരേന്ദ്രൻ വിറയ്ക്കാൻ തുടങ്ങിയ കൈകൊണ്ട് ദേവകിയെ കുലുക്കി വിളിച്ചു. നേരം നന്നേ പുലർന്നിരുന്നു. ആരും സമയം പോയത് അറിഞ്ഞുമില്ല.

ദേവകി കരഞ്ഞതോടെ അമ്മുക്കുട്ടിയും എഴുന്നേറ്റിരുന്നു വിഷമി ക്കുവാൻ തുടങ്ങി. എന്തുകൊണ്ടോ സുരേന്ദ്രന് അന്ന് നല്ല ആരോഗ്യം തോന്നി. വിറയൽ കാര്യമായ പ്രശ്നമൊന്നുമുണ്ടാക്കിയില്ല. ദേവകി കര ച്ചിൽ നിർത്തിയതേയില്ല.

ബലഹീനരുടെ നിയോഗം

"**കൈ**യുള്ളവ, കൈയില്ലാത്തവയെ ഭക്ഷിക്കുന്നു.
നാലുകാലുള്ളവ കാലില്ലാത്തവയെ ഭക്ഷിക്കുന്നു
ബലവാൻ ബലഹീനനെ ഭക്ഷിക്കുന്നു
ജീവൻ ജീവനെ ഭക്ഷിച്ചു ജീവിക്കുന്നു."

മറ്റൊരു നാലാംയാമത്തിൽ സുരേന്ദ്രൻ സ്വച്ഛന്ദമായി എഴുതിത്തുടങ്ങി. വ്യാസൻ ദർശിച്ച ജീവിതചക്രത്തെക്കുറിച്ചുള്ള ചിന്തകളിലായിരുന്നു സുരേന്ദ്രൻ. കടങ്കഥപോലെതോന്നും ജീവിതം ചിലപ്പോൾ. മറ്റു ചിലപ്പോൾ കേവലമായ സംഭവ്യമായ കഥകളായും. സുരേന്ദ്രന്റെ ജീവിതം ഒരു കടങ്കഥ തന്നെയാണ്. കടങ്കഥകൾ ഒരേ സമയം അവിശ്വസനീയവും അതേ സമയം വിശ്വാസയോഗ്യവുമായിരിക്കുന്നു. ഓർമ്മയ്ക്ക് കുറവൊന്നുമില്ല. പക്ഷേ, ഓർമ്മകൾ എത്ര കുടഞ്ഞിട്ടിട്ടും തൃപ്തി തോന്നുന്നില്ല. ഓർത്തെടുത്ത് എഴുതിയിട്ടും സംതൃപ്തി അനുഭവിക്കുവാൻ പറ്റുന്നില്ല.

സൈക്കിൾ കടക്കാരന്റെ സഹായിയിൽനിന്ന് കണക്കപ്പിള്ളയായി മാറിയ കാലയളവ് ആകെ പത്തുവർഷത്തിനിടയിൽ ഉണ്ടായ മാറ്റം. മനസ്സില്ലാമനസ്സോടെ അമ്മാവൻ ഭാഗം വെക്കലിന് തയ്യാറായി. സുരേന്ദ്രൻ അതിനൊന്നും ചെവി കൊടുത്തില്ല. അങ്ങോട്ടു തിരിഞ്ഞുനോക്കിയുമില്ല. ഒരു കരയുന്ന അമ്മയുണ്ടായിരുന്നു എല്ലാം കാണാൻ, കേൾക്കാൻ, അനുഭവിക്കാൻ.

അന്നു ലക്ഷ്യമൊന്നേ ഉണ്ടായിരുന്നുള്ളു. വീടും നാടും തമ്മിൽ വ്യത്യാസം കാണാത്ത കാലം. സ്റ്റഡിക്ലാസിനൊടുവിൽ എസ് കെ ദാസ് പാടിയ വരികൾ മനസ്സിൽ നിറഞ്ഞുകിടന്നു. സുരേന്ദ്രൻ അതു പാടി നടന്നു.

എഴുന്നേല്പിൻ നിങ്ങൾ തനി-
പ്പട്ടിണി തടവുകാരെ
എഴുന്നേല്പിൻ മന്നിൽ
കഷ്ടപ്പെടുന്നവരേ
നീതിബോധം അധിക്ഷേപി-
ച്ചിടിനാദം മുഴങ്ങുന്നു
കൂടുതൽ നല്ലൊരു ലോകം
പിറക്കുകയായി...

കൂടുതൽ നല്ലൊരു ലോകം യാഥാർത്ഥ്യമായിട്ടുണ്ടോ എന്ന നിലയ്ക്ക് നിരവധി ചോദ്യങ്ങളെ സുരേന്ദ്രൻ ഇതിനോടകം നേരിട്ടിട്ടുണ്ട്. എഴുത്തിനിടയിൽ ദേവകിയും ഇതേ ചോദ്യം ഉയർത്താറുണ്ട്. ലോകം കൂടുതൽ ചീത്തയായിക്കൊണ്ടിരിക്കുന്നു എന്നതു സത്യമാണ്. അതിനുകാരണം ദുരാഗ്രഹം ചീത്തയാക്കിയ മനുഷ്യർ തന്നെയാണ്. കൂടുതൽ നല്ലൊരു ലോകം സ്വപ്നം കണ്ടവരോ അതിലേക്ക് സ്വപ്നം കാണുവാൻ പ്രേരകമായ ദർശനങ്ങളോ എന്തു പിഴച്ചു? പിഴ നമ്മുടേതാണ്, മനുഷ്യരുടേതാണ്. ദർശനങ്ങളുടേതാകുന്നില്ല. മുഖം വികൃതമായതിന് കണ്ണാടിയെ പഴിച്ചിട്ടെന്തു കാര്യം?

തറവാട്ടിൽ ഭാഗം വയ്പും വേർപിരിയലും തകൃതിയായി നടന്ന കാലത്ത് അമ്മ ഒരാളെ വിട്ടു വിളിപ്പിച്ചു. ഒരാഴ്ച കഴിഞ്ഞ് വീട്ടിൽ ചെല്ലുമ്പോൾ അമ്മ തീർത്തും കിടപ്പിലായിരുന്നു. സുരേന്ദ്രനെ മാത്രം തിരിച്ചറിഞ്ഞു. ഒന്നും ഓർമ്മയില്ല എന്നും പറഞ്ഞു. ഭാഗം പിരിഞ്ഞ സ്ഥിതിക്ക് കുടുംബത്തിൽനിന്ന് പുറത്തുപോകണം എന്ന യാഥാർത്ഥ്യമാകാം അമ്മയ യഥാർത്ഥ ലോകത്തിലേക്ക് കൊണ്ടുപോയത്.

'ഇനി എന്നാ മോനെ വരുന്നെ?'

കട്ടില്ക്കലിരുന്നപ്പോൾ അമ്മ ചോദിച്ചു

'രണ്ടു ദിവസം കഴീമ്പം.'

കുറ്റബോധത്തോടെ പറഞ്ഞു.

യാത്ര പറഞ്ഞിറങ്ങിയപ്പോഴേക്കും അമ്മയുടെ ബോധം മറഞ്ഞു.

ടൗണിൽ തിരികെ ചെല്ലുംമുമ്പ് വിവരം പറയാൻ ആൾ വന്നു. അത്രയേ ആയുസ്സുണ്ടായുള്ളു. പന്മനയോളം പോയി അറിയിച്ചാലോ എന്നോർത്തു പലതവണ.

ഏതു കേശവപിള്ള? എവിടെ? എന്നൊക്കെ ചോദ്യങ്ങളുണ്ടാകാം. എല്ലാ ചോദ്യങ്ങൾക്കും ആർക്കു പറയുവാനാകും മറുപടി?

ദേവകി ഉണർന്നു.

അമ്മുവും ഉണർന്നു.

"അമ്മുക്കുട്ടി എഴുന്നേറ്റിരിക്കേണ്ട"

സുരേന്ദ്രൻ വാത്സല്യത്തോടെ പറഞ്ഞു.

"ഇന്ന് സ്കൂളിൽ പോകേണ്ടതല്ലേ."

അമ്മുക്കുട്ടി പകുതി ഉറക്കത്തിൽ ചിരിച്ചു.

സ്കൂളില്ലെന്ന കാര്യംപോലും അച്ഛൻ മറന്നല്ലോ എന്നാവും അമ്മുക്കുട്ടിയുടെ ചിരി കൊണ്ടുള്ള മറുപടി.

"എത്ര അദ്ധ്യായമായിട്ടുണ്ടാവും?"

ദേവകി കണക്കുകൂട്ടി. അധികമൊന്നുമായിട്ടില്ല.

"രണ്ടോ, മൂന്നോ..."

"പക്ഷേ, കുറേക്കൂടെ അടുക്കിലും ചിട്ടയിലും നമുക്ക് പകർത്തണം. എഴുതിയതിൽ പലതും ഞാൻ മാറ്റിക്കൊള്ളാം."

സുരേന്ദ്രൻ മറ്റൊരു കഥ പറഞ്ഞുതുടങ്ങി.

"എന്നേക്കാൾ അഞ്ചാറ് വയസ്സ് മൂപ്പുണ്ട് മാധവന്. മാധവനെ ഞാൻ കൂടുതൽ പരിചയപ്പെടുത്തുന്നില്ല. കഴിഞ്ഞ അദ്ധ്യായങ്ങളിൽ മാധവനെക്കുറിച്ച് ചിലതു പറഞ്ഞിരുന്നതാണ്. സൈക്കിളുകടയിൽ പണിക്കാരനായിരുന്നു മാധവൻ. ഉറച്ച കമ്യൂണിസ്റ്റ് വിശ്വാസി. ടൗണിൽ നടക്കുന്ന തൊഴിലാളികളുടെ ഏതു പണിമുടക്കത്തിനും മുന്നിൽ മാധവനുണ്ടായിരിക്കും. മാധവനായിരുന്നു എന്റെ മാതൃക. സൈക്കിളുകടയിൽ വച്ച് മാധവൻ അധികമൊന്നും മിണ്ടുകയില്ല. അവൻ അവന്റെ ജോലി ചെയ്യും. എനിക്ക് എന്റെ ജോലിയും.

അതിനു കാരണമുണ്ട്.

ഞങ്ങളുടെ മുതലാളിക്ക് യൂണിയനും പാർട്ടിയുമൊന്നും ഇഷ്ടമല്ല. തികഞ്ഞ സ്വാമി ഭക്തനാണയാൾ. സ്വാമി എന്നു പറഞ്ഞാൽ സി പി രാമസ്വാമി അയ്യർ.

'എന്തൊരു തേജസ്സാ ആ സ്വാമിയുടെ മുഖത്ത്.

പട്ടുതാറും ഷൂസും തലപ്പാവും...

പരമയോഗ്യതയുള്ള, ഇപ്രകാരമുള്ള എത്രപേർ തിരുവിതാംകൂറിലുണ്ടാവും...?'

മുതലാളി ചോദിക്കും.

അതു കേൾക്കെ മാധവൻ എന്നോട് മന്ത്രിക്കും.

'ചോര കുടിക്കുന്നവന്മാര് ചൊവന്നിരിക്കും.'

മാധവന്റെ ജീവിതമാണ് എന്റെ ജീവിതത്തിൽ നിരവധി മാറ്റങ്ങൾ കൊണ്ടുവന്നത്. എന്റെ അറസ്റ്റിലേക്ക് കാര്യങ്ങൾ വഴിവെച്ചതു മാധവന്റെ ജീവിതത്തിലെ ചില സാഹചര്യങ്ങളാണ്. ഒരു പണിമുടക്കും പിന്നീടു വന്ന ഹർത്താലുമാണ് ഞങ്ങളുടെ ജീവിതത്തെ മാറ്റിമറിച്ചത്. ഹർത്താൽ ഒരു തുലാം അഞ്ചിനായിരുന്നുവെന്നാണ് ഓർമ്മ. അതോർക്കാൻ കാര്യമുണ്ട്. തുലാം പതിന്നാലിനായിരുന്നു മാധവന്റെ കല്യാണം നിശ്ചയിച്ചിരുന്നത്. കിടങ്ങാംപറമ്പ് ക്ഷേത്രത്തിൽവച്ച് നടത്തണമെന്നായിരുന്നു പെൺവീട്ടുകാരുടെ ആവശ്യം. മാധവനത് സ്വീകാര്യമായിട്ടില്ല. സുമതി. നല്ല വെളുത്ത ചുരുണ്ടമുടിക്കാരി. മാധവനാകട്ടെ ഒന്നാന്തരം കറുപ്പും. രണ്ടുപേരും തമ്മിൽ പരിചയമുണ്ട്. മാധവൻ ജോലിക്കും ജാഥയ്ക്കും ഒക്കെ പതിവായി പോകുന്നത് സുമതിയുടെ വീട്ടുപടിക്കലൂടെയാണ്. പുവ് പൊട്ടിക്കാനോ, പശുവിന് പുല്ലിട്ടുകൊടുക്കാനോ ഒക്കെയായി സുമതി

മുറ്റത്ത് കാണും. എട്ടാംക്ലാസ് കഴിഞ്ഞ് പഠിത്തം നിർത്തിയിരിക്കുന്നു. സാധാരണ കുടുംബം. എന്നാൽ സ്ഥിതിയിൽ മാധവനേക്കാൾ മെച്ചം.

അമ്പലത്തിൽ വച്ചു വേണമെന്നായിരുന്നു സുമതിയുടെയും നിർബ്ബന്ധം. മാധവൻ സമ്മതിച്ചില്ല. എന്നേയും കൂട്ടി ഒരുദിവസം സൈക്കിളിൽ മാധവൻ സുമതിയെ കാണാൻ പോയി. എങ്ങോട്ടാണു പോകുന്നതെന്ന് പറഞ്ഞിരുന്നില്ല. ഞാൻ ചോദിച്ചുമില്ല.

സുമതിയുടെ വീടിനടുത്തെത്തിയപ്പോഴാണ് കാര്യങ്ങൾ അറിയുന്നത്. ഞാൻ അങ്കലാപ്പോടെ പിന്നിൽ നിന്നു. മാധവൻ വീട്ടുപടിക്കൽ നിന്ന് സുമതിയോട് സംസാരിച്ചു. ഒടുവിൽ കാര്യം നേരെയാക്കി. കല്യാണം വീട്ടിൽവച്ചുമതി. സുമതിയുടെ ആഗ്രഹപ്രകാരം മാലയിടീൽ കഴിഞ്ഞ് കിടങ്ങാംപറമ്പ് അമ്പലത്തിൽ ദർശനം നടത്തും.

അങ്ങനെ സന്ധ്യയായി. പിരിയാൻ നേരം മാധവൻ, സുമതിയെ എനിക്കു പരിചയപ്പെടുത്തി. എനിക്കൊരു കൊച്ചനുജത്തി ഉണ്ടായി എന്നൊരു തോന്നൽ. അതീവ നിഷ്കളങ്കയായ ഒരു ഗ്രാമീണകന്യക.

മാധവന്റെ സൈക്കിളിനു പിന്നിലിരുന്ന് ഞാൻ തിരിഞ്ഞുനോക്കി. തെങ്ങുകൾക്കിടയിൽ ഒരു പകുതി ഓടും ഓലയുമായി സാമാന്യം വലിപ്പമുള്ള വീട്. മുറ്റത്ത് ചെമ്പരത്തിയും മന്ദാരവും. തൊടിയിൽ പശുക്കൾ. അക്കാലത്ത് ഒരുവിധം ഭേദപ്പെട്ട എല്ലാ വീടുകളുടെയും പരിസരം ഏതാണ്ട് ഇതേ വിധമായിരുന്നു. മുറ്റത്ത് സുമതി നോക്കിനില്ക്കുന്നു. മാധവൻ പിന്നെ കല്യാണത്തെക്കുറിച്ച് എന്നോട് ഒന്നും വിശേഷാൽ പറഞ്ഞില്ല. എന്തിനുപറയണം. ഞങ്ങൾ ഒരാത്മാവും രണ്ട് ശരീരവുമായിക്കഴിഞ്ഞിരുന്നു.

ഗ്രാമീണവഴികൾ കുഴികളും കുണ്ടും നിറഞ്ഞുകിടന്നു. ഓലപ്പുരകളും മുറ്റത്ത് വിശന്നു കരിഞ്ഞ കുട്ടികളും വിശപ്പിൽ അമറുന്ന നാല്ക്കാലികളും—വഴിയോരങ്ങളിൽ. ചിലേടത്ത് ഒറ്റപ്പെട്ട വലിയവീടുകൾ കാണാം. സമീപത്ത് ഓരോ വീടുകൾ ഉണ്ടെന്നറിയാൻ ഒറ്റ മാർഗ്ഗമെ ഉള്ളു, ദൂരെ നിന്നുതന്നെ വീടുകൾക്ക് മുകളിലൂടെ അടുക്കളയിൽ നിന്നുള്ള പുക ഉയരുന്നത് കാണാം.

റോഡിലേക്കിറങ്ങിയപ്പോൾ ഇരുവശവും പൊലീസുകാരെ കണ്ടു. പോകുന്നവരേയും വരുന്നവരേയുമൊക്കെ സൂക്ഷിച്ചുനോക്കിനില്ക്കുന്നു. നാളെ സംയുക്ത ട്രേഡ് യൂണിയന്റെ ഹർത്താലാണ്. മാധവനും ഞാനും കൂടി ഹർത്താൽ കാര്യങ്ങൾ വിശദീകരിക്കാനായി കടപ്പുറത്ത് വിളിച്ചുചേർത്ത യോഗത്തിന് വൈകിട്ടോടെ പോയി. സംയുക്ത തൊഴിലാളി യൂണിയന്റെ ആഭിമുഖ്യത്തിലാണ് ഹർത്താൽ പ്രഖ്യാപിച്ചിരിക്കുന്നത്.

എന്തിനേറെപ്പറയുന്നു, ഹർത്താൽ ബഹുവിജയമായി. ജനജീവിതം സ്തംഭിച്ചു. ഉത്തരവാദ ഭരണവും സ്വാതന്ത്ര്യവുമായിരുന്നു പ്രധാന വിഷയമെങ്കിലും കയർ ഫാക്ടറികളിൽ നടക്കുന്ന തൊഴിലാളി പീഡനങ്ങൾ, മൂപ്പന്മാരുടെ കമ്പനിഭരണം, കൂലിവെട്ടിക്കുറയ്ക്കൽ എന്നിവക്കെതി

രെയും പ്രതിഷേധമുയർന്നു. അക്കാലത്ത് നഗരത്തിൽ മാത്രം പതിനെട്ട് വൻകിട കയർ ഫാക്ടറികളും അവകളിൽ കാൽലക്ഷത്തോളം തൊഴിലാളികളുമുണ്ടായിരുന്നു.

അമേരിക്കൻ മോഡൽ അറബിക്കടലിൽ
ദിവാൻ ഭരണം പോകും, തീരും...

തുടങ്ങിയ മുദ്രാവാക്യങ്ങളുമായിട്ടായിരുന്നു പ്രധാനജാഥകൾ, മാധവനു പിന്നിലായി ഞാനും നിന്നു. മാധവനായിരുന്നു ഞങ്ങളുടെ ജാഥാ ക്യാപ്റ്റൻ.

കോടതിക്കു സമീപം ഇടിവണ്ടികൾ നിർത്തിയിട്ട് പൊലീസ് ജാഥ തടഞ്ഞു. അവിടെ മേശ വരുത്തി. അതിന്മേൽ കയറിനിന്ന് മാധവൻ ഉൾപ്പെടെയുള്ള നേതാക്കൾ പ്രസംഗിച്ചു. ഏതായാലും സൈക്കിളുകടയിലെ പണിതീർന്നു. ജാഥയിൽ പങ്കെടുത്ത വിവരം മുതലാളി അറിഞ്ഞുകാണും. ഇനിമുതൽ അങ്ങോട്ടു പോകേണ്ടെന്ന് ഞങ്ങൾ തീരുമാനിച്ചു.

പെട്ടെന്ന് ഒരു പ്രകോപനവുമില്ലാതെ ലാത്തിയും കുറുവടികളുമായി പൊലീസും ഗുണ്ടകളും ഞങ്ങളെ നേരിട്ടു. ജാഥാംഗങ്ങൾ ചിതറി ഓടി. സ്ത്രീകൾ വാവിട്ടുകരഞ്ഞു. അടിയേറ്റ പുരുഷന്മാർ അലറി. യുദ്ധാന്തരീക്ഷം. തൊഴിലാളികളിൽ ചിലർ കല്ലെറിയുന്നുണ്ടായിരുന്നു. സർവ്വത്ര ബഹളം. ഒന്നുംകണ്ടുകൂടാ. പിന്തിരിഞ്ഞോടിയവർക്കുനേരെ വെടിവയ്പുണ്ടായി. രണ്ടു തൊഴിലാളികൾ വീണുമരിച്ചു.

ഞാനും മാധവനും വേർപിരിഞ്ഞു. മാധവൻ ഉൾപ്പെടെയുള്ള നേതാക്കൾ അറസ്റ്റിലായി. ചില സഖാക്കളോടൊപ്പം കനാൽ നീന്തി ഞാൻ അക്കരെ പറ്റി. പൊലീസിനു പിടികൊടുക്കേണ്ടെന്നു വിചാരിച്ച് തെക്കോട്ട് വേഗത്തിൽ നടന്നു. പിന്നെ അത് പന്തിയല്ലെന്നുകണ്ട് ആദ്യം കണ്ട ഇടവഴിയേ കയറി ഒരു തെങ്ങിൻപുരയിടത്തിൽ ഒളിച്ചു.

കൈയിൽ കിട്ടിയവരെ മുഴുവൻ പൊലീസ് മർദ്ദിച്ച് അവശരാക്കി. നാലുനാൾ ക്രൂരമായി ലോക്കപ്പിലിട്ട് ചതച്ചു. ഒടുവിൽ കോടതിയിൽ കൊണ്ടുവന്നു. മഹാരാജാവ് തിരുമനസ്സിന്റെ തിരുനാൾ ആഘോഷദിനത്തിൽ ഹർത്താൽ ആചരിച്ചു, കുന്തവുമേന്തി ചുവപ്പ് വാളന്റിയർമാർ മാർച്ച് ചെയ്തു, രക്തപതാക ഉയർത്തി, കലുങ്കുകൾ തകർത്തു, പൊതുവഴിയിൽ മരം വെട്ടിയിട്ട്, ഗതാഗതം തടസ്സപ്പെടുത്തി തുടങ്ങിയവയായിരുന്നു കുറ്റപത്രത്തിൽ ഉണ്ടായിരുന്നത്. മാധവനേയും മറ്റ് നേതാക്കളേയും തിരുവനന്തപുരത്ത് ജയിലിലേക്ക് കൊണ്ടുപോയി. ഞാൻ കോടതി പരിസരത്തേക്ക് പോയില്ല. പിടികൊടുക്കേണ്ടെന്ന് പാർട്ടി നിർദ്ദേശവുമുണ്ടായിരുന്നു.

ഒരാഴ്ച കഴിഞ്ഞു. രണ്ടാഴ്ച കഴിഞ്ഞു. മാധവനെക്കുറിച്ച് യാതൊരു വിവരവുമില്ല. തിരുവനന്തപുരത്ത് സെൻട്രൽ ജയിലിൽ കഴിയുന്നവരുടെ ലിസ്റ്റിൽ മാധവന്റെ പേരില്ല. നേതാക്കളിൽ പലരും പല കഥകൾ പറഞ്ഞു. പൊലീസ് തല്ലിക്കൊന്ന് കടലിലെറിഞ്ഞെന്ന് ചിലർ പറഞ്ഞു.

മാധവൻ പിടികൊടുക്കാതെ പൊലീസിനെ വെട്ടിച്ച് കടന്നുകളഞ്ഞതായിരിക്കുമെന്നാണ് മറ്റ് ചിലർ പറഞ്ഞത്.

സുമതി മാധവനെ അന്വേഷിച്ച് തിരുവനന്തപുരംവരെ പോയെന്നാണ് മറ്റുചിലർ അറിയിച്ചത്. അവൾക്ക് എങ്ങനെ പോകാൻ കഴിയും? തൊട്ടടുത്ത പട്ടണത്തിലേക്ക് പോലും, ഒറ്റയ്ക്ക് യാത്ര പോയിട്ടില്ലാത്ത സുമതി മാധവനെ അന്വേഷിച്ചിറങ്ങിയെന്നത് വിശ്വസിക്കുവാൻ ആവുന്നില്ല. ഏതായാലും സുമതി വീടു വിട്ടുപോയെന്നത് ശരിയായിരുന്നു.

ഒരാഴ്ചകൂടികഴിഞ്ഞ് വെറുതെ സുമതിയുടെ വീട്ടിൽപ്പോയി. കല്യാണത്തീയതി കഴിഞ്ഞിരിക്കുന്നു. തീയതിക്ക് രണ്ടുനാൾ മുമ്പാണ് സുമതി വീടുവിട്ടത്. കല്യാണത്തിനായി വാങ്ങിയ വസ്ത്രങ്ങളും ആഭരണങ്ങളുമൊക്കെയെടുത്താണ് സുമതി വീടുവിട്ടത്. മാധവനെക്കുറിച്ച് ഒന്നും അറിയാത്തതിൽ മനംനൊന്ത് കല്യാണം നടക്കാതെ വന്നാൽ എന്തു ചെയ്യണമെന്ന് നിശ്ചയമില്ലാതെയാണ് സുമതി വീടുവിട്ടത്. അവൾക്ക് അതിനുള്ള ധൈര്യം എങ്ങനെ ഉണ്ടായെന്ന് വീട്ടുകാർക്കറിയില്ല. വീടും തൊടിയുമല്ലാതെ അവൾക്കൊന്നും അറിയില്ല, പരിചയവുമില്ല. ബസിൽ പോലും അപൂർവ്വമായേ കയറിയിട്ടുള്ളു. തിരുവനന്തപുരത്തേക്ക് അവൾ മാധവനെ കാണാൻ പുറപ്പെട്ടു എന്ന കാര്യം അടുത്ത വീട്ടിലെ സുമതിയുടെ കൂട്ടുകാരിയാണത്രെ വീട്ടിൽ അറിയിച്ചത്.

സുമതിയുടെ വീട്ടുകാരെ ആശ്വസിപ്പിക്കാൻ കഴിഞ്ഞില്ല, തോന്നിയില്ല എന്നതാണ് വാസ്തവം. സുമതി ജീവിച്ചിരിക്കാൻ ഇടയില്ല എന്ന് മനസ്സ് പറഞ്ഞു. ആരെങ്കിലും നിഷ്കളങ്കയായ, ലോകപരിചയമില്ലാത്ത ആ പെൺകുട്ടിയെ ഉപദ്രവിച്ചുകാണും. തട്ടിക്കൊണ്ടുപോകാനും സാദ്ധ്യതയുണ്ട്. ദിക്കറിയാതെ പേടിച്ച് അവൾ എങ്ങനെ യാത്ര ചെയ്തുകാണും?

കുറച്ചുകാലം കഴിഞ്ഞപ്പോൾ മാധവനൊപ്പം തടവിലായിരുന്നവരെ ജില്ലാക്കോടതിയിൽ വിചാരണയ്ക്കായി കൊണ്ടുവന്നു. മാധവനെ തിരക്കി ഞാനും സുമതിയുടെ ആങ്ങളെയും കോടതി പരിസരത്തുപോയി കാത്തുനിന്നു. മാധവനെ ദൂരെനിന്നും കണ്ടാലുമറിയാം. കറുകറുത്ത രൂപം, കട്ടിയുള്ള മീശ, കുറ്റിമുടി, കരയുന്നപോലെ തോന്നുമെങ്കിലും കീഴടങ്ങാൻ ഭാവമില്ലാത്ത മുഖം. ഇല്ല ഇങ്ങനെ ആരും പ്രതിപ്പട്ടികയിലില്ല. ഇടിവണ്ടിയിൽനിന്ന് അങ്ങനെ ആരും പുറത്തിറങ്ങിയതായി കണ്ടുമില്ല.

എന്നെയും മാധവന് എവിടെനിന്നും കണ്ടെത്താൻ വിഷമമില്ല. കവിളൊട്ടി, മെലിഞ്ഞുനീണ്ട ഞാൻ അക്കാലത്ത് ഒരുതരം കാവിനിറമുള്ള കൈലിമുണ്ടാണ് ഉടുത്തുപോന്നത്; വെള്ള അരക്കയ്യൻ ഉടുപ്പും. മുടി എത്ര ചീകിയാലും ഒതുങ്ങുകയില്ല. മുന്നോട്ട് പറന്നുകിടക്കും. നീണ്ട മുഖം, വെയിലേറ്റ് കരുവാളിച്ചുപോയ മുഖം. സൈക്കിളുകടേൽ ജോലിക്കുചേർന്ന കാലം മുതല്ക്കേ എന്റെ പ്രകൃതം ഏതാണ്ട് ഇങ്ങനെ തന്നെയായിരുന്നു.

ഞാനും സുമതിയുടെ ആങ്ങളെ സുഗതനും കൂടി കോടതിപരിസരമാകെ തിരഞ്ഞു. മാധവൻ മാത്രം ഇല്ല. അപ്പോൾ മാധവൻ തിരുവന

ന്തപുരം ജയിലിൽ ഇല്ല. പിന്നെ മാധവൻ എവിടെ? ഉത്തരം കിട്ടാത്ത ചോദ്യമായിരുന്നു അത്.

മാധവനെ പൊലീസ് പിടിച്ചിട്ടില്ലെന്നു വരുമോ? ആരോട് ചോദിക്കണമെന്ന് ഒരുരൂപവും ഉണ്ടായില്ല. ഒടുവിൽ ചില തടവുകാരിൽ നിന്നും വിവരം കിട്ടി. അവർക്ക് മാധവനെ അറിയാം. മാധവൻ എന്ന പേരിൽ ആരും പൊലീസ് പിടിയിലില്ല. പൊലീസിനു പിടികൊടുക്കാതെ മാധവൻ ഒളിവിൽ കഴിയുകയായിരിക്കുമെന്നാണ് മറ്റ് പ്രതികൾ അറിയിച്ചത്. അങ്ങനെയെങ്കിൽ സുമതി എവിടെ ചെന്നുകാണും?

ഒരു യുവതി ജയിൽ കവാടത്തിൽ തലകറങ്ങി വീണു കിടന്നെന്നും, ദയവുതോന്നി ആരോ വിവരം ചോദിച്ചപ്പോൾ മാധവനെന്ന പേർ പറഞ്ഞതായി ജയിലിൽവച്ച് അറിഞ്ഞെന്നും പ്രായം കൂടിയ ഒരു പ്രതി ഞങ്ങളെ അറിയിച്ചു. ആ സംഭവം നടന്നിട്ട് രണ്ടാഴ്ച കഴിഞ്ഞിരിക്കുന്നു. മയങ്ങിക്കിടന്ന പെണ്ണിനെ ജയിൽ വാർഡൻ സ്വന്തം വീട്ടിലേക്ക് കൂട്ടിക്കൊണ്ടുപോയത്രെ. പിന്നെ ആരും അവളെക്കുറിച്ച് അന്വേഷിച്ചില്ല. അന്വേഷിച്ചാലും വിവരം കിട്ടുകയില്ല. നേശമണി എന്നുപേരുള്ള ഒരുവനാണത്രെ, സുമതിയെ കൂട്ടിക്കൊണ്ടുപോയ ജയിൽവാർഡൻ. ഞാനും സുഗതനും തിരികെപ്പോന്നു. ഞങ്ങൾ വെറുതെ തിരികെപ്പോന്നതാണെന്ന് വായനക്കാർ നിരൂപിക്കരുത്. ദേവകീ നീയും നിരൂപിച്ചേക്കരുത്. ഞങ്ങൾ പദ്ധതീം പ്ലാനുമായിട്ടാ തിരികെപ്പോന്നത്. അതിൻപ്രകാരം ഒരാഴ്ചകൂടി കഴിഞ്ഞ് ഞാനും സുഗതനും തിരുവനന്തപുരത്തേക്ക് തിരിച്ചു. കൊല്ലംവരെ ബോട്ടിൽ പോയി. അവിടെനിന്നും മൂന്ന് ബസുകൾ മാറിക്കയറി രാത്രിയോടെ തിരുവനന്തപുരത്ത് ചെന്നുചേർന്നു.

പിറ്റേന്ന് നേശമണിയുടെ വീട് അന്വേഷിച്ചുനടന്നു. കിട്ടിയ വിവരമന്വേഷിച്ച് അലഞ്ഞുതിരിഞ്ഞു. മൂന്നാംദിവസം നേമം എന്ന സ്ഥലത്ത് നേശമണിയുടെ വീട് കണ്ടുപിടിച്ചു. പ്രായമായ ഒരു തള്ളയും നേശമണിയും ഒറ്റയ്ക്കാണ് പാർക്കുന്നത്. തന്ത കുതിരപ്പൊലീസായിരുന്നു. ദീനം വന്നു ചത്തു. ആ ഒഴിവിൽ മകന് ജയിൽ വകുപ്പിൽ ജോലി തരപ്പെടുകയായിരുന്നു. സർവ്വീസിൽ വന്നിട്ട് എട്ടുപത്തുവർഷമായി.

നേശമണിയുടെ വീടും പരിസരവും ഞങ്ങളുടെ നാട്ടിൽനിന്നും തുലോം ഭിന്നമാണെന്നു തോന്നി. മലയോരങ്ങളാണ്. കുന്നും പറമ്പും കാട്ടുമരങ്ങളും ചുറ്റും. വരുന്നവഴി മുഴുക്കെ ഓലപ്പുരകൾ മാത്രം. ബംഗ്ലാവുകളോ ഓടിട്ട വീടുകളോ ലവലേശം എവിടെയും കാണ്മാനുണ്ടായിരുന്നില്ല.

ഒരു കാപ്പിക്കടയിൽ കയറി പ്രാതൽ കഴിച്ചു. കുടിക്കാൻ കിട്ടിയതോ ശർക്കരക്കാപ്പി. കരിപ്പെട്ടിക്കാപ്പി കുടിച്ചു ശീലിച്ച ഞങ്ങൾക്ക് രണ്ടുപേർക്കും പാണ്ടിശർക്കരകൊണ്ടുള്ള കാപ്പി കുടിച്ചുതീർക്കാൻ പറ്റിയില്ല. ഒരു കുറ്റി പുട്ടുവാങ്ങി ഞങ്ങൾ രണ്ടായി പകുത്തുതിന്നു വിശപ്പുതീർത്തു.

നേശന്റെ വീട്ടുപടിക്കൽ ചെല്ലുമ്പോൾ രാവിലെ എട്ടുമണി. കാക്കി

നിക്കറും അലുമിനിയം ചോറ്റുപാത്രവും കൈയിൽ കുറുവടിയും കാലിൽ പാപ്പാസും കെട്ടിനില്ക്കുന്ന നേശൻ യോഗ്യനായ ഒരുവനായിരുന്നു.

'എന്തരടേ?'

ഞങ്ങൾ കാര്യം പറഞ്ഞു.

'എന്തര് വിശേഷം?'

നേശന് ആകാംക്ഷ വന്നു.

പൊലീസുകാർ പറഞ്ഞുവിട്ടതനുസരിച്ച് വന്നതാണെന്നും വാർഡൻ പെണ്ണിനെ കൈവശം വച്ചിട്ടുണ്ടെങ്കിൽ അപകടത്തിലാകുമെന്നും അതു കൊണ്ട് ഉടനെ പെണ്ണിനെ മാറ്റിക്കൊള്ളണമെന്നും ഉള്ള വിവരം അറിയിക്കാൻ പറഞ്ഞുവിട്ടിരിക്കുകയാണെന്നും വച്ചുകാച്ചി. നേശമണി പകുതി വിശ്വസിച്ചു.

'ഇത്രേം സ്നേഹമുള്ള പൊലീസാന്നോടെ ആലപ്പൊഴേൽ...?'

'ർക്കാർ ജോലിക്കാരായോണ്ടുള്ള സ്നേഹമായിരിക്കും. ഞങ്ങൾ തിരുവനന്തപുരത്ത് ഹോട്ടൽ ജോലിക്കാരാ. നാട്ടിൽ പോയപ്പോൾ പരിചയമുള്ള പൊലീസുകാരനെ കണ്ടു. ഇത്രത്തോളം വന്ന് ഇക്കാര്യം ഒന്ന് പറഞ്ഞേക്കാൻ ഏല്പിച്ചു. അത്രതന്നെ.'

ഈ മറുപടി ഏറ്റെന്നു തോന്നി.

നേശൻ വിശ്വസിച്ചുകാണും.

'എടേ അത് രണ്ടാഴ്ച പെണ്ണ് ഇവിടൊണ്ടാരുന്നു. കെടന്ന് കരച്ചിലോടെ കരച്ചില്. ഞാൻ പിന്നങ്ങെറക്കിവിട്ടു.'

'എങ്ങോട്ട്?'

'അവക്ക് പോതിച്ചിടത്തോട്ട് പോയി...'

ചങ്കുപൊട്ടി ഞങ്ങൾ തിരിച്ചുനടന്നു. എന്നിട്ട് നല്ല സമയത്തിനായി കാത്തിരുന്നു.

നേശമണി ബസ് കേറാൻ പോകുന്നത് രണ്ട് ഫർലോങ് നടന്നിട്ടായിരുന്നു. കരിമ്പന നിറഞ്ഞ കുന്നിൻപുറത്തൂടെയുള്ള വഴിയാണത്. ബസിറങ്ങി വരുന്നതും ഇങ്ങനെതന്നെ. സന്ധ്യകഴിയും ചിലപ്പോൾ. എല്ലാം മനസ്സിലാക്കി ഞാനും സുഗതനും കാത്തുനിന്നു ഒരു വൈകുന്നേരത്ത്.

കഠാരേംകൊണ്ട് ഞാനും കമ്പിപ്പാരേംകൊണ്ട് സുഗതനും നേരിട്ടു. അവൻ ഞരങ്ങി ചാവാൻ തുടങ്ങുകയാണെന്ന് തോന്നി.

'സുമതി എന്തിയേടാ പട്ടീ...?'

ഞങ്ങൾ ചോദിച്ചു.

'അയ്യോ, ഞാൻ കൊന്നിട്ടില്ലേ....'

നേശമണി കരഞ്ഞുപറഞ്ഞു.

മിന്നുകെട്ടി കൂടെ താമസിപ്പിക്കുകയായിരുന്നുവെന്നും രണ്ടുതവണ സുമതി തൂങ്ങിച്ചാകാൻ നോക്കുന്നതു കണ്ട് ഭയന്ന് വീട്ടിൽ നിന്നിറക്കി വിട്ടെന്നും പറഞ്ഞ് നേശമണി കണ്ണടച്ചു. ഞങ്ങൾ അതിവേഗം ആ കരിമ്പനക്കുന്നിറങ്ങി ഓടി. ചോരയും നനവുള്ള ഉടുമുണ്ട് ഊരി

കാട്ടിലെറിഞ്ഞ് കരുതിയിരുന്ന മറ്റൊന്നുടുത്തു. ആ പ്രദേശം പൂർണ്ണമായും ഇരുട്ടിലാകുന്നതുംകണ്ട് ഞങ്ങൾ രക്ഷപ്പെട്ടു.

സുഗതന്റെ ഒരകന്ന ബന്ധുവിന്റെ വീട് കരുവാറ്റ എന്ന സ്ഥലത്തുണ്ടായിരുന്നു. ഞങ്ങൾ അവിടെപ്പോയി ഒളിച്ചുതാമസിച്ചു. കുറച്ചുദിവസം വള്ളത്തിൽ കൊപ്ര കേറ്റിവിടുന്ന പണിക്കുപോയി. കിട്ടുന്നതുംകൊണ്ട് ചെലവ് കഴിഞ്ഞു. ജയിൽ വാർഡനെ അരുംകൊല ചെയ്തസംഭവം നേശമണി കൊലക്കേസെന്നപേരിൽ കുപ്രസിദ്ധി നേടുകയുണ്ടായി. അക്കാലത്ത് പത്രങ്ങളൊക്കെ കിട്ടുക പ്രയാസമായിരുന്നതിനാൽ ഞങ്ങൾ ഒന്നും അറിഞ്ഞുമില്ല. ആലപ്പുഴയിൽനിന്നുള്ള കമ്യൂണിസ്റ്റുകാർ ജയിൽ വാർഡനെ കൊലപ്പെടുത്തിയെന്ന് ഒരുദിവസം വാർത്ത വന്നതായി സുഗതൻ പറഞ്ഞറിഞ്ഞു. പേടി തോന്നിത്തുടങ്ങി.

ഒരുമാസം തികയും മുൻപ് ഞങ്ങൾ രണ്ടിനേം പൊലീസ് പൊക്കി. ഇടിച്ചും ചവുട്ടിയും ഭേദ്യം ചെയ്തും മൂത്രം കുടിപ്പിച്ചും തലകീഴായി കെട്ടിത്തൂക്കിയും കൊല്ലാക്കൊല ചെയ്തു. ചാവാൻ തയ്യാറെടുത്ത് ഞങ്ങൾ കാത്തുകിടന്നു. കുറ്റം ഞങ്ങൾ സമ്മതിച്ചില്ല, എത്രയൊക്കെയായിട്ടും. പിന്നെയെന്തൊക്കെ സംഭവിച്ചു എന്നറിയുകയില്ല. ആറു വർഷം തിരുവനന്തപുരത്ത് ജയിലിൽ കിടന്നു. ചത്തുപോയ നേശമണിയുടെ കൂട്ടുകാരായിരുന്നു വാർഡന്മാർ. നരകയാതനയായി. ലോക്കപ്പിൽ കിടന്നതുപോലത്തെ അനുഭവം ജയിലിലും കിട്ടി. സുഗതൻ വിചാരണയ്ക്കിടെ മൂത്രം ഒഴിവിന്റെ അസുഖം കൂടി മരണപ്പെട്ടു. എല്ലാം അനുഭവിക്കാൻ ഞാൻ ശേഷിച്ചു.

ഇതിനെടയ്ക്ക് എനിക്കുവന്ന മാറ്റം അതിദയനീയമായിരുന്നു. ഇടിയേറ്റ് രണ്ടു പല്ലുപോയി, ക്ഷയം പിടിച്ചു. പിന്നെ പുറത്തിറങ്ങിയിട്ടാ ചികിത്സ ഫലിച്ചത്. സുഗതൻ ചത്തതോടെ ജയിലിലെ ഇടി നിന്നു. രാഷ്ട്രീയത്തടവുകാർക്ക് കിട്ടുന്ന പരിഗണന എനിക്കും കിട്ടിത്തുടങ്ങി. പക്ഷേ, പാർട്ടി നിർദ്ദേശമോ അനുവാദമോ ഇല്ലാതെ ഞാൻ ഒറ്റയ്ക്ക് ആക്ഷനുപോയ നടപടി പാർട്ടി അംഗീകരിച്ചില്ല.

മാത്രവുമല്ല ജയിലിൽ ഞാൻ ഒരു വർഷം കഴിഞ്ഞപ്പോൾ മറ്റൊരു കാര്യംകൂടി അറിഞ്ഞു. മാധവൻ നാട്ടിൽ തിരികെ എത്തിയിരിക്കുന്നു. ആസാമിലായിരുന്നുവത്രെ. പൊലീസിനെ വെട്ടിച്ച് ട്രെയിൻ കയറി മാധവൻ ആസാമിലേക്ക് കടക്കുകയായിരുന്നു. കേസും വഴക്കുമൊക്കെ തീർന്നുകാണുമെന്നു വിചാരിച്ചു തിരിച്ചുവന്നു. സുമതിക്ക് എത്ര കത്തുകളയച്ചിട്ടും മറുപടി കിട്ടിയില്ല. നാട്ടിൽ വന്ന മാധവന്റെ സ്ഥിതി ഞാൻ പറയേണ്ട കാര്യമില്ലല്ലോ. ആസാമിലേക്ക്പോയ മാധവൻ തിരികെ നാട്ടിൽ വന്നിരിക്കുന്നത് പഴയ മാധവനായിട്ടൊന്നുമായിരുന്നില്ല. അവിടെ എന്തൊക്കെയോ പണിചെയ്തു. കുറച്ച് സമ്പാദ്യവുമുണ്ട്. നാട്ടിൽവന്ന് സുമതിയുമായുള്ള കല്യാണം നടത്തി എന്തെങ്കിലും പണി ചെയ്ത് ജീവിക്കണം. അന്നത്തെ കേസൊക്കെ തീർന്നുകാണുമെന്ന് മാധവന് ഉറപ്പുണ്ടായിരുന്നു. എല്ലാ വിവരങ്ങളും കാണിച്ച് മാധവൻ തുടർച്ചയായി കത്തുകൾ

എഴുതിയിരുന്നു. കല്യാണത്തീയതി മാറിയതിൽ വിഷമിക്കേണ്ട കാര്യമില്ലെന്നും പ്രശ്നങ്ങൾ ഒന്നടങ്ങിയശേഷം ആ വഴിക്ക് നീങ്ങാമെന്നുമായിരുന്നു കത്ത്. എന്നാൽ സത്യമെന്തായിരുന്നു? പ്രതി ചേർക്കപ്പെടുകയും പിന്നീട് ഒളിവിൽ പോകുകയും ചെയ്ത മാധവന്റെ സർവ്വവിവരങ്ങളും പൊലീസും വിജിലൻസ് കമ്മിറ്റിക്കാരും ചികഞ്ഞെടുത്തു. അന്നത്തെ വിജിലൻസ് കമ്മിറ്റിക്കാരിൽ നാട്ടുപ്രമാണിമാരും കമ്യൂണിസ്റ്റ് വിരുദ്ധന്മാരും ഉണ്ടായിരുന്നു. അവർക്ക് മാധവനും സുമതിയും കല്യാണം കഴിക്കാൻ പോകുന്ന കാര്യം അറിവുണ്ടായിരുന്നു. അതിനാൽ സുമതിയുടെ പേർക്കുവന്ന കത്തുകൾ മുഴുവൻ പൊലീസും വിജിലൻസുകാരും കൂടിച്ചേർന്ന് തപാലാപ്പീസിൽനിന്നും ചോർത്തിമാറ്റിക്കളഞ്ഞു. ഭാഗ്യം; മാധവൻ ആസാമിലെ വിലാസം കൃത്യമായി രേഖപ്പെടുത്തിയിരുന്നില്ല എന്നതുകൊണ്ടാവാം സി ഐ ഡി പൊലീസ് അവനെ തിരക്കിപ്പോകാഞ്ഞത്.

ഏതായാലും സംഭവിക്കേണ്ടാത്തതു സംഭവിച്ചു. നാട്ടിൽ വന്ന മാധവൻ സുമതിയുടെ കഥ അറിഞ്ഞു. എന്റെയും സുഗതന്റെയും കഥ അറിഞ്ഞു. മാധവൻ കായലിൽ ചാടി ചത്ത കാര്യം ഒരു മാസം കഴിഞ്ഞിട്ടാണ് ഞാൻ ജയിലിൽവച്ച് അറിയുന്നത്. മാധവനെക്കുറിച്ചോർക്കുമ്പോൾ ഓർമ്മകളുടെ സൈക്കിൾ ബെല്ലുകൾ മുഴങ്ങിക്കൊണ്ടിരിക്കും. ഒരു ഡസൻ സൈക്കിളുകൾ ഒരുമിച്ച് എന്റെ നേർക്ക് വരുന്നതായും തോന്നും.

ദേവകീ, ബലവാന്മാർ ബലഹീനരെ ഭക്ഷിക്കുന്നു. ജീവൻ ജീവനെ ഭക്ഷിച്ചുജീവിക്കുന്നു. ജീവനിൽ കൊതിയില്ലാത്തവർ സ്വന്തം പ്രാണനെ വെടിഞ്ഞുകളയുന്നു.

ബലവാന് ഭക്ഷണമാകുവാൻ
ബലഹീനന് നിയോഗം.”

ആരാമത്തിന്റെ രോമാഞ്ചം

കുറെ ദിവസമായി സുരേന്ദ്രന്റെ വീട്ടിൽ വെളുപ്പിന് ലൈറ്റ് തെളിയുന്നില്ല. നാലാംയാമത്തിൽ ഉണരുന്ന സുരേന്ദ്രന് കഴിഞ്ഞ കുറെ നാളായി ആ പതിവ് ആവർത്തിക്കുവാൻ കഴിയുന്നില്ല. വെളുപ്പിന് ചിലപ്പോൾ ഉണർന്നാലും മടിപിടിച്ച് കിടക്കും. ക്ഷീണം കൂടുന്നപോലെ. ഡോക്ടറെ കൊണ്ടുപോയി കാണിക്കണമെന്നു വിചാരിക്കുന്നു ദേവകി.

ഡോക്ടറുടെ അടുത്തേക്ക് പോയാലുള്ള പ്രശ്നം എന്തെന്നു ചോദിച്ചാൽ ഉടൻ പത്ത് പന്ത്രണ്ട് ടെസ്റ്റുകൾ പറയും; ചെലവ്വണമായിരിക്കും; പക്ഷേ, അതിനുള്ള സ്ഥിതി ഈ ദിവസങ്ങളിലില്ലെന്നോർത്തു ദേവകി

ഒരു ടെസ്റ്റ് ബുക്കായി പഠിപ്പിക്കുന്നുണ്ട് *തെങ്ങും പറമ്പും* എന്ന സുരേന്ദ്രന്റെ ഒരു കഥാസമാഹാരം. പക്ഷേ, പ്രസാധകർ തുക മുഴുവൻ നേരത്തെ തന്നു. നേരത്തെ കിട്ടുന്നത് നേരത്തെ തീരും. കുറച്ചുകൂടി ചോദിച്ചപ്പോഴാണവർ ആത്മകഥയുടെ കാര്യം പറഞ്ഞത്. അത് നിശ്ചയിച്ചിട്ടുണ്ട്. ആത്മകഥയുടെ അഡ്വാൻസ് ചോദിച്ചാലോ എന്നോർത്തു ദേവകി. അല്ലാതെ മറ്റ് വരുമാന മാർഗ്ഗങ്ങളൊന്നും തെളിഞ്ഞുവരുന്നുമില്ല. ഇങ്ങനെയൊക്കെ ആലോചിച്ചിരിക്കുമ്പോഴാണ് അപ്രതീക്ഷിതമായി സുരേന്ദ്രന് വയ്യായ്ക തോന്നിത്തുടങ്ങിയത്. അതുകാരണം എഴുത്തുമുടങ്ങിയിരുന്നു.

അമ്മുക്കുട്ടി ഇനി എട്ടാം തരത്തിലേക്കാണ്. ഹൈസ്കൂൾ ആകുമ്പോഴേക്കും ചെലവു കൂടും. അതനുസരിച്ചുള്ള തയ്യാറെടുപ്പുകൾ വേണം ഇനിമുതൽ. ഈ നിലയ്ക്കുപോയാൽ അടുത്തവർഷം ആകുമ്പോഴേക്കും ആത്മകഥ പുറത്തിറക്കാൻ കഴിയും. എങ്ങനെപോയാലും ഇരുപത്തിഅഞ്ച് അദ്ധ്യായങ്ങൾ ഏതാണ്ട് മുന്നൂറില്പരം പേജുകൾ ഉണ്ടാകാതിരിക്കില്ല. പുസ്തകത്തിന് പതിനഞ്ച് രൂപാ പ്രകാരം വില നിശ്ചയിക്കുക

യുമാവാം. ഏതായാലും മൂവായിരം രൂപയിൽ കൂടുതൽ കിട്ടാനിടയുണ്ട്. അതിൽ ആയിരം രൂപ അഡ്വാൻസായി ചോദിച്ചുനോക്കാം. ദേവകി കണക്കു കൂട്ടിത്തുടങ്ങി.

ദേവകി പ്രതീക്ഷിച്ചതുപോലെയല്ല കാര്യങ്ങൾ നീങ്ങിയത്. ആഴ്ച രണ്ടു കഴിഞ്ഞിട്ടും സുരേന്ദ്രന് എഴുതാനുള്ള ഭാവമില്ല. വെളുപ്പിന് എഴുന്നേറ്റിരിക്കുന്നത് കാണാം. എന്തു ചിന്തിക്കുകയാണെന്ന് അറിയില്ല. ഓരോന്ന് ഓർത്തിരിക്കുകയായിരിക്കും. ഏതായാലും സമയം വെറുതെ പോകുകയാണ്.

“തുടങ്ങണ്ടെ? എന്താ ഒരു മിണ്ടാട്ടമില്ലാത്തത്?”

ദേവകി മൗനം വെടിയാൻ പ്രേരിപ്പിച്ചു.

“അതോ, എല്ലാം ശരിക്കങ്ങോട്ട് ഓർത്തെടുക്കുവാൻ പറ്റുന്നില്ല. കുറെ ദിവസമായി ഞാൻ ഓർക്കുകയായിരുന്നു. എവിടെയാ നമ്മള് നിർത്തിയെ...?”

ദേവകി നിർത്തിയ ഭാഗം പറഞ്ഞുകേൾപ്പിച്ചു. ഓർമ്മയുണ്ടോ എന്നും ചോദിച്ചു. സത്യത്തിൽ സുരേന്ദ്രൻ പറഞ്ഞു കൊടുത്തതും നേരിട്ടെഴുതിയതും ഒന്നും നല്ല ഓർമ്മയില്ല. മാധവനുമായുള്ള ബന്ധവും സുമതിയുടെ മരണവുമൊക്കെ ദേവകി ആവർത്തിച്ചുകേൾപ്പിച്ചു.

“ഇതൊക്കെ എനിക്ക് ഇത്രേം ഓർക്കാൻ പറ്റിയോ?

വിശ്വസിക്കാൻ തോന്നുന്നേയില്ല.”

സുരേന്ദ്രൻ നെടുവീർപ്പിട്ടു.

സുരേന്ദ്രന്റെ ആരോഗ്യസ്ഥിതിയെപ്പറ്റി അധികം ആർക്കും അറിഞ്ഞുകൂടാ. ദേവകി പറയുന്ന വിവരമേ മറ്റുള്ളവർക്കുള്ളൂ. ഒന്നാമത് ആ വാടകവീട്ടിലേക്ക് അങ്ങനെയൊന്നും ആരും വരിക പതിവുമില്ല.

എന്തിനു വരണം?

സൗഹൃദങ്ങളൊന്നുംതന്നെ സുരേന്ദ്രൻ നിലനിർത്തിയിട്ടില്ല. മറ്റുള്ളവരും വന്നുകൂടി സൗഹൃദം സ്ഥാപിക്കുവാൻ ഇഷ്ടപ്പെടുന്നുമില്ല. ഫീച്ചറെഴുതാനും വിശേഷം പറയുവാനുമൊക്കെ കുറച്ച് സാഹിത്യപ്രേമികളും പത്രപ്രവർത്തകരും വരാറുണ്ടായിരുന്നു. അതും നിലച്ച മട്ടാണ്.

ഒന്നാമത് പുതിയ കാലത്തെ നേതാക്കളുമായും എഴുത്തുകാരുമായൊന്നും സുരേന്ദ്രന് ആത്മബന്ധമില്ല. പലരേയും അറിയാമെന്നേ ഉള്ളൂ. അതിൽത്തന്നെ പലരുടേയും പേരുകൾ ഓർമ്മയിലില്ലതാനും. പിന്നെ അവരൊക്കെ എന്തിനു വീട്ടിൽ ചെല്ലണം? മാത്രവുമല്ല, സുരേന്ദ്രന് പ്രായമായി. ശാരീരിക അവശതകളുമുണ്ട്. ശല്യപ്പെടുത്താൻ പോകുന്നത് ശരിയല്ല എന്നൊരു തോന്നൽ മറ്റുള്ളവർക്ക്. അങ്ങനെ സുരേന്ദ്രനും ആ വീടും ഏതാണ്ട് ഒറ്റപ്പെട്ടിരിക്കുന്നു. അയൽവീട്ടുകാരുമായും ദേവകി അത്ര വലിയ ലോഹ്യത്തിനൊന്നും പോവുക പതിവില്ല. അതിനുകാരണം പണ്ടുമുതല്ക്കേ അവർ ഓരോന്നും കുത്തിചോദിക്കും. തൊട്ടടുത്ത വീട്ടിൽ ഒരു ആന്റി മാത്രമെ താമസമുള്ളൂ. ഹൈസ്കൂൾ ഹെഡ്മിസ്ട്രസായി

റിട്ടയർ ചെയ്തവരാണ്. ഭർത്താവ് മരിച്ചു. രണ്ടു മക്കളും വിദേശത്തുണ്ട്. ആരോടും അവർക്കും അത്ര മനുഷ്യപ്പറ്റില്ല. വൈകിട്ട് ആറായാൽ അകത്തെ ലൈറ്റിടും. വാതിൽ കുറ്റിയിടും. പുറത്തെ ലൈറ്റ് കത്തിക്കുകയുമില്ല.

മറ്റൊരു കുടുംബം ഭാര്യയും ഭർത്താവും സെക്രട്ടറിയേറ്റിലെ ഉദ്യോഗസ്ഥരാണ്. സ്കൂട്ടറിൽ പോകും വരും. രാത്രി വൈകിയും വെളുപ്പിനും എഴുന്നേറ്റ് കുട്ടികളെ പഠിപ്പിക്കൽ മാത്രമാണ് രണ്ടാളുടേയും പണി. രണ്ട് പെൺകുട്ടികളാണ് മക്കൾ. രാവും പകലും അതുങ്ങൾ പഠിച്ചു പഠിച്ച് ഭ്രാന്തുപിടിക്കുമോ എന്നാണ് ഭയം. ഇതാണ് അയൽവാസികൾ. ഇവർക്കിടയിലാണ് സുരേന്ദ്രനും ദേവകിയും അമ്മുവും താമസിക്കുന്നത്.

ആദ്യമൊക്കെ അയൽവാസികൾക്ക് നേരിയ പരിഹാസഭാവമായിരുന്നു. പ്രായംകൂടിയ ആളും തീരെ പ്രായം കുറഞ്ഞ ഭാര്യയും. ഇതെങ്ങനെ സംഭവിച്ചു എന്ന ഭാവമായിരുന്നു. പിന്നീട് പല പ്രമുഖരും സുരേന്ദ്രനെ തിരക്കി വീട്ടീൽ വരുന്നതായി കണ്ടപ്പോഴും സുരേന്ദ്രനെപ്പറ്റി പല മാധ്യമങ്ങളിൽ ലേഖനങ്ങളും ഫീച്ചറുമൊക്കെ കണ്ടപ്പോഴും അയൽവാസികളുടെ ധാരണയ്ക്ക് മാറ്റം വന്നു. ആ മാറ്റം ആശാവഹമായിരുന്നു. അയൽവാസികൾ കൂടുതൽ മിണ്ടാനും പറയാനുമൊക്കെ ശ്രമിച്ചു. ഇപ്പോൾ കൂടുതൽ ലോഹ്യവും അലോഹ്യവുമില്ലാത്ത അവസ്ഥയിലാണ് കാര്യങ്ങൾ.

കുറെ ദിവസങ്ങളായി സുരേന്ദ്രന്റെ ഒഴിഞ്ഞുമാറൽ തുടരുന്നു. ഒരു ദിവസം രണ്ടും കല്പിച്ച് ദേവകി പറഞ്ഞു:

"ഇനി ഇങ്ങനെയായാൽ പറ്റുകയില്ല;

എഴുത്ത് മുടങ്ങിയിട്ട് എത്രയായെന്നാ വിചാരം?"

സുരേന്ദ്രൻ മിണ്ടിയില്ല.

ഓർമ്മകൾ അയാളെ ചതിക്കുകയാണ്.

കൈകൾ കുറെക്കൂടി ദുർബ്ബലമായിരിക്കുന്നു.

"കുറച്ചുദിവസം കൂടി കഴിയട്ടെ." സുരേന്ദ്രൻ പറഞ്ഞു.

"ഓ, അതുപറ്റുകയില്ല. പ്രസാധകര് അച്ചടിച്ചിറക്കാൻ കാത്തിരിക്കുകയാണ്. മാത്രവുമല്ല പ്രധാന ഭാഗങ്ങളിലേക്കൊന്നും തന്നെ നമ്മൾ പോയിട്ടുമില്ല."

"എങ്കിൽ ഓർമ്മയുള്ള കുറെ ഭാഗം ദേവകി തന്നെ അങ്ങെഴുത്. പ്രത്യേകിച്ചും നമ്മുടെ കല്യാണം. പിന്നെ ശിവശങ്കരനുമായി ബന്ധപ്പെട്ട കാര്യങ്ങൾ; ഇതൊക്കെ നീ അങ്ങെഴുതിവയ്ക്ക്."

ആ നിർദ്ദേശം ദേവകിക്കും ഇഷ്ടമായി.

സമയം പോകുകയുമില്ല. ഏതെങ്കിലുമൊക്കെ സമയത്ത് ഇരുന്ന് കുത്തിക്കുറിച്ചാൽ മതിയാകുമല്ലോ എന്നും ഓർത്തു ദേവകി.

പിറ്റേദിവസം അമ്മുക്കുട്ടി സ്കൂളിൽ പോയിരിക്കുന്നു. സുരേന്ദ്രൻ കിടക്കുകയാണ്. പരിപൂർണ്ണ നിശ്ശബ്ദത. മനസ്സിൽ വരുന്നത് അതേപടി എഴുതി വയ്ക്കാനാണ് ദേവകി ശ്രമിച്ചത്. പണ്ട് എഴുതാനിരിക്കുമ്പോൾ

സുരേന്ദ്രൻ ചെയ്യാറുള്ളതുപോലെ ചെറിയൊരു തയ്യാറെടുപ്പ് നടത്തി ദേവകി. മുറി അലങ്കോലപ്പെട്ടത് നേരെയാക്കിവച്ചു. വെള്ളസാരിയും നീല ബ്ലൗസും ധരിച്ചു. മുടി ചീകിക്കെട്ടി. കണ്ണാടിക്കു മുന്നിൽ നിന്നു. പൊട്ട് വെച്ചിട്ടില്ലല്ലോ എന്നോർത്ത് അതും നേരെയാക്കി ദേവകി എഴുതിത്തുടങ്ങി:

ഞാൻ ഒൻപതാം ക്ലാസ് പരീക്ഷ എഴുതി ഫലം കാത്തിരിക്കുന്ന കാലം. അച്ഛനും അമ്മയും സർക്കാർ ഉദ്യോഗസ്ഥർ. രണ്ടുപേരും രാവിലെ പോകും. ചേട്ടൻ ഒരാൾ ഉള്ളത് ബോംബെയിലും. വീട്ടിൽ മിക്കദിവസവും ഒരു ജോലിക്കാരി കാണും. ചുരുക്കത്തിൽ ആ ദിവസങ്ങളിൽ വീട്ടിൽ ഞാൻ ഏറക്കുറെ ഒറ്റയ്ക്കായിരുന്നു. ജയിക്കും എന്ന് എനിക്ക് ഉറപ്പുണ്ടായിരുന്നു. എന്നാലും റിസൾട്ട് വരുന്ന ദിവസം സ്കൂളിൽ പോയി നോക്കിവരണമെന്ന് ഞാൻ തീരുമാനിച്ചു. അങ്ങനെയുള്ള ചിന്തകളുമായി കഴിയുമ്പോഴാണ് തൊട്ടെതിർവശത്ത് ആൾ താമസമില്ലാതിരുന്ന ചെറിയ വീടിനു മുന്നിൽ ആളനക്കം കേട്ടത്. ആരൊക്കെയോ സാധനങ്ങൾ ഇറക്കിവയ്ക്കുന്നു, വീട് അടിച്ചു വൃത്തിയാക്കുന്നു. ബഹളമയം. പിന്നീടൊന്നും കണ്ടില്ല, കേട്ടില്ല.

പിറ്റേന്നു രാവിലെ മുറ്റം തൂത്തുകൊണ്ട് നിന്നപ്പോൾ ഒരാൾ കിണറ്റുകരയിൽനിന്ന് പല്ലുതേക്കുന്നു. കൈലിമുണ്ട് മടക്കി കുത്തിയിരിക്കുന്നു. ജുബ്ബയാണ് വേഷം. അവിടെ താമസിക്കാൻ എത്തിയ ആളാണെന്ന് പെട്ടെന്ന് മനസ്സിലായി.

ഉച്ചകഴിഞ്ഞ സമയത്ത് ഞാൻ മുറ്റത്ത് മാവിൻചോട്ടിൽ നില്ക്കുകയായിരുന്നു. ചെറിയ കഷണ്ടിയും നീണ്ട മുഖവും ഗാംഭീര്യവുമുള്ള ആ മനുഷ്യൻ മുറ്റത്തുനിന്ന് സിഗരറ്റ് വലിക്കുന്നു. എന്നെ ഒന്നുനോക്കി, ഞാനും നോക്കി, അത്രതന്നെ. രാവിലെ അയാൾ എങ്ങോട്ടോ പോകും. ഉച്ചയ്ക്ക് കയറിവരും. ചിലപ്പോൾ രാത്രിയാകും വരാൻ. വന്നാൽ അറിയാം. ഉച്ചത്തിൽ സംസാരം കേൾക്കാം. രാവിലെ മുറ്റത്തിറങ്ങിനിന്ന് സിഗരറ്റുവലിച്ച് തള്ളുന്നതും ശീലമായിരിക്കുന്നു.

'സുരേന്ദ്രനാ അത്. നോവലിസ്റ്റ്.' അയാളെ കണ്ട ഉടൻ അച്ഛൻ തിരിച്ചറിഞ്ഞു. അമ്മയും അയാളുടെ കഥകൾ വായിച്ചിട്ടുണ്ട്. പിറ്റേന്ന് അമ്മ വന്നപ്പോൾ *വളർത്തു മക്കൾ* എന്ന സുരേന്ദ്രന്റെ കഥാസമാഹാരം ഓഫീസ് ലൈബ്രറിയിൽനിന്നും കൊണ്ടുവന്നു. ഒറ്റദിവസംകൊണ്ട് ഞാനത് തീർത്തു. എനിക്കാശൈലി ഇഷ്ടമായി. ആദ്യമായാണ് ഞാൻ സുരേന്ദ്രന്റെ ഒരു രചന വായിച്ചത്.

പരസ്പരം കണ്ടാൽ ചിരിക്കുന്ന പരിചയം മാത്രം.

മുറ്റത്തു നിന്നയാൾ സിഗരറ്റുവലിക്കുന്നു.

ഞാൻ കയ്യാലക്കരികിൽ ചെന്നുനിന്ന് പറഞ്ഞു.

'*വളർത്തുമക്കൾ* ഇഷ്ടമായി.'

അയാൾ തിരിഞ്ഞുനോക്കി.

ഞാൻ കടുംനീല ബ്ലൗസും ചുവന്ന പട്ടുപാവാടയുമാണ് ധരിച്ചിരുന്നത്. മുല്ലപ്പൂവും മാലയും വളകളും... ഒരു കുറവും വരുത്തിയില്ല.

അയാൾ പേര് ചോദിച്ചു.

കൂടുതൽ പരിചയപ്പെട്ടു.

'സ്വന്തം മക്കളേക്കാൾ വളർത്തുമക്കളെയാണോ ഇഷ്ടം?'

ഞാൻ ചോദിച്ചു.

'സ്വന്തമായി മക്കളുണ്ടാകുമ്പോൾ പറയാം.'

അയാൾ കല്യാണം കഴിച്ചിട്ടില്ലെന്ന കാര്യം ഉറപ്പായി. ഒന്നാമത് സ്ത്രീ കൂടെയില്ല, പിന്നെ മക്കളുടെ കാര്യം ഇങ്ങനെ പറയുകയും ചെയ്തു.

ചില രാത്രികളിൽ സുരേന്ദ്രനെ കാണാൻ നിരവധി സുഹൃത്തുക്കൾ വരും. വെളുക്കുന്നതുവരെ ചർച്ചയും ബഹളവും നടക്കും. ദൂരത്തുനിന്ന് വരുന്നവരും സ്വന്തം കാറിൽ വരുന്ന ഒന്ന് രണ്ട് പേരും ഉണ്ട്.

'എല്ലാം വല്യ വല്യ ആൾക്കാർ. ഇതാ പറേന്നെ എഴുത്തുകാരന്റെ ഒരു വില, പത്രാസ് അതുവേറെ ആർക്കുകിട്ടും?' അമ്മ പറഞ്ഞു.

ഒരുദിവസം അച്ഛൻ ചോദിക്കുന്നത് കേട്ടു:

'ഈ സുരേന്ദ്രൻ തിരുവനന്തപുരത്ത് താമസിക്കാൻ വന്നത് എന്തിനാന്ന് പിടികിട്ടുന്നില്ല.'

'കമ്യൂണിസ്റ്റ് നേതാവല്ലിയോ, അവരടെ ഭരണോം; അന്നേരം പിന്നെ തിരുവനന്തപുരത്തുതന്നെയാവണമല്ലോ താമസം.' അമ്മ പറഞ്ഞു.

ഞങ്ങളുടെ പ്രദേശത്ത്, സർക്കാർ ഉദ്യോഗസ്ഥരായിരുന്നു കൂടുതൽ താമസക്കാർ. മറ്റുള്ളവരുടെ കാര്യങ്ങളിലൊന്നും ഇടപെടാതെ ജീവിക്കുന്നവർ. എന്റെ കൂട്ടുകാരികൾപോലും പട്ടണം വിട്ടുള്ളവരായിരുന്നു. കണ്ടാൽ പരസ്പരം ചിരിക്കും ലോഹ്യം പറയും അത്രതന്നെ. സുരേന്ദ്രന്റെ വരവ് ഞങ്ങളുടെ പ്രദേശത്ത് വലിയ മാറ്റമൊന്നും വരുത്തിയില്ല. വലിയ നേതാക്കൾ ആ വീട്ടിൽവന്നുപോകുന്നു എന്ന പ്രത്യേകത മാത്രം മറ്റുള്ളവർ മനസ്സിലാക്കിയിരിക്കണം; അത്രതന്നെ. സുരേന്ദ്രനെ എല്ലാവർക്കും പരിചയമുണ്ടായിരുന്നു. ജയിലിൽ കിടന്നെഴുതിയ *തടവറയുടെ സന്താനങ്ങൾ* എന്ന നോവൽ വലിയ പ്രശംസ നേടുകയും പത്രങ്ങളിൽ വാർത്തയാകുകയും ചെയ്തിരുന്നു.

തടവറയുടെ സന്താനങ്ങൾ ഞാൻ വായിച്ചിട്ടുണ്ടായിരുന്നില്ല. സുരേന്ദ്രനെ പരിചയമായ സ്ഥിതിക്ക് അതു വായിക്കണമെന്ന് തോന്നി. അമ്മയോടു പറഞ്ഞ് പബ്ലിക് ലൈബ്രറിയിൽനിന്നും *തടവറയുടെ സന്താനങ്ങൾ* വരുത്തി വായിക്കുകയും ചെയ്തു. സുരേന്ദ്രൻ ഒത്ത യുവാവായിരുന്ന കാലത്തെഴുതിയ കൃതിയായിരുന്നു. ഇരുപതുവർഷം പഴക്കമുള്ള കൃതി. അത് ഇപ്പോൾ മാത്രമാണല്ലോ വായിക്കാൻ കഴിഞ്ഞത് എന്ന ചിന്ത എന്നെ വല്ലാതെ അലട്ടുകയുണ്ടായി.

ഒരുദിവസം തുളസി ഇല പൊട്ടിച്ചുകൊണ്ട് നില്ക്കുമ്പോൾ സുരേന്ദ്രൻ മുറ്റത്തുനിന്ന് സിഗരറ്റു വലിക്കുന്നത് കണ്ടു. ഉറക്കച്ചടവുള്ള മുഖം,

ബനിയനും കൈലിയുമായിരുന്നു വേഷം. തലമുടി പകുതിയുമില്ല. ആക പ്പാടെ അത്ര നല്ല കോലമല്ല.

'*തടവറയുടെ സന്താനങ്ങ*ളിലെ സുമതിയെയാണ് എനിക്കിഷ്ടമാ യത്. അവളുടെ ജീവിതം വായിച്ച് കരഞ്ഞുപോയി.'

ഞാൻ ഒറ്റ ശ്വാസത്തിൽ പറഞ്ഞു.

സുരേന്ദ്രൻ എന്നെ ആപാദചൂഡം നോക്കുന്നുണ്ടായിരുന്നു. തുളസി പൊട്ടിക്കാൻ വേണ്ടിയായിരുന്നുവെങ്കിലും മഞ്ഞ പട്ടുപാവാടയും കടുംനീല ബ്ലൗസുമായിരുന്നു ഞാൻ ധരിച്ചിരുന്നത്. ആവശ്യത്തിന് ആഭ രണങ്ങളും.

'ഞാൻ അനുഭവിച്ച കാര്യങ്ങൾ ആയതുകൊണ്ടാകും ദേവകിക്കത് ഇഷ്ടമായത്. അനുഭവങ്ങൾക്കാണ് കരുത്ത്, ശക്തി. അത് ആരുടേയും ഹൃദയത്തിൽ പതിയും.'

'പാവം സുമതി. അത് ഇങ്ങനെതന്നെ സംഭവിച്ചതാണോ?'

സുരേന്ദ്രന് മറ്റെന്തോ പറയാനാണു താല്പര്യമെന്നുതോന്നി.

'ഇതിനേക്കാൾ ക്രൂരമായി നടന്ന കാര്യമാണത്. അനുഭവത്തിന്റെ ചൂട് എഴുതുമ്പോൾ ചിലപ്പോൾ കുറെയൊക്കെ നഷ്ടമാകും. ആവട്ടെ, തലയിൽ പൂവും ചൂടി പട്ടുപാവാടയുമിട്ട് എങ്ങോട്ടോ പോകുകയാണെന്ന് തോന്നുന്നുണ്ടല്ലോ?'

എനിക്ക് ലജ്ജ തോന്നി:

'എങ്ങും പോകാനില്ല.'

'എന്നാൽ എന്റെ കൂടെപ്പോരൂ.'

'എങ്ങോട്ട്?'

'പട്ടണം കണ്ടുവരാം.'

'അയ്യോ വേണ്ട...'

ഭയവും നാണവും കാരണം ഞാൻ ഓടി വീട്ടിനുള്ളിൽ കയറി. സുരേ ന്ദ്രൻ ഒന്നും അറിയാത്തപോലെ മുറ്റത്തുനില്ക്കുന്നു. ഇടയ്ക്ക് വീട്ടിലേക്ക് ഇടം കണ്ണിട്ട് നോക്കുകയും ചെയ്യുന്നുണ്ട്.

തടവറയുടെ സന്താനങ്ങൾ രചിച്ച കാലത്തെ സുരേന്ദ്രനെ ഒന്നു കാണണമെന്നു തോന്നി. ഇക്കാലമായപ്പോഴേക്കും പ്രായത്തേക്കാൾ കൂടു തൽ പ്രാരാബ്ദങ്ങളായിരിക്കും സുരേന്ദ്രനെ തളർത്തിയിരിക്കുന്നതെ ന്നോർത്തു.

സുരേന്ദ്രനെക്കുറിച്ച് എവിടെയെങ്കിലും ഒരു ലേഖനമോ, കൃതിയെ പ്പറ്റി നിരൂപണമോ കണ്ടാൽ ഞാനത് സംഘടിപ്പിക്കുമായിരുന്നു. റേഡിയോപ്പാട്ടുകളിൽ ചിലത് മൂളാൻ തോന്നിയാൽ മുറ്റത്തിറങ്ങിനിന്ന് കേൾക്കാൻ പാകത്തിലാക്കുമായിരുന്നു അത്. സുരേന്ദ്രൻ എല്ലാം കേട്ടി ട്ടുണ്ടാവും. പിന്നെ കാണുമ്പോൾ അതേക്കുറിച്ച് പറയും.

'ആരു വാങ്ങുമിന്നാരുവാങ്ങുമിന്നാരാമത്തിന്റെ രോമാഞ്ചം...'

എനിക്കേറ്റവും ഇഷ്ടപ്പെട്ട വരികളായിരുന്നു; അതു മൂളി നടക്കും മുറ്റത്ത്.

'ദേവകിക്ക് പറ്റിയ ഒരു പേര് കിട്ടിയിട്ടുണ്ട്?'

ഒരു ദിവസം സുരേന്ദ്രൻ പറഞ്ഞു.

'എന്താണത്?'

'ആരാമത്തിന്റെ രോമാഞ്ചം.'

അഭിമാനത്തോടൊപ്പം നാണവും വന്നു. ഞാൻ മുറിക്കുള്ളിൽ ഓടിക്കയറി. പിന്നെ ജനാലയിലൂടെ സുരേന്ദ്രന്റെ ചെയ്തികൾ നോക്കി ഇരിപ്പായി.

സുരേന്ദ്രൻ മലയാള സാഹിത്യത്തിലെ ഒറ്റയാനാണെന്നും പ്രസംഗത്തിലെ തീപ്പൊരിയാണെന്നും ഒരു വാരികയിൽ കണ്ടു; അച്ഛൻ വാങ്ങിക്കൊണ്ടുവന്ന വാരികയാണ് അത്. ലേഖനത്തോടൊപ്പമുള്ള സുരേന്ദ്രന്റെ ഫോട്ടോ ഞാൻ വെട്ടിയെടുത്ത് സൂക്ഷിച്ചു. പുതിയ ഫോട്ടോ ആണത്. കഷണ്ടിക്ക് വ്യക്തത ഉണ്ട്. കഷണ്ടിയില്ലായിരുന്നുവെങ്കിൽ നന്നാകുമായിരുന്നു. കഷണ്ടിയുടെ ഭാഗം ഞാൻ പെൻസിൽകൊണ്ട് മുടി വരച്ച് മറച്ചുനോക്കി. മുറിയിലെ ഭിത്തിയിൽ അത് ഒട്ടിച്ചുവയ്ക്കുകയും ചെയ്തു.

ഒരിക്കൽ കുറച്ചുദിവസമായി സുരേന്ദ്രന്റെ വീട് അടഞ്ഞുകിടന്നു. രാത്രിയിൽ ഒച്ചയും ബഹളവുമില്ല. പകൽ സുരേന്ദ്രനെ കണ്ടുമില്ല. എവിടെപ്പോയോ എന്തോ? ഒന്നുപറഞ്ഞിട്ട് പോകാതിരുന്നതെന്തെന്ന് ആലോചിച്ചു. യാത്ര പറഞ്ഞിട്ട് പോകാൻ പാകത്തിലുള്ള ബന്ധമൊന്നും ഞങ്ങൾ തമ്മിൽ ഉണ്ടായിരുന്നുമില്ല. എങ്കിലും അടുത്തവീട്ടിലെ അതിഥിയെ കാണാതെയും കേൾക്കാതെയുമിരുന്നപ്പോൾ വിഷമംതോന്നി. മനസ്സിന് വല്ലാത്ത ഭാരം.

സുരേന്ദ്രനും ഞാനുമായി സംസാരിക്കുമായിരുന്നത് വീടിന്റെ കയ്യാലയോട് ചേർന്നുള്ള ഭാഗത്തു നിന്നായിരുന്നു. അവിടം ഒഴിഞ്ഞുകിടക്കുന്നു, ശൂന്യമായിക്കാണുന്നു. എനിക്ക് എന്തെന്നില്ലാത്ത നിരാശ തോന്നി. വെയിൽ പരന്നപ്പോൾ ഞാൻ കയ്യാല ചാടിക്കടന്ന് വെറുതെ ആ വീടും പരിസരവും നോക്കുകയും കാണുകയും ചെയ്തു. എത്രയോ കാലമായി, ഈ വീട് എന്റെ കൺമുന്നിലുണ്ട്. പഴയ ചെറിയവീട്, പല വാടകക്കാരും വന്നുതാമസിച്ച് തിരികെപ്പോയിട്ടുമുണ്ട്. അന്നൊന്നും തോന്നാത്ത ഒരുതരം അടുപ്പം ഇപ്പോൾ ആ വീടിനോട് തോന്നിത്തുടങ്ങിയിരിക്കുന്നു. പ്രത്യേക തരത്തിലുള്ള സ്നേഹം. എന്താണു കാരണമെന്നു മനസ്സിലാകുന്നുമില്ല. ആ വീടിന് പണ്ടെങ്ങുമില്ലാത്ത പ്രാധാന്യം, ആ വീടിനോട് ഒരു കൗതുകം. ആ മുറ്റത്തെ ചലനങ്ങൾ എന്റെ ഹൃദയചലനങ്ങൾപോലെ തോന്നുന്നു. വീടിനു ചുറ്റും നടന്നു. വെറുതെ മൂളിപ്പാട്ടുപാടി. എന്റെ പാട്ടുകേട്ടതുകൊണ്ടായിരിക്കാം പകുതി അടഞ്ഞുകിടന്ന ജനാല വഴി ഒരു പൂച്ച പുറത്തേക്കുചാടി. രണ്ടു തവണ എന്നെ തിരിഞ്ഞുനോക്കിയശേഷം അത് മൺകയ്യാലയിൽ പോയി ഇരുപ്പുറപ്പിച്ചു. അതവിടെ ഇരുന്ന് കാരണമില്ലാതെ കരഞ്ഞു.

ഞാൻ പൂച്ച ചാടിയ വാതിലിലൂടെ അകത്തേക്കു ശ്രദ്ധിച്ചു. ആദ്യം ഒന്നും കണ്ടില്ല. കുറെപ്പുസ്തകങ്ങൾ അടുക്കിവച്ചിരിക്കുന്നു. ഒരു മേശ,

കസേര, തൊട്ടടുത്ത് ഒരു അയ കെട്ടി നാലഞ്ച് ജോഡി ഷർട്ടും മുണ്ടും അതിൽ തൂക്കിയിട്ടിരിക്കുന്നു. ഇതുമാത്രമെ ഉള്ളു ആ മുറിയുടെ ആഡംബരം. ഇത്ര വലിയ എഴുത്തുകാരനും നേതാവും ആണെന്നൊക്കെപ്പറഞ്ഞിട്ടും വീട്ടിൽ ഒരു റേഡിയോപോലും കാണുന്നില്ല. പൗഡറോ മറ്റ് ഒരുങ്ങാനുള്ള സാമഗ്രികളോ കാണ്മാനില്ല. ഒരു പഴയ ചീർപ്പുമാത്രം മേശമേൽ അനാഥമായി കിടക്കുന്നു. ഭിത്തിയിലൊരിടത്തും ക്ലോക്കും കാണുന്നില്ല.

ഞാൻ ജനാല കുറെക്കൂടി ശക്തിയോടെ വലിച്ചുതുറന്നു. ഈ സമയം കയ്യാലമേൽ ഇരുന്ന പൂച്ച ശബ്ദമുയർത്തി കരഞ്ഞു. ഞാൻ വാതിൽ വലിച്ചുതുറക്കുന്നതിൽ ഈ പൂച്ചയ്ക്കെന്താണിത്ര പ്രശ്നം? പൂച്ച സുരേന്ദ്രന്റെ ആരുമല്ലല്ലോ. ഈ പൂച്ചയെ ഞാൻ മുൻപും പലതവണ വീട്ടുപരിസരത്ത് കണ്ടിട്ടുള്ളതാണ്. അന്നൊക്കെ അത് എന്തെങ്കിലും അവകാശം സ്ഥാപിച്ച് കരഞ്ഞതായി ഓർക്കുന്നില്ല. ഇന്നതല്ല, ഞാൻ തുറന്ന ജനാലയും ആ വീടും തന്റേതെന്ന ഭാവത്തിലാണ് പൂച്ചയുടെ കരച്ചിൽ.

പൂച്ച എന്നെ ആവശ്യമില്ലാതെയാണ് ശ്രദ്ധിക്കുന്നത്. വല്ല വീടിന്റെയും ജനാല വലിച്ചുതുറക്കുന്നതിൽ ഈ പൂച്ചയ്ക്കെന്താണിത്ര അരിശം? പുസ്തകങ്ങൾക്കിടയിൽ മേശമേൽ ഒരു വലിയ ഫൗണ്ടൻ പേന കുത്തിനിർത്തിയിരിക്കുന്നു. ഇതു കൊണ്ടായിരിക്കുമോ സുരേന്ദ്രൻ എഴുതുന്നത്? ആകാൻ വഴിയില്ല. കൈയിൽ ഒതുങ്ങുന്ന ഒരു പേനയല്ല അത്. മറ്റ് പേനകൾ വേറെ കാണുമായിരിക്കും. മറ്റൊന്നും വ്യക്തമല്ല. ഞാൻ ജനാല തിരികെ അടച്ചു. അപ്പോഴും പൂച്ച ഉച്ചത്തിൽ കരഞ്ഞു. എനിക്കതിനോട് ദേഷ്യം തോന്നി. എനിക്കില്ലാത്ത എന്ത് അധികാരമാണ് ഈ പൂച്ചയ്ക്കുള്ളത്? പൂച്ച എന്നെ സംശയത്തോടെ നോക്കി.

വെള്ളം വറ്റിയ തടാകം

സുരേന്ദ്രന് ആരോഗ്യം വീണ്ടുകിട്ടി എന്നൊരു തോന്നൽ ദേവകിക്ക്. കുറെ കാലത്തിനുശേഷം സുരേന്ദ്രൻ നാലാംയാമത്തിൽ ഞെട്ടി ഉണർന്നു. ഉണർന്ന് വെറുതെ കിടക്കുകയല്ല, ചായ കുടിച്ചിട്ട് എഴുതാനുള്ള തയ്യാറെടുപ്പ് സ്വയം നടത്തുകയാണെന്ന് തോന്നി. അമ്മുക്കുട്ടി നല്ല ഉറക്കത്തിലാണ്. ലൈറ്റിട്ടാലും അവൾ ഉണരുകയില്ല.

"തന്നെയെഴുതുമോ, ഞാൻ കൂടണോ?"

സുരേന്ദ്രൻ ആലോചനയിലായതിനാൽ മിണ്ടിയില്ല.

"ഞാൻ കുറേ എഴുതി; ചേട്ടൻ തിരുവനന്തപുരത്ത് വാടകവീട്ടിൽ വന്നതും പിന്നെ നമ്മൾ തമ്മിലുള്ള അടുപ്പം തുടങ്ങുന്നതും ഒക്കെ."

"അതിന് ഞാൻ വാടകവീട്ടിലെങ്ങും താമസിച്ചില്ലല്ലോ."

എന്തോ ഓർത്തുകൊണ്ട് സുരേന്ദ്രൻ പറഞ്ഞത് വെറും തമാശയായിട്ടേ ദേവകിക്ക് തോന്നിയുള്ളു. പക്ഷേ, അത് തമാശയായിരുന്നില്ല.

"അതെന്താ ഇത്ര മറവി?"

"മറന്നിട്ടല്ല. അങ്ങനെ താമസിച്ചിട്ടില്ല."

ദേവകിക്ക് കാര്യം പിടികിട്ടി.

മറവി ഓർമ്മകളെ ആക്രമിച്ചുതുടങ്ങി.

ഇനി എങ്ങനെയാകും എഴുത്ത് എന്ന തോന്നലാണ് ദേവകിയെ കുഴക്കിയത്.

സുരേന്ദ്രൻ വാശിയോടെ പിന്നേയും പറയുകയായിരുന്നു. ഇല്ലാത്ത കാര്യങ്ങൾ ദേവകി എഴുതിച്ചേർക്കുന്നുവെന്നും സുരേന്ദ്രൻ കുറ്റപ്പെടുത്തി. ആത്മകഥയെ ദേവകി സ്വന്തം നിലയ്ക്ക് മാറ്റുകയാണെന്ന സുരേന്ദ്രന്റെ കുറ്റപ്പെടുത്തൽ ദേവകിയെ നോവിച്ചു.

"ഇങ്ങനെയായാൽ എന്നെ അറിയില്ല എന്നുപോലും പിന്നീട് പറയുമായിരിക്കുമല്ലോ?"

ദേവകി ദേഷ്യം മറച്ചുവച്ചില്ല.

“ഇല്ലാത്ത കാര്യങ്ങൾ ആരു പറഞ്ഞാലും എഴുതിയാലും ഞാൻ അംഗീകരിക്കുകയില്ല ദേവകീ...”

“അപ്പോൾ പിന്നെ നിങ്ങൾ ആദ്യം താമസിക്കാൻ വന്നത് വാടകവീട്ടിലല്ല, മറിച്ച് സ്വന്തമായി ഒരു ബംഗ്ലാവും മേടിച്ചുകൊണ്ടാണ് ചേട്ടൻ തിരുവനന്തപുരത്തേക്ക് വന്നത് എന്നെഴുതാം.”

“ബംഗ്ലാവിനൊന്നും എന്നെ മയക്കാൻ പറ്റുകയില്ല, പണ്ടും, ഇന്നും...”

“ആവശ്യത്തിനും അനാവശ്യത്തിനും നിങ്ങളുടെ പെറ്റി ഈഗോ. എന്താ ബംഗ്ലാവുണ്ടാകുന്നത് മോശമാണോ? ബംഗ്ലാവ് തിരിഞ്ഞുകടിക്കുമോ?”

ദേവകിക്ക് നിയന്ത്രണം വിട്ടു.

“നീയൊക്കെ എത്ര കാലം കഴിഞ്ഞാലും മാറില്ല.”

വളയും തളയുമിട്ട്, മുല്ലപ്പൂവും ചൂടി മട്ടുപ്പാവിൽ ഉലാത്തി സമയം കളയുന്നവരുടെ മനസ്സാ ഇപ്പഴും. മേനി പറയും, കാരുണ്യം, പാവപ്പെട്ടവരുടെ ഹൃദയം, ഒരു നേരത്തെ ആഹാരം... എന്നൊക്കെ. തട്ടിപ്പ്. നന്നാവുമെന്ന് കരുതിയത് എന്റെ പിഴ.”

സുരേന്ദ്രനും വിട്ടുകൊടുക്കാൻ തയ്യാറായില്ല.

“കൂടുതലൊന്നും പറേപ്പിക്കേണ്ട. ബംഗ്ലാവ്... വാടക കൊടുക്കേണ്ട ദിവസം അടുക്കളയിൽ ഒളിക്കേണ്ടവളാണ് ഞാനെന്ന നല്ല ബോധമുണ്ടെനിക്ക് നിങ്ങളോടൊപ്പം കൂടിയതുമുതൽ. വളയും തളയും പോലും... എല്ലാം പണയപ്പെടുത്തിയ നിങ്ങൾക്കത് പറയാൻ അവകാശമില്ല. സഹിച്ചു ജീവിക്കുകയാണ്. ക്ഷമയ്ക്കൊരു പരിധിയുണ്ടെന്ന് മറക്കരുത്.”

ദേവകി എഴുന്നേറ്റുപോകാൻ തുടങ്ങിയപ്പോൾ അമ്മുക്കുട്ടി ഉണർന്നിരുന്നു. ആദ്യം അവൾ വിചാരിച്ചത് അച്ഛൻ പറയുന്നത് അമ്മ കേട്ടെഴുതുന്നുവെന്നായിരുന്നു. കാര്യങ്ങൾ പിടികിട്ടിയതോടെ അവൾ ഭയന്ന് കരയാൻ തുടങ്ങി.

ഉച്ചത്തിൽ പറഞ്ഞതുകൊണ്ട് സുരേന്ദ്രൻ കിതച്ചു. രണ്ടു മൂന്നു തവണ ചുമച്ചു. എന്നിട്ടും വശമില്ലാത്ത കൈ കൊണ്ട് സിഗരറ്റു കത്തിച്ചു.

“നീ നില്ക്ക് കേട്ടിട്ട് പോ. മഹാരാജാവിന്റെ കാര്യക്കാരനാണെന്നും പറഞ്ഞല്ല തിരുവനന്തപുരത്ത് വന്നത്. പണിയെടുത്തും പരിശ്രമിച്ചും പാകപ്പെട്ട മനസ്സുമായിട്ടാ. നിന്നോടെന്തേലും മറച്ചുവച്ചോ ഇതുവരെ? ഒരു കാര്യമൊഴിച്ച്. അതു ശിവശങ്കരനെക്കൊണ്ട് നിന്നെ അറിയിച്ചതും ഞാനാ; നേരിട്ടു പറയാൻ ജാള്യമുണ്ടായിരുന്നു. ഇപ്പം നീ കണക്കുപറഞ്ഞ സ്ഥിതിക്ക് എന്റേം ചെല കണക്ക് കേൾക്ക്...”

അമ്മുവിനെ ചേർത്തുപിടിച്ച് ദേവകി ചോദിച്ചു.

“പറ, മുഴുവൻ പറ. എല്ലാ കണക്കുകളും കേൾക്കട്ടെ. കള്ളക്കണക്കുണ്ടെങ്കിൽ അതും പറ. ഓരോന്നിനും മറുപടി ഞാൻ തരു.”

“ലാഭമോ നഷ്ടമോ എന്നു ഞാൻ പറയുന്നില്ല. നിന്നോടൊപ്പമുള്ള

ജീവിതംകൊണ്ട് ഞാൻ എന്റെ വിശ്വാസങ്ങളോടാണ് കണക്ക് ചോദിച്ചത്. കല ജീവിതത്തിനുവേണ്ടി എന്നു പറഞ്ഞും പഠിപ്പിച്ചും നടന്നവൻ കല കലയ്ക്കുവേണ്ടി മാത്രമെന്നെ വരട്ടു പ്രമാണത്തിൽ എത്തിയില്ലേ? പ്രണയവും കാമവുമല്ലേ എന്നെ അവിടേക്കെത്തിച്ചത്. അദ്ധ്വാനവും വിശ്വാസവുമല്ലല്ലോ. ഇപ്പഴോ, കലയുമില്ല കലഹവുമില്ല. പല്ലും നഖവും കൊഴിഞ്ഞവർ നക്കിത്തുടയ്ക്കുന്ന ഓർമ്മക്കുറിപ്പിൽ പറ്റിപ്പിടിച്ച് കാലം കഴിക്കുന്നു."

"ഞാൻ കാരണമാണോ സ്വാതന്ത്ര്യം കിട്ടും മുൻപ് നിങ്ങൾ മദ്ധ്യവയസ്കനായത്? പെണ്ണിന്റെ ചൂടിൽ, ഉറച്ച കമ്യൂണിസ്റ്റിന്റെ കലഹം തണുക്കുമോ? അങ്ങനെ സംഭവിച്ചുവെങ്കിൽ നിങ്ങൾ യഥാർത്ഥ കമ്യൂണിസ്റ്റല്ലായിരുന്നുവെന്നർത്ഥം. പല്ലും നഖവും കൊഴിഞ്ഞെങ്കിൽ ദൈവത്തോടു പറയണം പരാതി."

സുരേന്ദ്രൻ എഴുന്നേറ്റ് ഭിത്തിയിൽ ചാരിനിന്നു. മുണ്ടഴിച്ച് മുറുക്കി ഉടുത്തു.

അച്ഛന്റേയും അമ്മയുടേയും ഭാഷ പിടികിട്ടാത്തതുകൊണ്ടാകാം അമ്മുക്കുട്ടി അടുക്കളയിലേക്ക് പോയി.

സുരേന്ദ്രനെ ഇപ്പോൾ ആർക്കും വേണ്ടെന്ന് ചുരുക്കം. വിപ്ലവത്തിന്റെ ഉശിര് കളഞ്ഞതുകൊണ്ട് പാർട്ടിക്കാർ വെറുത്തു. പല്ലും നഖവും പോയതുകൊണ്ട് കെട്ടിയവൾ തഴഞ്ഞു. പണമില്ലാത്ത പിണമായതുകൊണ്ട് നാട്ടുകാർക്ക് മടുത്തു. എഴുതേണ്ട സമയം പാഴാക്കി നാട്ടുകാരുടെ പ്രശ്നം തീർക്കാൻ നടന്നതുകൊണ്ട് വായനക്കാർ അകന്നു...

ഒന്നാലോചിച്ച് സുരേന്ദ്രൻ സ്വീകരണ മുറിയിലേക്ക് നടന്നു. വേച്ചു വേച്ചു നടന്നു. മേശമേൽ എന്തോ പരതി. കഠാര എടുത്തു.

"ഇനി ഉള്ളത് ഇതുമാത്രം. എവിടെ കളഞ്ഞിട്ടും കൂടെപ്പോന്നു. കൂട്ടിനിതുണ്ട്, മതി. ദേവകീ പല്ലും നഖവും പോയിക്കാണും, പകരം കഠാരയുണ്ട്; ഇതു മതി."

ദേവകിക്ക് ആധി തോന്നി. വല്ല അനർത്ഥവും ചെയ്യുമോ. അവർ ഓടിച്ചെന്ന് കഠാര വിടുവിച്ച് മേശമേൽ വച്ചു.

"കലയേക്കാൾ ശ്രേഷ്ഠം ജീവിതം എന്ന പ്രമാണത്തിലാണിന്ന്. നീ കാരണമല്ല, എന്റെ കൊച്ചു കാരണം. അവടെ സ്നേഹവും സാമീപ്യവും കാരണം. എഴുത്തിനേക്കാൾ എനിക്ക് പ്രിയം അമ്മുവാണ്. ഇനി ഇങ്ങനെ പറയും. കലയേക്കാൾ ശ്രേഷ്ഠമാകണം ജീവിതമെങ്കിൽ കൈയിൽ കഠാര വേണം."

ദേവകി നിയന്ത്രണം വിട്ടു കരഞ്ഞു. ഇങ്ങനെയൊന്നും പറയണമെന്നുണ്ടായിരുന്നില്ല. സംഭവിച്ചുപോയി. പറഞ്ഞത് തിരികെ എടുക്കാനുമാവില്ല. യഥാർത്ഥത്തിൽ ഓർമ്മക്കുറവുകൊണ്ട് സുരേന്ദ്രൻ തർക്കിച്ചതാണ് കാരണം. അതു സഹിക്കാമായിരുന്നു. നേർബുദ്ധിക്ക് പറയുന്നതാണെന്ന് തെറ്റിദ്ധരിച്ചുപോയി.

നേരം പുലരാൻ തുടങ്ങി. സുരേന്ദ്രൻ കിടക്കുന്നു. ഒന്നും കൂടുതൽ

പറയാൻ തോന്നിയില്ല ദേവകിക്ക്. അമ്മുക്കുട്ടിയെ സ്കൂളിലയച്ചിട്ടാകാം ബാക്കിയെന്നോർത്ത് അടുക്കളയിലേക്ക് പോയി ദേവകി.

സുരേന്ദ്രന്റെ വീട്ടിൽ പിന്നീട് ശബ്ദമൊന്നും കേട്ടില്ല. ഏറക്കുറെ അയാൾ കട്ടിലിൽ കഴിച്ചു. ദേവകിക്കും വേറെ പണിയൊന്നുമുണ്ടായില്ല. എന്തെങ്കിലും എഴുതാമെന്നു വിചാരിച്ചു. അതും ശരിയാകുന്നില്ല. ഉച്ച കഴിഞ്ഞപ്പോൾ എന്തെങ്കിലും എഴുതാമെന്നായി. അമ്മുക്കുട്ടി വരാൻ ഇനിയും മൂന്ന് നാല് മണിക്കൂറുണ്ട്.

ദേവകി ഓർക്കുവാൻ തുടങ്ങി. ദേഷ്യം വരുമ്പോൾ സുരേന്ദ്രൻ വിളിച്ചുപറയുന്ന കാര്യങ്ങളിൽനിന്നാണ് യഥാർത്ഥ സുരേന്ദ്രനെ കണ്ടെത്താൻ കഴിയുക. സൗമ്യനായ സുരേന്ദ്രൻ യഥാർത്ഥ സുരേന്ദ്രന്റെ നിഴൽ മാത്രമാണ്. എഴുത്തുകാരനായ സുരേന്ദ്രനല്ല അത്. ഗൃഹസ്ഥനായ സുരേന്ദ്രൻ മാത്രമാണത്. ഗൃഹസ്ഥനായ സുരേന്ദ്രനിൽ നിന്നല്ല യഥാർത്ഥ ആത്മകഥ രൂപംകൊള്ളുന്നത്. ഗൃഹസ്ഥനായ സുരേന്ദ്രന് തന്റെ സ്വകാര്യജീവിതം അടുക്കിപ്പറയുവാൻ കഴിയുമായിരുന്നില്ല. ജീവചരിത്രത്തിൽ വേണ്ടത് അടുക്കിപ്പറയുന്ന സംഭവങ്ങൾ മാത്രമായിരിക്കരുതെന്ന് സുരേന്ദ്രനും നിർബ്ബന്ധമുണ്ട്.

അമ്മയേയും അച്ഛനേയും ഉപേക്ഷിച്ചിട്ടാണ് ഞാൻ സുരേന്ദ്രനൊപ്പം വീടുവിട്ടത്. അക്കാലത്ത് സുരേന്ദ്രൻ തന്റേടിയായ പുരുഷനായിരുന്നു. പ്രായം വളരെ കൂടുതലുണ്ടായിട്ടും അദ്ദേഹത്തിന്റെ തന്റേടവും പൗരുഷവുമാണ് എന്നെ ആകർഷിച്ചത്. സുരേന്ദ്രൻ ഇടപെടുന്ന കാര്യങ്ങളിൽ അതീവശ്രദ്ധയും സത്യസന്ധതയും പുലർത്തിയിരുന്നു. സ്വാർത്ഥത ലവലേശം തൊട്ടുതീണ്ടിയിരുന്നില്ല. എന്തടാ എന്നു ചോദിച്ചാൽ ആരോടും ഏതെടാ എന്ന് തിരിച്ചു ചോദിക്കുന്ന പ്രകൃതമായിരുന്നു അക്കാലത്ത്.

സുരേന്ദ്രന്റെ വിശ്വാസങ്ങളിലുണ്ടായ പരിണാമത്തിന് ഞാൻ ഉത്തരവാദിയല്ല. പുരുഷന്റെ ഉന്മാദങ്ങൾക്കും വിശ്വാസക്കേടുകൾക്കും കലഹങ്ങൾക്കും ഒരു സ്ത്രീക്ക് എങ്ങനെ ഉത്തരവാദിത്വം വഹിക്കാൻ കഴിയുമെന്നാണ്? യഥാർത്ഥത്തിൽ സുരേന്ദ്രന്റെ വിശ്വാസപ്രമാണങ്ങളിൽ വന്ന മാറ്റത്തിന് അദ്ദേഹം തന്നെയല്ലേ ഉത്തരവാദി?

കലാപ്രവർത്തനംകൊണ്ട് അധഃസ്ഥിതന്റേയും അദ്ധ്വാനിക്കുന്നവന്റേയും ജീവിതത്തെ മാറ്റിമറിക്കാം, അവരെ നേർവഴി നയിച്ച് സ്ഥിതിസമത്വത്തിന്റെ പാതകളിലേക്കെത്തിക്കാമെന്നൊക്കെയുള്ള സുരേന്ദ്രന്റെ ധാരണയും വിശ്വാസവും തകർന്നതിനു കാരണം തന്റെ വിശ്വാസപ്രമാണത്തിനു സംഭവിച്ച ദൗർബല്യം തന്നെയല്ലേ? മറ്റു മനുഷ്യർക്ക് ഇക്കാര്യത്തിൽ പങ്കൊന്നുമില്ല.

ദേവകിയുടെ ഓർമ്മകൾക്ക് പിശകൊന്നുമില്ല. പക്ഷേ, സുരേന്ദ്രനെ സംബന്ധിക്കുന്ന മുഴുവൻ കാര്യങ്ങളും ദേവകിക്ക് എങ്ങനെ ഓർത്തെടുക്കുവാൻ സാധിക്കും? നേരത്തെ ദേഷ്യം വന്നപ്പോൾ ദേവകി തന്നെ പറഞ്ഞുവല്ലോ രാജ്യത്തിന് സ്വാതന്ത്ര്യം ലഭിച്ച കാലമായപ്പോഴേക്കും

സുരേന്ദ്രൻ മദ്ധ്യവയസ്കനായെന്നും അതിന് ഞാൻ എന്തു പിഴച്ചുവെന്നായിരുന്നുവല്ലോ ചോദ്യം. ദേവകിക്ക് ഓർത്തെടുക്കുവാനോ കണ്ടെത്തുവാനോ കഴിയാത്തതും സുരേന്ദ്രന്റെ ഓർമ്മയിൽനിന്ന് അപ്രത്യക്ഷമാവുകയും ചെയ്ത നിരവധി ജീവിത മുഹൂർത്തങ്ങളുണ്ട്. ഈ രണ്ടു പേരിലൂടെയല്ലാതെ അത് എങ്ങനെ വെളിവാകപ്പെടും.

വയസ്സു കൂടിയാൽ പിന്നെ എന്തു കാമവികാരം?
വെള്ളം വറ്റിതീർന്നാൽ പിന്നെ എന്തു തടാകം?
ധനം തീർന്നാല്പിന്നെ എന്തു ബന്ധുജനം?
തത്ത്വമറിഞ്ഞാല്പിന്നെ എന്തു സംസാരം?

മിക്കപ്പോഴും സുരേന്ദ്രൻ ആത്മഗതമെന്നോണം പറയാറുണ്ട്. ശ്രീശങ്കരാചാര്യരുടെ നിരീക്ഷണം. പ്രപഞ്ചത്തെക്കുറിച്ചുള്ള ജ്ഞാനകല്പനകളിലൊന്നാണിതെന്ന് സുരേന്ദ്രൻ പറയുക പതിവാണ്. ഒരുപക്ഷേ, സുരേന്ദ്രന്റെ ജീവിതാവസ്ഥയെ ഇത്രയും ഫലപ്രദവും കൃത്യവുമായി സംവേദിപ്പിക്കുന്ന മറ്റൊരു വാക്യശകലം ഉണ്ടാകില്ല. വയസ്സുകൂടിയ, ധനം തീർന്ന താൻ, വെള്ളം വറ്റിത്തീർന്ന തടാകം പോലെയാണെന്നും സംസാരത്തിന്റെ തത്ത്വമറിയുവാനാണ് ശ്രമിക്കുന്നതെന്നുമാണ് സുരേന്ദ്രൻ ഉദ്ദേശിച്ചിട്ടുള്ളതെന്നു തോന്നുന്നു.

സുരേന്ദ്രൻ ജയിലിൽ കിടന്നു. വാർഡനെ വെട്ടിക്കൊന്ന കേസിൽ ജീവപര്യന്തം തടവായിരുന്നു ശിക്ഷ. എന്നാൽ സ്വാതന്ത്ര്യ പ്രഖ്യാപനത്തിനുശേഷം ശിക്ഷയിൽ ഇളവുകിട്ടി. സുരേന്ദ്രന് മോചനമായി. സുഗതനും മാധവനും സുമതിയുമൊന്നും ജീവിച്ചിരിപ്പില്ല. ശിക്ഷ കഴിഞ്ഞു പുറത്തിറങ്ങിയ സുരേന്ദ്രന്റെ ജീവിതം യഥാർത്ഥത്തിൽ മറ്റൊരു വിധത്തിൽ ശിക്ഷിക്കപ്പെട്ട നിലയിലായിത്തീർന്നു.

...ലോകം മാറിയിരിക്കുന്നതുപോലെ.

പാർട്ടി പ്രവർത്തകരിൽ പലരും പല ദിക്കിലായിരിക്കുന്നു. പുറത്തു വന്നപ്പോൾ ആത്മാർത്ഥ സ്നേഹിതരാരും ഇല്ലാത്തതുപോലെ. പ്രത്യേകിച്ചൊന്നും ചെയ്യുവാനില്ലാത്തതുപോലെ.

കമ്പനികൾ അതേപോലെ; അതിന്റെ പടിക്കൽ സമരമൊന്നും കണ്ടില്ല. ദേശീയപതാക ഉയർത്തിക്കെട്ടിയിരിക്കുന്നു. പലേടങ്ങളിലും, അത് കോൺഗ്രസിന്റെ കൊടിയാണെന്ന് വിചാരിച്ച് അല്പം ദേഷ്യത്തിലാണ് സുരേന്ദ്രൻ നോക്കിയത്. പട്ടണത്തിന് പ്രത്യേകിച്ച് മാറ്റമൊന്നുമില്ല. തിരഞ്ഞെടുപ്പ് വരാൻ പോകുന്നുവെന്ന് കേട്ടു. രാജഭരണവും ദിവാൻ ഭരണവുമൊക്കെ പഴങ്കഥയാകുവാൻ പോകുന്നു.

ജയിൽ കഴിഞ്ഞിറങ്ങിയ കാലത്തെപ്പറ്റി ദേവകി കൂടുതൽ അറിഞ്ഞത് ശിവശങ്കരനിൽ നിന്നാണ്. പാർട്ടിക്ക് സുരേന്ദ്രന്റെ കേസിനോട് അനുഭാവമുണ്ടായിരുന്നില്ല. എന്നാലും രണ്ട് സഖാക്കൾ അകത്തായ സ്ഥിതിക്ക് പാർട്ടി ഇടപെട്ട് ഒരു വക്കീലിനെ നിയോഗിച്ചിരുന്നു. അത് ശിവശങ്കരനായിരുന്നു. തിരുവനന്തപുരത്തുനിന്നും പ്ലീഡർഷിപ്പ് പരീക്ഷ പാസായിട്ട് പ്രാക്ടീസ് നടത്തിവരികയായിരുന്നു ശിവശങ്കരൻ.

ശിവശങ്കരൻ സാഹിത്യ താല്പര്യമുള്ള യുവാവായിരുന്നു. എഴുതി തുടങ്ങുന്നകാലം. *മംഗളോദയത്തിലോ* മറ്റോ കഥകൾ അച്ചടിച്ചുവന്നിരുന്നു. സുരേന്ദ്രന്റെ തികഞ്ഞ ആരാധകൻ. കേസ് ഏറ്റെടുക്കാൻ കഴിഞ്ഞതിൽ ആ അഭിഭാഷക യുവാവിന് അത്യധികം ആഹ്ലാദമാണുണ്ടായത്.

കേസിന്റെ ആവശ്യാർത്ഥം ശിവശങ്കരൻ ഒന്നുരണ്ടു തവണ തിരുവനന്തപുരത്ത് ജയിലിൽച്ചെന്ന് സുരേന്ദ്രനെ കണ്ട് സംസാരിച്ചിരുന്നു. ശിവശങ്കരൻ എന്ന യുവാവിന്റെ ചെറുകഥകളെപ്പറ്റി സുരേന്ദ്രനും നല്ല മതിപ്പായിരുന്നു. ജയിൽ സന്ദർശനത്തോടെ അവർ കൂടുതൽ അടുത്തു. പിന്നീട് കത്തുകളിലൂടെ ബന്ധം സുദൃഢമായിത്തീർന്നു.

അമ്മുക്കുട്ടിക്ക് നാലോ അഞ്ചോ വയസ്സുള്ളപ്പോൾ മാത്രമാണ് ശിവശങ്കരനിൽനിന്നും ദേവകി മറ്റു ചില രഹസ്യങ്ങൾ അറിഞ്ഞത്. ശിവശങ്കരൻ അക്കാര്യങ്ങൾ യാദൃച്ഛികമായി വെളിപ്പെടുത്തിയതല്ല. മറിച്ച് സുരേന്ദ്രന്റെ നിർദ്ദേശപ്രകാരം വെളിപ്പെടുത്തുകയായിരുന്നു എന്നുവേണം കരുതാൻ. കാരണം ശിവശങ്കരനും സുരേന്ദ്രനും ഇക്കാലമായപ്പോഴേക്കും വളരെ കൂടുതൽ അടുത്തിരുന്നു. വേർപിരിയാൻ കഴിയാത്ത ആത്മബന്ധം രണ്ടുപേരേയും ബന്ധിപ്പിച്ചിരുന്നു.

ശിവശങ്കരൻ വെളുത്ത് നീണ്ടുമെലിഞ്ഞ പ്രകൃതക്കാരനായിരുന്നു. സുരേന്ദ്രന്റെ പ്രകൃതവുമായി സാമ്യമില്ല. പെരുമാറ്റത്തിലും പൊരുത്തം തോന്നുകയില്ല. നിഷ്കളങ്കമായ തമാശകളും പൊട്ടിച്ചിരിയുമാണ് ശിവശങ്കരന്റെ മുഖമുദ്ര. അതീവഗൗരവം കാട്ടും സുരേന്ദ്രൻ. കാർക്കശ്യവും രോഷവുമായിരിക്കും സ്ഥായീഭാവം.

ജയിലിൽ നിന്നിറങ്ങിയ സുരേന്ദ്രൻ നേരെ ശിവശങ്കരന്റെ വീട്ടിൽ ചെന്നു. പുഞ്ചക്കൃഷിയുടെ കാലം. ശിവശങ്കരൻ നെടുമുടി പാടത്ത് കൃഷിപ്പണിയിലായിരുന്നു. കൊച്ചുവള്ളത്തിൽ പണിസാധനങ്ങളും വിത്തുമായി പോയതാണ്. അമ്പലപ്പുഴയിൽ ബസിറങ്ങി അവിടെനിന്നും നടന്നാണ് സുരേന്ദ്രൻ ശിവശങ്കരന്റെ വീടന്വേഷിച്ചെത്തിയത്. തോട്ടുവരമ്പിലൂടെ സുമാർ മൂന്നു മൈൽ നടന്നുവേണം ശിവശങ്കരന്റെ വീട്ടിലെത്താൻ. പോകുന്ന വഴിക്ക് ആളനക്കം കുറഞ്ഞുകണ്ടു. ഒരു കർഷക തൊഴിലാളി വെള്ളത്തിൽനിന്ന് തോണിയിലേക്ക് ചെളി വാരി നിറയ്ക്കുന്നു. കൊറ്റികൾ, ആരോ പറഞ്ഞതിൻ പ്രകാരം കൂട്ടുകൂടി പിന്നെ പറന്നു പോകുന്നു. തെങ്ങിൻ തലപ്പുകൾക്ക് കറുപ്പെന്നു തോന്നുന്ന പച്ചനിറം. പുഞ്ചകൃഷിക്കുള്ള തയ്യാറെടുപ്പിലാണ് വയൽപ്രദേശങ്ങൾ. നടവരമ്പിലൂടെ ബീഡിയും വലിച്ച് ശിവശങ്കരന്റെ വീടുനോക്കി സുരേന്ദ്രൻ നടന്നു.

ശിവശങ്കരനെ തേടിയിറങ്ങുംമുൻപ് മറ്റൊരു മുഖം കൂടി സുരേന്ദ്രന്റെ മനസ്സിൽ തെളിയുകയുണ്ടായി. അത് മുൻപ് പാർട്ടി സെക്രട്ടറിയായിരുന്ന കെ വി പൗലോസിന്റേതായിരുന്നു. സുരേന്ദ്രൻ ജയിലിൽ പോകുമ്പോൾ കെ വി പൗലോസ് നേതൃനിരയിലുണ്ടായിരുന്നു. അഞ്ചുവർഷം കഴിഞ്ഞ് പുറത്തുവരുമ്പോൾ പൗലോസ് നേതൃത്വത്തിൽ ഇല്ലേ ഇല്ല. എന്തു മറിമായം? പാർട്ടിയിൽ ആദ്യത്തേയും അവസാനത്തേയുമായിരുന്ന ആൾ

ഒരുകാലത്ത് പൗലോസായിരുന്നു. തരംതാഴ്ത്തലിനെത്തുടർന്ന് പൗലോസ് മൗനിയാണെന്ന് പറഞ്ഞറിഞ്ഞു. ചെന്നുകാണുമ്പോൾ എങ്ങനെ പ്രതികരിക്കുമെന്നോ, എങ്ങനെ പ്രതികരിക്കണമെന്നോ നിശ്ച യമില്ല. അതുകൊണ്ട് പൗലോസിനെ ആദ്യം കാണേണ്ടതില്ലെന്ന് സുരേന്ദ്രൻ തീരുമാനിക്കുകയായിരുന്നു.

വാർഡനെ കൊന്നത് പാർട്ടി നിയോഗപ്രകാരമല്ലെന്നും രണ്ട് സഖാക്കളുടെ വ്യക്തിപരമായ പ്രശ്നമാണെന്നും അക്കാലത്ത് വിലയിരുത്തലുണ്ടായി. എന്നാൽ അത്തരം വിലയിരുത്തലുകൾ പൗലോസ് തള്ളിക്കളയുകയാണ് ചെയ്തത്. മർദ്ദക ഭരണകൂടത്തിന്റെ പ്രതിനിധിതന്നെയാണ് ഒരു ജയിൽവാർഡൻ. അവൻ നമ്മുടെ ഒരു സഖാവിന്റെ ഭാര്യയാകേണ്ടവളെയാണ് തട്ടിയെടുത്തത്. ആ സ്ഥിതിക്ക്, രണ്ടു കാരണങ്ങളാൽ സുരേന്ദ്രനും സുഗതനും നടത്തിയ കൃത്യം ന്യായീകരിക്കാതിരിക്കാനാവില്ല.

പൗലോസ് കർക്കശസ്വരത്തിൽ പറഞ്ഞിരുന്നതായി സുരേന്ദ്രൻ കേട്ടിട്ടുണ്ട്. പൗലോസ് പൊതുവെ കർക്കശക്കാരനാണ്. എന്നാൽ ആ കാർക്കശ്യം പാർട്ടി അച്ചടക്കം അനുശാസിക്കുന്നത് തന്നെയാണ്. പൗലോസിന്റെ ഈ നിലപാടിനെ തുടർന്നാണ് ശിവശങ്കരൻ വക്കീലായി നിയോഗിക്കപ്പെട്ടത്. ആറു വർഷവും മൂന്നു മാസവുമായിരുന്നു ശിക്ഷ; പട്ടം മന്ത്രിസഭ അധികാരത്തിൽ വന്നതോടെ മോചനമൊതുങ്ങി.

ശിവശങ്കരന്റെ വീടു കണ്ടെത്താൻ പ്രയാസമുണ്ടായില്ല. ചോദിക്കേണ്ട താമസം ആരും ഇറങ്ങിവന്നു പറയും.

'തെക്കോട്ട് ഒരു നാഴിക ദൂരെപോയാൽ ഒരു ഇടത്തോടുണ്ട്; വെള്ളം കേറി കെടക്കുവാന്നു തോന്നുന്നു. കെഴക്കൻ മലവെള്ളത്തിന്റെ നെല കൂടുതലാ ഇന്നലെത്തൊട്ട്.'

സുരേന്ദ്രൻ അത്ഭുതപ്പെട്ടു. ശിവശങ്കരന് ഇത്ര പ്രശസ്തീം ജന പ്രീതീം ഉണ്ടെന്ന് ഇപ്പോഴാണ് മനസ്സിലാകുന്നത്. കഴിഞ്ഞ അഞ്ചുവർഷത്തിനിടയിലാണ് ശിവശങ്കരന്റെ വളർച്ച. നോവലുകളും കഥാസമാഹാരങ്ങളും പുറത്തിറങ്ങിയിട്ടുണ്ട്. ശിവശങ്കരൻ അല്ലേലും കൃത്യനിഷ്ഠക്കാരനാ. പ്രത്യേകിച്ചും എഴുത്തിന്റെ കാര്യത്തിൽ. ശിവശങ്കരനേക്കാൾ പത്തുകൊല്ലം മുമ്പേ എഴുത്തിൽ പേരെടുത്ത തന്റെ എത്ര കൃതികളുടെ പേര് സാമാന്യക്കാർക്കറിയാം എന്നാലോചിച്ചു സുരേന്ദ്രൻ. ജയിലിൽ കിടന്നെഴുതിയ *തടവറയുടെ സന്താനങ്ങൾ* കാലികപ്രസക്തികൊണ്ടും ജയിൽപുള്ളി രചയിതാവാകുന്നതു കൊണ്ടും കുറെ ശ്രദ്ധിക്കപ്പെട്ടു എന്നതു ശരിയാണ്. അല്ലാതെ എഴുത്തുകാരൻ എന്ന നിലയ്ക്ക് തന്റെ നില ശിവശങ്കരന്റേതിനേക്കാൾ താഴെയാണെന്നതിൽ തർക്കമൊന്നുമില്ല.

ശിവശങ്കരൻ നേടിയ യശസ്സിൽ സുരേന്ദ്രന് അസൂയയല്ല വിഷമമാണ് തോന്നിയത്. ഒന്നാമത് ശിവശങ്കരന് പൂർണ്ണസമയ രാഷ്ട്രീയമില്ല. മറ്റൊന്ന് വീട്ടിൽ കഴിഞ്ഞുകൂടാനുള്ള ആസ്തിയുണ്ട്. തൊഴിൽപരമായും ഭേദപ്പെട്ട നിലയിലാണ്.

താനോ...?

സ്വന്തമായി സമയമില്ല. രാഷ്ട്രീയവും തർക്കവും കമ്മിറ്റിയും കഴിഞ്ഞ് നേരം കിട്ടുകയില്ല. അതുംപോരാഞ്ഞ്, സ്വന്തമായി ഒരു കൂര യില്ല. ലോഡ്ജ് ജീവിതം തീർത്ത് ഇടക്കാലത്ത് ഒരു ചെറിയ വീട്ടിൽ വാടകയ്ക്കു തുടങ്ങിയിരുന്നു. അതും ആപത്തിൽ കലാശിച്ചു. നാലു വർഷം മാത്രമെ ആ വാടകവീട്ടിൽ പാർത്തുള്ളു. ആ ദുരന്തം വഴിയാലെ പറയാം എന്ന് സുരേന്ദ്രൻ വിചാരിച്ചു.

പൊതുപ്രവർത്തകന് ഏകാന്തത വേണ്ടെങ്കിൽ എഴുത്തുകാരന് വേണ്ടത് അതുമാത്രമാണ്. കഠാരയ്ക്കൊപ്പമുള്ള രണ്ടാം സ്ഥാനത്താണ് സുരേന്ദ്രൻ എന്ന എഴുത്തുകാരന്റെ ജീവിതത്തിൽ തൂലികയുടെ സ്ഥാനം. ശിവശങ്കരൻ മേശമേൽ തൂലികയല്ലാതെ മറ്റൊന്നും സൂക്ഷിക്കുന്ന ആളല്ല; അക്കാര്യത്തിൽ തീർച്ചയുണ്ട്.

ശിവശങ്കരനെ കണ്ട് ജയിൽ മോചിതനായ കാര്യം വിശദീകരിക്ക ണം, അത്യാവശ്യത്തിന് കുറച്ച് രൂപ കടം ചോദിക്കണം. പിന്നെ തിരക്കി പ്പിടിച്ച് കെ വി പൗലോസിനെ പോയി കാണുകയും വേണം. സുരേന്ദ്രൻ ഇത്രമാത്രമാണ് ചിന്തിച്ചത്. പിന്നെ മറ്റൊരിടത്തേക്കും പോകേണ്ട കാര്യ മില്ല. പോകാൻ ഇടവുമില്ല.

പഴയ സഖാക്കളിൽ എത്രപേർ ജീവനോടെയുണ്ടെന്ന് സുരേന്ദ്രൻ ഓർത്തു. ആരുടെയും മുഖം ഓർമ്മയിൽ വരുന്നില്ല. പുന്നപ്രയിലേയും വയലാറിലേയും വെടിവയ്പിൽ ആരൊക്കെ ചത്തു. ആരൊക്കെ ജീവി ച്ചിരിക്കുന്നുണ്ടാകും. വാർഡനെ കൊന്ന കേസ് ഉണ്ടായില്ലായി രുന്നുവെങ്കിൽ വെടിവയ്പ് സംഭവത്തിൽ താനും സുഗതനും ഉൾപ്പെടു മായിരുന്നുവല്ലോ എന്നും സുരേന്ദ്രൻ വിചാരിച്ചു.

വെടിവയ്പിനും ഒരുവർഷം മുൻപേ ജയിലിൽ പോകേണ്ടിവന്നുവെ ന്നത് നിയോഗമായിരിക്കാം. പുന്നപ്രയിൽ വെടിയേറ്റു മരിച്ചവരിൽ പല രുടേയും പേരുകൾ ഉയർന്നു കേൾക്കാം. ചിലർ സുരേന്ദ്രനുമായി അടു പ്പമുള്ളവരായിരുന്നു.

സി കെ മാധവൻ, വടക്കേറ്റത്ത്വെളി, പുന്നപ്ര കയർ ഫാക്ടറി തൊഴിലാളി, കെ കെ പത്മനാഭൻ ആയിരം തൈവളപ്പ്, പുന്നപ്ര, കയർ ഫാക്ടറി തൊഴിലാളി, കെ എസ് കൃഷ്ണൻ, തൈപ്പറമ്പിൽ ബീച്ച് വാർഡ് തുറമുഖ തൊഴിലാളി.....

സുരേന്ദ്രൻ കേട്ട വിവരമാണ്. പുന്നപ്രയിൽ മാത്രം എത്രപേർ മരി ച്ചുവെന്ന് വ്യക്തമല്ല. അൻപതിൽ അധികംപേർ വെടിവയ്പിൽ കൊല്ല പ്പെട്ടുവെന്നാണ് കേട്ടത്. നൂറോളംപേർക്ക് ഗുരുതരമായ പരിക്കും പറ്റി. സബ് ഇൻസ്പെക്ടർ വേലായുധൻ നാടാരുടെ തല വെട്ടിയ കാര്യം ജയിലിൽവച്ചുതന്നെ സുരേന്ദ്രന് അറിവുണ്ടായിരുന്നു.

ശിവശങ്കരന്റെ വീടു കണ്ടു. വീട്ടുപടിക്കൽ രണ്ട് ചുണ്ടൻവള്ളങ്ങൾ കുറ്റിയിൽ കെട്ടിയിട്ടിരിക്കുന്നു. മുറ്റത്ത് നെല്ലും പൊലിയും ചാക്കിൽ കെട്ടി വച്ചിരിക്കുന്നു.

പടിഞ്ഞാറുവശത്തെ തൊഴുത്തിൻ മുകളിൽ കുമ്പളം പടർന്ന് കായ്ച്ചു കിടക്കുന്നു.

'ശിവശങ്കരനുണ്ടോ...?'

ശബ്ദമുയർത്തി സുരേന്ദ്രൻ വിളിച്ചുചോദിച്ചു.

ആളിനു മുൻപേ ശബ്ദം വന്നു.

'നെടുമുടിക്ക് പോയേക്കുവാ...'

ആൾ ഇറങ്ങിവന്നു.

വെളുത്തു മെലിഞ്ഞ ചുരുണ്ട മുടിക്കാരിയായ യുവതി. ശിവശങ്കരന്റെ ഭാര്യയാവും.

സുരേന്ദ്രൻ സ്വയം പരിചയപ്പെടുത്തി.

അവർ ധാരാളം കേട്ടിട്ടുണ്ട്.

പെട്ടെന്ന് അകത്തുപോയി സംഭാരം കൊണ്ടുവന്നു. നല്ല ക്ഷീണമുണ്ടായിരുന്നതുകൊണ്ട് ഒറ്റവലിക്ക് സുരേന്ദ്രനത് തീർത്തു.

'വരാൻ സന്ധ്യയാവും.'

അവർ പറഞ്ഞു.

'ഞാൻ പുറത്തിരുന്നോളാം.'

സുരേന്ദ്രൻ പുറത്തേക്കിറങ്ങി വയൽവരമ്പിലെ തെങ്ങിൻചോട്ടിലിരുന്നു. നല്ല കാറ്റുവീശി. അറിയാതെ കണ്ണുകൾ അടഞ്ഞു.

കരയുവാനുള്ള രാത്രികൾ

വെയിൽ താണിട്ടും ശിവശങ്കരനെക്കുറിച്ച് വിവരമൊന്നുമില്ല. ഏഴെട്ടുവള്ളങ്ങൾ അതുവഴി കടന്നുപോയി. ഒന്നുരണ്ടെണ്ണത്തിൽ കുട്ടയും കുടവുമൊക്കെയായി വീടുവിട്ട് വീടുമാറിപ്പോകുന്ന കുടുംബങ്ങളായിരുന്നു. അവരുടെ വീട്ടുസാധനങ്ങളും പൂച്ചയും പട്ടിയും ഉൾപ്പെടെ എല്ലാം വള്ളത്തിലുണ്ടായിരുന്നു. ഇവിടംവിട്ട് മറ്റെവിടേക്കെങ്കിലും അഭയം തേടിപ്പോകുകയായിരിക്കും. കൂടുവിട്ട് കൂടുമാറുന്ന പക്ഷികളെപ്പോലെയാണ് മനുഷ്യർ എന്നോർത്ത് സുരേന്ദ്രൻ വയൽവരമ്പിൽ കണ്ണുംനട്ടിരുന്നു. വിശപ്പും ദാഹവും സഹിക്കുവാൻ വയ്യ. കൊഴിഞ്ഞുകിടന്ന ഒരു വാട്ടത്തേങ്ങ പൊട്ടിച്ച് കുടിച്ചു. ചമർപ്പുണ്ട് വെള്ളത്തിന്; വാടി കൊഴിഞ്ഞതാവും. സന്ധ്യയോടെ ശിവശങ്കരനെ കാണാൻ കഴിയാതെ സുരേന്ദ്രൻ തിരികെ നടന്നു.

മണ്ണെണ്ണവിളക്കുകളുടെയും റാന്തലുകളുടെ ഒരു തിരിവെട്ടത്തിൽ പലേടത്തുനിന്നും 'രാമ രാമ' കേൾക്കാം.

കാലികൾ അമറുന്നു.

തവളകൾ കരയുന്നു.

സന്ധ്യ മയങ്ങിയതേയുള്ളുവെങ്കിലും രാത്രി വൈകിയതിന്റെ പ്രതീതി. കൈയിൽ കാശില്ല. വിശപ്പുകാരണം നടുവ് വളയുന്നു. എന്നിട്ടും സുരേന്ദ്രൻ പരമാവധി ധൈര്യം വരുത്തി, ആരോഗ്യമുണ്ടെന്ന് സ്വയം ബോദ്ധ്യപ്പെടുത്തി നടന്നു.

തെങ്ങിൻ പുരയിടവും നടവരമ്പും കരുമാടി ഭാഗത്തുവച്ച് മറ്റൊരു നടവരമ്പിലേക്ക് കയറാൻ പാകത്തിൽ മുറിഞ്ഞു കാണപ്പെടുന്നുണ്ട്. സുരേന്ദ്രൻ നടവരമ്പ് മാറി കയറുകയായിരുന്നു.

'നില്ക്കടാ അവിടെ.'

സുരേന്ദ്രൻ അറിയാതെ നിന്നു.

ആളെ കാണുന്നില്ല. ശബ്ദം മാത്രമെ ഉള്ളു. രണ്ടു മൂന്ന് ബീഡിക്കുറ്റികൾ മിന്നാമിനുങ്ങുകൾ പോലെ തിളങ്ങുന്നു.

'ആരടാ അത്?'

സുരേന്ദ്രൻ കുനിഞ്ഞ് ഒരു കല്ലെടുത്ത് ശബ്ദമുയർത്തി. പെട്ടെന്ന് അടുത്തേക്കൊരാൾ നീങ്ങിവന്നു.

സുരേന്ദ്രൻ കല്ല് മുറുകെ പിടിച്ചു. ആക്രമണം ഉണ്ടായാൽ തിരിച്ചു കൊടുക്കുക തന്നെ, ധൈര്യം സംഭരിച്ചു നിന്നു.

'ഇത് ഞാനാ

മനസ്സിലായോ?'

കേട്ടു പരിചയമുള്ള ശബ്ദം.

സുരേന്ദ്രൻ വാ പിളർന്നു നിന്നുപോയി.

ശിവശങ്കരൻ തൊട്ടുമുന്നിൽ.

'എടോ ഷാപ്പിലിരുന്നപ്പഴാ ആരോ തന്റെ കാര്യം പറഞ്ഞെ; വൈകിയോണ്ട് താൻ തിരികെപ്പോയെന്ന് കരുതി.'

ശ്വാസം നേരെ വീണു.

ഷാപ്പിലേക്ക് നടന്നു

ശിവശങ്കരൻ വയലിൽനിന്നും വരുന്ന വേഷത്തിലാണ്. കൈലിയും കൈബനിയനും; തലയിൽ കെട്ടിവച്ചിരിക്കുന്ന തോർത്തഴിച്ച് തോളിലിട്ടിരിക്കുന്നു. ഒരു വള്ളമൂന്നുകാരൻ സഹായി എന്തിനും ഏതിനുമായി ഓച്ഛാനിച്ച് കൂടെ നില്പുണ്ട്.

അന്തിക്കള്ളും കപ്പയും മീൻകൂട്ടാനും എത്ര തീർത്തെന്നു നിശ്ചയമില്ല. ശിവശങ്കരനെ നാട്ടുകാർക്കൊക്കെ കാര്യമാണ്. വാത്സല്യവും സ്നേഹവുമാണ്. ഷാപ്പിൽ തിന്നാനും കുടിക്കാനും കൂടിയവരൊക്കെ ശിവശങ്കരനൊപ്പമാണ്. കുറച്ചുപേർ കൃഷിയെക്കുറിച്ചു ചോദിക്കുന്നു. ഇരുട്ടിൽ ഷാപ്പിന്റെ മുറ്റത്തിരുന്നവരിലൊരാൾ ഗദ്ഗദകണ്ഠനായി *രമണൻ* ചൊല്ലുന്നു. ഒന്നുരണ്ടുപേർ അത് ഏറ്റുപാടി. സുരേന്ദ്രനും ശിവശങ്കരനും അഭിമുഖമായി ബഞ്ചിലിരുന്ന, കറുത്തു കരുവാളിച്ച ഒരു യുവാവ് *രമണൻ* കേട്ട് തെല്ലിട കണ്ണീർ വാർത്തു.

ശിവശങ്കരൻ പരിചയപ്പെടുത്തിയപ്പോൾ, സുരേന്ദ്രനെ ഷാപ്പിലിരുന്ന മിക്കപേർക്കും മനസ്സിലായി.

'അയ്യോ, ആ സഖാവായിരുന്നോ ഇത്?'

ജയിൽ ജീവിതത്തെക്കുറിച്ചാണ് എല്ലാവർക്കും അറിയേണ്ടത്. മർദ്ദനമോ മറ്റോ നടന്നോ എന്നും ചോദിച്ചു. കൂടെ ജയിലിൽ ഉണ്ടായിരുന്ന ആൾ ആത്മഹത്യ ചെയ്തതാണോ എന്നും ചിലർ ചോദിച്ചു.

'ഇപ്പം എന്താ സഖാവേ, നമ്മള് നേടും നമ്മൾ ഭരിക്കും... നോക്കിക്കോ....'

വരാൻ പോകുന്ന തിരഞ്ഞെടുപ്പിനെക്കുറിച്ചാണ് മറ്റൊരാൾ പറഞ്ഞത്.

'രാജാറാവും സ്വാമീം ഒക്കെ കെട്ടു കെട്ടീല്ലിയോ?'

എല്ലാവരും ചേർന്ന് ഉറക്കെ ഒറ്റച്ചിരി. സുരേന്ദ്രനും ആ ചിരിയിൽ പങ്കുകൊണ്ടു.

തന്റെ രാഷ്ട്രീയ ചരിത്രം നാട്ടുകാർക്ക് നിശ്ചയമുണ്ട്. പക്ഷേ, കൃതികളെക്കുറിച്ച് അത്ര ധാരണ പോര. ജയിലിൽ കിടന്നെഴുതിയ പുസ്തകത്തെക്കുറിച്ചുപോലും ഒരക്ഷരം ആരും ഉരിയാടുന്നില്ല. എന്തെന്നില്ലാത്ത നിരാശ തോന്നി സുരേന്ദ്രന്. ശിവശങ്കരന്റെ തുറന്ന പെരുമാറ്റവും നാട്ടുകാരും കൃഷീവലന്മാരും സാധുക്കളുമായ ചെറുസംഘത്തിന്റെ സ്നേഹവായ്പും ഒന്നുചേർന്നപ്പോൾ സുരേന്ദ്രന്റെ ആശങ്കകൾ മാഞ്ഞു. ഉള്ളിൽ കുളിർമ്മ തോന്നി.

'എടോ ആദ്യം തന്നെക്കുറിച്ച് കേട്ടപ്പം പേടി തോന്നി. ഭീകരൻ, കൊലപാതകി, എഴുത്തുകാരനെന്നങ്ങ് മറന്നു. എഴുത്തുകാരനൊരു കൊടും ഭീകരനാവാൻ പറ്റത്തില്ലല്ലോ.'

'ഞാൻ എഴുത്തുകാരനാണോ അതോ ഭീകരനാന്നോ... ചെലപ്പം എനിക്കുതന്നെ സംശയം തോന്നാറുണ്ട്.'

'ഓ ഭീകരനാന്നൊന്നും പറയുകേല; കപ്പടാ മീശയൊന്നും ഇല്ലല്ലോ...'

നാട്ടുകാരിലൊരാൾ ഇടപെട്ടു.

'സുരേന്ദ്രനെ നേതാവായി കാണാനല്ല, ഒന്നാന്തരം എഴുത്തുകാരനായി കാണാനാ എനിക്കിഷ്ടം.'

'അതെന്താ ശിവശങ്കരാ, നേതാവും എഴുത്തുകാരനും ഒരേ സമയം ഒരേ വീട്ടിൽ കഴിഞ്ഞുകൂടേ...? നാടിന്റെയും മനുഷ്യരുടെയും പ്രശ്നമല്ലിയോ രണ്ടുകൂട്ടരും ഒരേ സമയം കൈകാര്യം ചെയ്യുന്നത്?'

കള്ള് ഒരു തുള്ളിപോലും ചോർന്നു പോകാതെ, അത്ര പരമസൂക്ഷ്മതയോടെയാണ് ശിവശങ്കരൻ ഗ്ലാസിൽ ഒഴിച്ചത്. പ്രായത്തിനേക്കാൾ കവിഞ്ഞ പക്വത, ശിവശങ്കരനിൽ കാണാം. എടുപ്പും നടപ്പുമൊക്കെ കാരണവരുടെ മട്ടിലാണുതാനും.

ശിവശങ്കരൻ ചിരിയോടെ മറുപടി പറഞ്ഞു:

'ഒരേസമയം, രണ്ട് ദൈവങ്ങളെ സേവിക്കാൻ പറ്റത്തില്ലെന്നല്ലിയോ പ്രമാണം. അതാ സത്യവും. എഴുത്തുകാരൻ ഹൃദയത്തിന്റെ ഡോക്ടറാ; രാഷ്ട്രീയക്കാരൻ വയറിന്റെ ഡോക്ടറും. കണ്ടോ വ്യത്യാസം.'

'വയറു നിറഞ്ഞെങ്കിലേ ഹൃദയത്തിൽ തൃപ്തി വരികയുള്ളു. വിശക്കുന്നവന് അപ്പം നല്കാത്ത സുവിശേഷത്തിൽ എന്തുകാര്യം ശിവശങ്കരാ? വയറു ചൂളമടിച്ചാൽ, ഹൃദയം ത്രസിക്കുകയില്ല. ഹൃദയഡോക്ടർ കണ്ടെത്തേണ്ട മൂലരോഗലക്ഷണമാ ഞാൻ പറഞ്ഞെ.'

കള്ളു കുടിച്ചുകൊണ്ടിരുന്നവർക്ക് സുരേന്ദ്രന്റെ ഉച്ചത്തിലുള്ള പ്രസ്താവന ബോധിച്ചു. അവർ ചിരിക്കുകയും തലകുലുക്കുകയും പ്രോത്സാഹിപ്പിക്കുകയും ചെയ്തു. ഒരുവേള ശിവശങ്കരന്റെ മുഖം കറുത്തു. അരണ്ടവെട്ടത്തിൽ കൈലിമുണ്ടും തോർത്തും മാത്രമായിരിക്കുന്ന അർദ്ധപട്ടിണിക്കാരാണ് തനിക്കു ചുറ്റിലുമെന്ന് അയാൾ ഓർക്കുകയും ചെയ്തു.

'സുരേന്ദ്രാ ഏതായാലും ഒരു മുഷ്ടി ചുരുട്ടിപ്പിടിച്ചോണ്ട് എഴുതുവാൻ ഞാനില്ല. ലോകത്തെ എഴുത്തുകാർ മൊത്തോംകൂടി വിചാരിച്ചാൽ നെല്ലുല്പാദനം കൂടുമോ? പട്ടിണിക്കാരെ മുഴുവൻ തീറ്റിപ്പോറ്റാൻ പറ്റുമോ? മൂന്നു ചക്രത്തിന് ഒരു കുപ്പി കള്ളുവച്ച് കൊടുക്കാൻ പറ്റുമോ? പെടയ്ക്കുന്ന കരിമീൻ ഫ്രീയാക്കി കൊടുക്കാൻ പറ്റുമോ? ഇതൊക്കെ ഭരണാധികാരികൾ ചെയ്യണം. പാവപ്പെട്ടവന് നല്ല സ്വപ്നം നെയ്തുകൊടുക്കാനേ എഴുത്തുകാരന് പറ്റൂ. നെയ്ത്തു സാമഗ്രികൾ മേടിച്ചുകൊടുക്കാൻ പറ്റുകേല. അത് ഭരണാധികാരികളുടെ കടമയാണ്. എല്ലാ പണീം അവന്മാര് എഴുത്തുകാരുടെ മേലിലോട്ട് ഇട്ടിട്ട് മിണ്ടാതിരുന്നിട്ട് കാര്യമൊണ്ടോ?'

ഇത്രയും ഗഹനമായ ചോദ്യങ്ങൾക്ക് കരുമാടിയിലെ പഴക്കം ചെന്ന ആ കള്ളുഷാപ്പ് അതിന്റെ ചരിത്രഗതിയിൽ ഒരിക്കല്പോലും വേദിയായിട്ടുണ്ടാവില്ല. തൊട്ടടുത്തിരുന്നവർ മുഴുവൻ ചർച്ചയിൽ പങ്കുചേരാൻ കഴിയാത്തതിൽ ഖിന്നരായി. തങ്ങൾ ഒരിക്കലെങ്കിലും ആലോചിക്കുകയോ പറയുകയോ സ്വപ്നം കാണുകയോ ചെയ്ത വിഷയമായിരുന്നുവെങ്കിൽ സാരമില്ലായിരുന്നു. ഇവർ സംസാരിക്കുന്നതാകട്ടെ, ഏതാണ്ട് അന്യഗ്രഹത്തിൽ നടക്കുന്ന കാര്യങ്ങളെക്കുറിച്ചും; അവർ മിണ്ടാതിരുന്നു.

'ചുരുക്കത്തിൽ ശിവശങ്കരൻ പറഞ്ഞുവരുന്നതിന്റെ പൊരുൾ എനിക്ക് പിടികിട്ടി. കല കലയ്ക്കുവേണ്ടിയാകണം അല്ലിയോ? അതു നടപ്പില്ല. ജീവിതം മെച്ചപ്പെടുത്താനുള്ള പ്രചരണോപാധി കൂടിയാകണം കല. കലയ്ക്ക് ലക്ഷ്യം വേണം. ഏതു കലാപ്രവർത്തനവും സാമൂഹ്യപ്രവർത്തനത്തിന്റെ അരകല്ലായിരിക്കണം. ദാ, ഈ മധുരമുള്ള കള്ള്, അന്തിക്കള്ള് നമ്മക്ക് ചെത്തിയിറക്കി തന്നിരിക്കുന്നത് ഇവിടത്തെ ചെത്തുതൊഴിലാളികളാണ്. തെങ്ങിന്റെ ഗുണം മാത്രമല്ല, അവരുടെ നൈപുണ്യവും കള്ളിന്റെ മാധുര്യത്തിന് പിന്നിലുണ്ട്. എഴുത്തിൽ കള്ളിന്റെ മാധുര്യത്തെപ്പറ്റി വിവരിക്കും. പക്ഷേ, അതുണ്ടാക്കുന്നവന്റെ ജീവിതനിലവാരം മെച്ചപ്പെടണമെന്ന് എഴുത്തുകാർ ആഗ്രഹിക്കണ്ടേ? മെച്ചപ്പെടുത്താൻ നമുക്ക് ചെയ്യാവുന്ന വിധത്തിൽ മുന്നിട്ടിറങ്ങണ്ടേ? എഴുത്തുകാർ ദന്തഗോപുരവാസികളാകണമെന്ന പിന്തിരിപ്പൻ തത്ത്വശാസ്ത്രത്തോട് യോജിപ്പില്ല ശിവശങ്കരാ. എന്താ സോവിയറ്റ് യൂണിയനിലെ എഴുത്തുകാർ ഒന്നാംതരക്കാരല്ലിയോ? എന്നിട്ടും അവരുടെ സൃഷ്ടികളിൽ രാഷ്ട്രനിർമ്മാണ പ്രക്രിയ സംബന്ധിച്ച ഇടപെടലുകൾ വേണ്ടുവോളവും കാണുന്നുണ്ടല്ലോ. കെ ദാമോദരന്റെ ലേഖനം വായിച്ചായിരുന്നോ *ദേശാഭിമാനിയിൽ*? ഈ സംശയമൊക്കെ തീരും. ഇ എമ്മും ഇക്കാര്യം ഊന്നിപ്പറഞ്ഞിട്ടുണ്ടല്ലോ.'

രണ്ടുപേർക്കും അല്പം തലയ്ക്കുപിടിച്ചു. സമയമെത്രയായെന്നറിയാൻ ശിവശങ്കരൻ പുറത്തേക്ക് തല നീട്ടി. സമയം ഒൻപതാണെന്നു സ്വയം പറഞ്ഞു. ഷാപ്പുകാരനും അതീവ സന്തോഷത്തോടെ അവരുടെ ചർച്ചകളിൽ തലയിടാൻ തയ്യാറായി ഒരുങ്ങിനിന്നു. എന്നാൽ ശിവശങ്കരനും സുരേന്ദ്രനും ഒന്നടങ്ങിയിട്ടുവേണ്ടേ മറ്റുള്ളവർക്ക് കയറിക്കൂടാൻ...

'ചേട്ടൻ ഇനി നാളെ പോയാ മതി. അല്ലേൽത്തന്നെ ഇന്നുപോയിട്ടെന്തുവാ ഇത്ര തിടുക്കം? ആരേലും ഒണ്ടോ അവിടെ നോക്കിയിരിക്കാൻ...?'

ശിവശങ്കരൻ തമാശയായി സുരേന്ദ്രനെ ചേട്ടൻ എന്നുവിളിച്ചത് മറ്റുള്ളവർക്കിഷ്ടമായി. അവർ ഉത്സാഹികളായി. ഒന്നു രണ്ടുപേർ "ചേട്ടൻ"എന്ന് ആവർത്തിച്ചു. തൊട്ടുകൂട്ടാൻ തീർന്നതുകണ്ട് മറ്റൊരാൾ വസ്സിപ്പിഞ്ഞാണത്തിൽ കൊണ്ടുവച്ചു.

ശിവശങ്കരൻ പോകേണ്ടെന്നു പറഞ്ഞതുകേട്ടപ്പോൾ സുരേന്ദ്രന് ആശ്വാസമായി. ഈ രാത്രിയിൽ എവിടെ പോകുമെന്ന ചിന്തയിലായിരുന്നു സുരേന്ദ്രൻ. സന്തോഷത്തിൽ രണ്ടു ഗ്ലാസുകളിലേക്ക് ഒരേസമയം ഒഴിച്ച് സുരേന്ദ്രൻ ഒറ്റ വലിക്ക് തീർത്തു. കുടിച്ചു നല്ല ശീലമുണ്ടെന്നായി, കണ്ടിരുന്ന ഒരാൾ.

തിരികെ ശിവശങ്കരനു പിന്നാലെ സുരേന്ദ്രൻ നടന്നു. ഏറ്റവും മുന്നിൽ ചൂട്ടുകറ്റവീശി ശിവശങ്കരന്റെ സഹായി വഴി തെളിച്ചു.

'വയലിൽ പണിക്കാരടെടേന്നു ഞാനിങ്ങു പോന്നതാ. വീട്ടിൽ ഇക്കാര്യം അറിയുകേല. വൈകിട്ട് ഇവിടെവന്നിരുന്ന് രണ്ടു കുപ്പി തീർത്താ പ്രത്യേക സുഖമാ.'

ശിവശങ്കരൻ വർത്തമാനം നിർത്തിയില്ല. നല്ല ഇരുട്ടുണ്ടെങ്കിലും നടവരമ്പ് ചൂട്ടുവെളിച്ചത്തിൽ തെളിഞ്ഞുകിടന്നു. 'പോക്രാം' 'പോക്രാം' കരച്ചിലിന്റെ ഗതിയും ശക്തിയും കൂടിക്കൊണ്ടിരുന്നു. ചൂട്ടുകറ്റയ്ക്കുമുന്നിൽ ദൂരെ മിന്നാമിന്നികൾ പാറിക്കൊണ്ടിരുന്നു. ശിവശങ്കരൻ അതുനോക്കി പാടാൻ തുടങ്ങി:

'ഈവല്ലിയിൽ നിന്നു ചെമ്മേ
പൂക്കൾ പോകുന്നിതാ പറന്നമ്മേ...'

പിറ്റേന്ന് കുളീം കാപ്പികുടീം കഴിഞ്ഞ് സുരേന്ദ്രൻ പോകാൻ തുടങ്ങി. ശിവശങ്കരൻ ചോദിക്കാതെതന്നെ മൂന്നുരൂപ പോക്കറ്റിൽവച്ചു. ശിവശങ്കരന്റെ അലക്കിത്തേച്ച മുണ്ടും ഷർട്ടുമാണ് സുരേന്ദ്രന്റെ വേഷം.

രാവിലെ എഴുന്നേറ്റപ്പോൾ ശിവശങ്കരൻ കണക്കുബുക്കിൽ തലേന്നത്തെ ചെലവ് എഴുതിവച്ചു. കള്ള് ഷാപ്പിലെ മൂന്നുരൂപ അൻപത് പൈസ, അനാമത്ത് ഇനത്തിൽ കണക്കുബുക്കിൽ എഴുതിച്ചേർക്കുകയായിരുന്നു. പണിക്കാരുടെ കൂലിയും മൊത്തം നീക്കിയിരിപ്പും എല്ലാം കൂട്ടിച്ചേർത്ത് കണക്കുബുക്ക് അടച്ചുവച്ചു.

സുരേന്ദ്രന് ഈ ശീലമൊന്നുമില്ല.

കിട്ടിയതെത്ര, പോയതെത്ര എന്നൊന്നും നിശ്ചയമില്ല.

കിട്ടിയാൽ ആ ദിവസങ്ങളിൽ സുഭിക്ഷം.

പോയാൽ ആ ദിവസങ്ങളിൽ പട്ടിണി.

ശിവശങ്കരന്റെ എഴുത്തുമുറിയും നോക്കിക്കണ്ടു സുരേന്ദ്രൻ. ഭംഗിയിലും ചിട്ടയിലും പുസ്തകങ്ങൾ അടുക്കിവച്ചിരിക്കുന്നു. പല വലുപ്പത്തിലുള്ള ഇംഗ്ലീഷ് പുസ്തകങ്ങളും അടുക്കിവച്ചിരിക്കുന്ന കൂട്ടത്തിൽ കണ്ടു. വക്കീൽ പണിക്കായുള്ള പുസ്തകങ്ങൾ കൂടുതൽ വലുതായി

കണ്ടു. അത് എഴുത്തുമുറിക്കു സമീപമുള്ള വരാന്തയിൽ വലിയ തടി അലമാരയിലാണ് സൂക്ഷിച്ചിരിക്കുന്നത്.

ശിവശങ്കരന്റെ ഏതു കാര്യത്തിനും ഒരുതരം ചിട്ടയും നിഷ്ഠയുമൊക്കെയുണ്ടെന്ന് സുരേന്ദ്രൻ ഓർത്തു. കാർത്ത്യായനി അമ്മ എന്തിനും ഏതിനും ചോദ്യവും പറച്ചിലുമായി സർവ്വഥാ കൂടെയുണ്ട്.

'സുരേന്ദ്രന് മൊത്തം എത്ര ടൈറ്റിലായി?'

ശിവശങ്കരൻ ചോദിച്ചു.

സുരേന്ദ്രന് കൃത്യം കണക്കറിയുകയില്ല.

എങ്കിലും ഒരു ഊഹം വച്ച് പത്ത് പന്ത്രണ്ട് കാണും എന്നു പറഞ്ഞു. ശിവശങ്കരനാദ്യം ആ കണക്ക് വിശ്വസിച്ചില്ല.

'ഓ എനിക്ക് എട്ടെണ്ണമേയുള്ളു. അഞ്ച് നോവലും മൂന്ന് കഥാസമാഹാരങ്ങളും. കാരൂർ നിർബ്ബന്ധിച്ചോണ്ട് ഇക്കൊല്ലം ഒരു പുസ്തകംകൂടി നോക്കുന്നുണ്ട്. കൃഷീം കോടതീം കാരണം സമയം ഉദ്ദേശിച്ചവിധമൊന്നും കിട്ടുന്നുമില്ല.'

ശിവശങ്കരൻ കണക്കുകൾ വിശദമാക്കി.

തന്റെ പുസ്തകങ്ങൾ ഇപ്പോൾ എവിടെ കാണുമെന്നോ, അതിന്റെ പ്രതികൾ എവിടെയെങ്കിലും ഉണ്ടായിരിക്കുമോ എന്നൊന്നും സുരേന്ദ്രന് നിശ്ചയമില്ല. അതിന്റെ കണക്കെടുക്കണമെന്നും തോന്നിയിട്ടില്ല.

അമ്പലപ്പുഴവരെ കൊച്ചുവള്ളത്തിൽ ശിവശങ്കരൻ കയറ്റിവിട്ടു. കാർത്ത്യായനി പടിക്കൽ വന്നുനിന്നു. തലേന്നത്തെ സഹായിയാണ് വള്ള മൂന്നിയത്. നേരെ ടൗണിൽ ചെന്ന് കെ വി പൗലോസിനെ വീട്ടില്പോയി കാണാമെന്ന് സുരേന്ദ്രൻ തീരുമാനിച്ചു.

ജയിലിൽ നിന്നിറങ്ങിയ സുരേന്ദ്രൻ ശിവശങ്കരനെ തേടി പോയതെന്ത്? മറ്റാരും അയാൾക്ക് തുണയായി ഇല്ലായിരുന്നുവോ എന്നൊക്കെയുള്ള കാര്യങ്ങൾ ഈ സന്ദർശനത്തിനുശേഷം എത്രയോ കാലം കഴിഞ്ഞാണ് ശിവശങ്കരനിലൂടെ മറ്റുള്ളവർ അറിയുന്നത്, പുറംലോകം അറിയുന്നത്, ദേവകി അറിയുന്നത്. കൃത്യമായി പറഞ്ഞാൽ ഏതാണ്ട് രണ്ട് പതിറ്റാണ്ടുകൾക്ക് ശേഷം. അത്രയുംകാലം സുരേന്ദ്രന്റെ ജീവിതത്തിലെ മറ്റൊരേട് നീറിപ്പുകഞ്ഞ് ചാരംമൂടി കിടക്കുകയായിരുന്നു.

സുരേന്ദ്രൻ തിരുവനന്തപുരത്ത് ഗൃഹസ്ഥനായി കഴിയുന്ന കാലം. അമ്മുക്കുട്ടിക്ക് ഏതാണ്ട് നാലുവയസ്സു പ്രായം.

'കുഞ്ഞിനെ എഴുതിക്കണ്ടായോ?'

ദേവകി ഒരു ദിവസം ചോദിച്ചു.

'നീ ആരെയെങ്കിലും കണ്ടുവച്ചിട്ടുണ്ടോ?'

സുരേന്ദ്രൻ സത്യസന്ധമായി പറഞ്ഞു.

'ഓ, അതെന്തിനാ ഇത്രേം വലിയ സാഹിത്യകാരന്റെ മകൾക്ക് ആദ്യാക്ഷരം കുറിക്കാൻ വേറെ ആരെയെങ്കിലും തിരക്കി പോകേണ്ട കാര്യമുണ്ടോ?'

അങ്ങനെ വിജയദശമിദിവസം അക്ഷരം കുറിപ്പിക്കാൻ തീരുമാനിച്ചു. ദേവകി കൂടുതൽ സന്തോഷവതിയായി കാണപ്പെട്ടു. അടുത്ത വീട്ടു

കാരോടൊക്കെ വിവരം പറഞ്ഞു. സ്വന്തം വീട്ടിൽ തന്നെ അക്ഷരംകുറിക്കൽ ചടങ്ങ്. ആ ദേശത്തെ മഹാത്മാ ക്ലബ്ബുകാർ വിവരമറിഞ്ഞു. ഭാരവാഹികൾ വന്ന് സുരേന്ദ്രനെ കണ്ട് ഒരു നിർദ്ദേശം വച്ചു.

'ഇതിന്റെ കൂടെ പറ്റുവാണെങ്കിൽ കൊറേ കുട്ടികളേം കൂടി ഇരുത്തണം. ഞങ്ങളുടെ ക്ലബ് എല്ലാ കാര്യോം നോക്കിക്കോളാം. പത്രവാർത്തകൊടുക്കാൻ സമ്മതിക്കണം.'

നാട്ടുകാരൊക്കെക്കൂടി വന്നുനിന്നു.

സുരേന്ദ്രന് വേറെ വഴിയില്ലെന്നായി.

'ഇത്രേം വല്യ ഒരാൾ ഈ ഭാഗത്ത് താമസിച്ചിട്ട് ഞങ്ങൾ തിരിച്ചറിഞ്ഞില്ലെന്നുവച്ചാൽ അത് കഷ്ടമാണ്.'

'ചേട്ടൻ ഇതുവരെ ഇങ്ങനത്തെ ചടങ്ങുകൾക്ക് നിന്നുകൊടുത്തിട്ടില്ല. പണ്ടാണേൽ ചോദിക്കാൻപോലും നിന്നുതരത്തില്ലായിരുന്നു. ഇപ്പം അമ്മുക്കുട്ടിയുടേം കാര്യമൊണ്ടായോണ്ടങ്ങ് സമ്മതിച്ചതാ.'

ദേവകി നാട്ടുകാരോടു പറഞ്ഞു. വളരെ തൃപ്തരായി ക്ലബ് ഭാരവാഹികൾ നന്ദി പറഞ്ഞു പിരിഞ്ഞു.

സുരേന്ദ്രൻ മറുത്തൊന്നും പറഞ്ഞില്ല.

പറയേണ്ട കാര്യമില്ലെന്ന് വിചാരിച്ചു.

ദിവസമെത്തി.

ആദ്യം അമ്മുക്കുട്ടിയെ എഴുതിച്ചു.

അവൾ പകച്ചുപോയി. കുറെനേരം മുഖംതാഴ്ത്തി അച്ഛനെ കെട്ടിപ്പിടിച്ചിരുന്നു. നിർബ്ബന്ധം. ദേവകി വന്ന് ഓരോന്നുപറഞ്ഞ് എടുത്തുമാറ്റി.

മൊത്തം ഇരുപത്തിരണ്ട് കുട്ടികൾ. കരഞ്ഞും ചിരിച്ചും പിണങ്ങിയും എല്ലാവരും അടുത്തടുത്ത് വന്നു.

സുരേന്ദ്രനെ നേരിൽ കണ്ടിട്ടുള്ളവർ നാട്ടിൽത്തന്നെ കുറവാണ്. പുറത്തേക്കൊന്നും അത്ര യാത്രയൊന്നുമില്ലല്ലോ. പിന്നെ വെറുതെ ലോഹ്യം ചോദിച്ച് സമയം കളയുന്ന പ്രകൃതക്കാരനുമല്ല.

ദക്ഷിണ പണമായും സമ്മാനമായും കുറച്ചുണ്ട്. പണം ദേവകി എണ്ണിനോക്കി. പൊതികൾ അഴിച്ചത് സുരേന്ദ്രൻ നേരിട്ടായിരുന്നു. ഒരു കെട്ടിന് വലിപ്പക്കൂടുതൽ തോന്നി പരിശോധിച്ചു. നല്ല ഈടുള്ള കെട്ടും മട്ടും.

സുരേന്ദ്രന് കൗതുകം തോന്നി. കണ്ടപ്പോൾ കൈ വിറച്ചു; ശബ്ദം പുറത്തേക്ക് വന്നില്ല.

പഴയ കഠാരയും തൂലികയും!

ഭംഗിയായി പൊതിഞ്ഞുവച്ചിരിക്കുന്നു. പണ്ട് മേശമേൽ സൂക്ഷിച്ചിരുന്ന അതേ കഠാര, അതേ പേന. നഷ്ടമായിക്കാണും എന്നാണ് കരുതിയിരുന്നത്.

ആരായിരിക്കാം ഇതുകൊണ്ടുവന്നത്?

ലോഡ്ജിലും കുതിരപ്പന്തിയിലെ വീട്ടിലും മേശപ്പുറത്തെ കാഴ്ചയായിരുന്നു രണ്ടും.

എത്ര ആലോചിച്ചിട്ടും സുരേന്ദ്രന് പിടികിട്ടിയില്ല. കുഞ്ഞുങ്ങളെ എഴുതിക്കാൻവന്ന അച്ഛനമ്മമാരുടെ മുഖം ഓർമ്മയിൽ തെളിഞ്ഞു. പരിചയമുള്ള ആരുമുണ്ടായിരുന്നില്ല. പെട്ടെന്ന് എന്തോ തടഞ്ഞു. ഒരു അമ്മയും കുഞ്ഞും കാലിൽ തൊട്ടുവണങ്ങിയശേഷം പൊതികൈയിൽ തരികയായിരുന്നുവല്ലോ. അമ്മ കുഞ്ഞിനെക്കൊണ്ട് പൊതിയിൽ പിടിപ്പിച്ചിരുന്നു. അമ്മുക്കുട്ടിയോളം വരുന്ന ഒരു പെൺകുഞ്ഞ്. അതിന് കരച്ചിലും പേടിയുമൊന്നുമുണ്ടായിരുന്നില്ല.

സുരേന്ദ്രൻ തീർച്ചപ്പെടുത്തി.

അവർ കൊണ്ടുവന്ന സമ്മാനം തന്നെ.

ഇനി അവർ ആരായിരിക്കും?

തന്റെ ജീവിതത്തിലെ ഏറ്റവും അമൂല്യവും പ്രിയപ്പെട്ടതുമായ ഒരു മുതൽ ഇത്ര കാലവും സൂക്ഷിച്ച് തിരികെ എത്തിക്കുവാൻ തയ്യാറായ ഇവർ ആരായിരിക്കാം?

ഒന്നിനും ഉത്സാഹം തോന്നിയില്ല. കിടക്കാൻ തോന്നി. പോയി കിടന്നു സുരേന്ദ്രൻ. ആലോചിക്കാൻ ഒരുപാടുണ്ട്. ഓർത്തെടുക്കാൻ നിരവധി കാര്യങ്ങളുണ്ട്.

വിധിയേക്കാൾ പ്രബലമെ-
ന്തുള്ളു? തോല്പിക്കുവാൻ
മുതിരുമ്പോഴും വിധി മുമ്പെ...
വിധിബലമാണ് അവസാനവാക്ക്
ആർക്ക് ലംഘിക്കുവാനാകും?
ആർക്ക് നിശ്ചയിക്കുവാനാകും?

വിധി എന്ന ദൈവനിശ്ചയം മനുഷ്യനു മുന്നേ നടക്കുന്നു. തന്നെ തോല്പിക്കുവാൻ തയ്യാറെടുക്കുന്ന മനുഷ്യൻ തനിക്കു മുന്നിലാകണമോ പിന്നിലാകണമോ എന്ന് വിധി നിശ്ചയിക്കും.

അറിയാതെ ഉറങ്ങിപ്പോയി സുരേന്ദ്രൻ. ഉണർന്നു വന്നപ്പോൾ എല്ലാം സ്വപ്നംപോലെ. ആ കാാരയും പേനയും എഴുത്തുമുറിയിലെ മേശമേൽ സുരേന്ദ്രൻ പൊന്നുപോലെ കൊണ്ടുവച്ചു. ഒരിക്കലും ഇത് ഇവിടെനിന്നും മാറ്റുകയില്ല എന്ന നിശ്ചയത്തോടെ സൂക്ഷിച്ചുവച്ചു.

കുതിരപ്പന്തിയിലെ വാടകവീട്ടിലെ ചെറിയ തുണിത്തൊട്ടിലിൽ കിടന്ന് അലറിക്കരയുന്ന പെൺകുഞ്ഞിന്റെ മുഖച്ഛായ സുരേന്ദ്രൻ ഓർത്തെടുത്തു. വാർഡനെ തേടി നെയ്യാറ്റിൻകരയ്ക്ക് പോകുന്നതിനു മുൻപുള്ള കാലം. ലോഡ്ജിലെ സാധന സാമഗ്രികളൊക്കെ കുതിരപ്പന്തിയിലെ വീട്ടിലേക്ക് മാറ്റിയിരുന്നു.

'ശാരദേ, കൊച്ചുകെടന്ന് കരയുന്നത് കേട്ടില്ലിയോടീ?'

സുരേന്ദ്രൻ ദേഷ്യപ്പെട്ടുവിളിച്ചുചോദിച്ചു. കുറെ വിളിച്ചിട്ടും ശാരദയുടെ ശബ്ദമൊന്നും കേൾക്കാനില്ല. മുറ്റത്തിറങ്ങി അന്വേഷിച്ചപ്പോൾ അടുത്തവീട്ടിലെ വല്യമ്മയോട് മൺകയ്യാലയ്ക്കു മുകളിലൂടെ ഏന്തിവലിഞ്ഞു നിന്ന് മിണ്ടുന്നു. എത്രനേരമായിക്കാണും. സുരേന്ദ്രന് അരിശം വന്നു.

'മര്യാദ വേണ്ടായോടീ, എത്ര നേരമായി ആ കൊച്ച് കെടന്ന് നെല വിളിക്കുന്നു.'

ശാരദയ്ക്കത് ഇഷ്ടമായില്ല.

വല്യമ്മ പിന്നാമ്പുറത്തേക്ക് വലിഞ്ഞു.

അടുത്തടുത്ത വീടാണ്. എല്ലാം ഒരുമാതിരി മനുഷ്യർ. വീട്ടിൽ പറയുന്നതെന്തും അടുത്ത വീട്ടിൽ കിട്ടും.

'നിങ്ങക്ക് വന്നങ്ങെടുത്തുകൂടായോ? എന്തുവാ നിങ്ങളല്ലിയോ കൊച്ചിന്റെ തന്ത?'

ആദ്യ അടി കവിളത്തുപൊട്ടി. പിന്നൊന്നും ഓർമ്മയില്ല. കൊച്ചിന്റെ നെലവിളി കൂടി. ആരു കേൾക്കാനാണ്. സുരേന്ദ്രൻ വീടുവിട്ടിറങ്ങിപ്പോയി.

നാലുനാൾ കഴിഞ്ഞ് തിരിച്ചുവരുമ്പോഴും കൊച്ചിന്റെ നിലവിളി. അടുപ്പ് പുകഞ്ഞിട്ടില്ല. ശാരദ ചാവാറായിക്കിടക്കുന്നു. പച്ചവെള്ളം കുടിക്കാതെ കൊച്ചിന്റെ നിർത്താതെയുള്ള കരച്ചിൽ.

മനഃസ്താപം വന്ന് വീണ്ടും പോയി കുടിച്ചു. എല്ലാം ക്ഷമിക്ക്, പോട്ടെ എന്നൊക്കെയായി. തല്ക്കാലത്തേക്ക് പ്രശ്നങ്ങൾ കെട്ടടങ്ങി. പിന്നേയും കുതിരപ്പന്തിയിലെ ഓലപ്പുരവീട്ടിൽ ജീവിതം തുടങ്ങി.

പ്രത്യേകിച്ച് ജോലിയൊന്നുമില്ല. എവിടെയെങ്കിലുമൊക്കെ പ്രസംഗത്തിനു വിളിക്കാൻ ആളുവരും; ഭക്ഷണം ഒക്കും. ലേബർ അസോസിയേഷന്റെ ജോയിന്റ് കൺവീനർമാരിൽ ഒരാൾ എന്ന നിലയ്ക്ക് റിക്ഷാക്കൂലിയും ചെറിയൊരു പ്രതിഫലം മീറ്റിങ്ങുകളിൽ പങ്കെടുക്കുന്നതിനും. റിക്ഷാക്കൂലി പോക്കറ്റിൽ വച്ചിട്ട് നടക്കും. അതുമല്ലെങ്കിൽ ഒരു സൈക്കിൾ വാടകയ്ക്കെടുത്ത് പോയിവരും. അഞ്ചാറ് ചക്രം മിച്ചം.

ഏച്ചുകെട്ടിയാൽ മുഴച്ചിരിക്കുമെന്ന് പറയാറുണ്ട്. ശാരദയുമായുള്ള ദാമ്പത്യം എന്നും തല്ലിലും പിടിയിലുമാണ് കലാശിച്ചത്. പട്ടിണിയും അടി പിടിയും.

'നാട്ടുകാരുടെ കഥയെഴുതിയിട്ടൊന്നും കാര്യമില്ല. ആദ്യം സ്വന്തം വീടിന്റെ കഥയെഴുത്. നാട്ടുകാര് അറിയട്ടെ. അവര് ചോദിക്കട്ടെ ഓരോന്ന്...'

'അക്ഷരം പഠിക്കാത്തവളെ തലയിൽ എടുത്തുവച്ചാൽ ഇതുമാതിരി ഭോഷത്തരം കേൾക്കേണ്ടിവരും. തെറ്റായിപ്പോയി.'

കുതിരപ്പന്തിയിലെ വാടകപ്പുരയിൽ പാതിരായോളവും കശപിശ തുടരും. രണ്ടുപേരും ക്ഷീണിച്ചു കിടന്നുറങ്ങും. പിറ്റേന്ന് എഴുന്നേറ്റ് ഒന്നുമറിയാത്തപോലെ ഇരിക്കും.

കുഞ്ഞിനുമാത്രം ക്ഷീണമില്ല. അത് വലിയ വായിലേ നിലവിളിച്ച് തൊട്ടിലിൽ കിടന്നുരുളും. നാട്ടുകാർ പറഞ്ഞുതുടങ്ങി.

'ഒരു കൊച്ചിന്റെ നെലവിളി എവിടോ കേൾക്കാം.'

'ആ സുരേന്ദ്രന്റെ വീട്ടിൽ നിന്നാരിക്കും.'

'അവിടിതൊക്കെ പതിവാ.'

ഒരു തീപ്പൊരി

അമ്പലപ്പുഴ നിന്ന് ബസ് കിട്ടി. ഒരു മണിക്കൂർ കഴിഞ്ഞ് ടൗണി ലെത്തി. അവിടെനിന്ന് മുഹമ്മയ്ക്ക് ബസ് കിട്ടാൻ വൈകി. ഉദ്ദേശം ഒരു മണിയോടെ സുരേന്ദ്രൻ മുഹമ്മയിലെത്തി.

കെ വി പൗലോസിന്റെ വീടു കണ്ടെത്താൻ പ്രയാസമൊന്നുമില്ല. മുൻപൊരിക്കൽ ഇതിനടുത്തുവരെ ചെന്നിട്ടുമുണ്ട്. ബ്രിട്ടീഷുകാർ പോയി. ലക്ഷ്യം നിറവേറ്റപ്പെട്ടു. പക്ഷേ, നാടിനെന്തെങ്കിലും മാറ്റം വന്നിട്ടുണ്ടോ? വരുമോ? വരാതിരിക്കാനാവില്ല. വൈകിയാണെങ്കിലും മാറ്റം ഉണ്ടാകും. അതിനുള്ള തയ്യാറെടുപ്പിലാണെന്നു തോന്നുന്നു ചുറ്റുപാടുകൾ.

വഴിനീളെ ഓലപ്പുരകൾ വല്ലപ്പോഴുമൊരിടത്ത് ഓടിട്ട വലിയ വീടുകൾ. കരിഗ്യാസിൽ ഓടുന്ന ബസുകൾ. ചന്തകളിൽ പതിവ് ആൾക്കൂട്ടം. വഴിയരികിൽ ഒരു കശപിശ. സ്ത്രീകളും കുട്ടികളും പുരുഷന്മാരും ഉണ്ട്. അടുത്ത വീട്ടിലെ കോഴി മറ്റൊരു വീട്ടിൽ കയറി ശല്യം ചെയ്യുന്നു. സഹിക്കവയ്യാതെ വീട്ടുകാരൻ ആ കോഴിയെ അങ്ങ് തട്ടി. അതിനു പകരം ചോദിക്കാനിറങ്ങിയിരിക്കയാണ് ആദ്യ വീട്ടുകാർ. അത് നോക്കി നിന്നു.

പിന്നെ, ആവണക്കിൻ പത്തലുകൾ പാകിയ ഇടവഴിയിലേക്ക് നോട്ടമിട്ട് നടന്നു. വഴിയരികിൽ കാലികളെ മേയ്ക്കുന്ന ഒട്ടിയ വയറുള്ള കുട്ടികൾ. എരുമയ്ക്കു മുകളിലിരുന്ന് സവാരി ചെയ്യുന്ന കാക്കകൾക്കു നേരെ കുട്ടികൾ കൈയോങ്ങുന്നു. ദൂരെനിന്നും വെള്ളവും കുടവുമായി അമ്മമാർ നടന്നുവരുന്നു. ബീഡി വലിച്ചുനില്ക്കുന്ന പുരുഷന്മാർക്ക് അവർ കുടങ്ങൾ കൈമാറുന്നു. ഇടവഴികളിലെവിടെയും വിസർജ്ജനത്തിന്റെ ദുർഗ്ഗന്ധം. പട്ടിണിയും പരിവട്ടവും പറഞ്ഞ് കീറപുതപ്പിനുള്ളിൽ നിന്നും കടത്തിണ്ണയിൽ തലനീട്ടുന്ന വയസ്സർ. ഒരേസമയം നാലഞ്ച് ഭിക്ഷക്കാർ

വരിവരിയായി ധർമ്മം തരണേ എന്ന് കേഴുന്നു. കുട്ടികൾ അവരെ ശ്രദ്ധി ക്കുന്നില്ല. പക്ഷേ, നാല്ക്കാലികൾ ധർമ്മക്കാരെ നോക്കി. അപരിചിതരാ ണെന്നു മനസ്സിലാക്കിയതുകൊണ്ടായിരിക്കാം അതുങ്ങൾ കാത് നീട്ടി, മൂക്ക് വിടർത്തി കരയാൻ തുടങ്ങി. എന്റെ നാടിന്റെ കഷ്ടങ്ങൾക്കവസാ നമില്ല, സുരേന്ദ്രൻ ഇങ്ങനെ വിചാരിച്ച് നടത്തയ്ക്ക് വേഗത കൂട്ടി.

ഇറയത്ത് ആരുമുണ്ടായിരുന്നില്ല. ഒരു ഒടിഞ്ഞ കസേര തക്കം പാർത്തുകിടന്നു. കെട്ടിയിട്ട് ശീലിപ്പിച്ചിട്ടില്ലാത്ത കറുത്ത നായ വലിയ വായിലെ കുരച്ചു. ഒരുതവണ അത് ഭയന്ന് വീടിന്റെ പിന്നാമ്പുറംവരെ പോയശേഷം വർദ്ധിതവീര്യനായി തിരികെ വന്നു. അപ്പോഴേക്കും സുരേ ന്ദ്രൻ ഇറയത്തുകയറി ഇരിപ്പായി.

"ഇപ്പം വരും..."

അകത്തുനിന്ന് ഒരു സ്ത്രീശബ്ദം അറിയിച്ചു. ഭാര്യയാണോ മക ളാണോ എന്നു നിശ്ചയമില്ല. ആ പ്രദേശത്ത് ഏറക്കുറെ എല്ലാ ശബ്ദങ്ങളും ഒരേവിധം പ്രതിദ്ധ്വനിക്കപ്പെട്ടു.

കുറച്ചുകൂടി സമയം കഴിഞ്ഞു. സാവധാനം ഒരു സൈക്കിൾ മുറ്റ ത്തുവന്നു നിന്നു. പൗലോസ് സൈക്കിൾ ചാരിവച്ച് വരാന്തയിലേക്ക് കയറി. മുഖത്ത് നിർവ്വികാരത. ഒത്ത ഉയരം, കുറച്ചൊക്കെ അകത്തോട്ട് വളഞ്ഞ ശരീരം. കരുത്തുറ്റ കൈകളിൽ ഞരമ്പുകൾ പിടച്ചു നില്ക്കുന്നു.

"സഖാവ് എന്നുവന്നു?"

സുരേന്ദ്രൻ കാര്യങ്ങളൊക്കെ വിശദമായി പറഞ്ഞുകേൾപ്പിച്ചു. പൗലോസ് നിർവ്വികാരതയോടെ കേട്ടിരുന്നു. സുരേന്ദ്രന് പറയാനുള്ളവ തീർന്നു. കെ വി പൗലോസിന് കൂടുതലൊന്നും പറയാനില്ലെന്നു തോന്നി. താൻ ജയിലിൽ പോകുമ്പോൾ പാർട്ടിയുടെ തിരുകൊച്ചി സെക്രട്ടറിയാ യിരുന്ന ആൾ ഇപ്പോൾ ഏറക്കുറെ മൗനം പാലിച്ചിരിക്കുന്നു. എന്താണു കാരണമെന്നു മനസ്സിലാകുന്നില്ല.

"സഖാവ് തീർത്തും പിന്മാറിയോ?"

ആകാംക്ഷകൊണ്ട് സുരേന്ദ്രൻ ചോദിച്ചു.

"അങ്ങനെയല്ല. ഞാൻ കാരണമല്ല എന്തെങ്കിലും ഉണ്ടായത്. അതിന് വേറെ ഉത്തരവാദികൾ ഉണ്ട്. അവരാണ് പറയേണ്ടത്."

"വെടിവയ്പിലേക്ക് നയിച്ച സാഹചര്യങ്ങൾ ഒഴിവാക്കപ്പെടേണ്ടതാ യിരുന്നു എന്നാണോ അവരുടെ അഭിപ്രായം?"

"എനിക്കങ്ങനെ തോന്നിയിട്ടില്ല. മനസ്സും ശരീരവും ബലിയർപ്പിക്കാൻ സഖാക്കൾ സ്വയം മുന്നോട്ടു വന്നതാണ്. ആരെയും തീച്ചൂളയിലേക്ക് വലിച്ചെറിയുകയല്ല ചെയ്തത്. പിന്നെ എന്തുകൊണ്ട് ഇങ്ങനെ ചോദ്യം ഉണ്ടാകുന്നു. ബ്രിട്ടീഷുകാർ സ്വാതന്ത്ര്യം നമുക്ക് അപ്പക്കഷണം പോലെ വലിച്ചെറിഞ്ഞു തന്നതേയുള്ളു. പൊരുതി തന്നെയാണ് ബാക്കിയൊക്കെ നേടിയത്. ഇന്ത്യക്ക് സ്വാതന്ത്ര്യം പ്രഖ്യാപിച്ചിട്ടും തിരുവിതാംകൂർ സ്വത ന്ത്രമായതെന്നാണെന്ന് സഖാവിന് അറിയാമോ? 1948 മാർച്ച് 24 ന്. ഔദ്യോ ഗിക പ്രഖ്യാപനത്തിന് ഒരുവർഷം കഴിഞ്ഞ്. അതിനു കാരണം ദിവാൻ

ഭരണം തന്നെയായിരുന്നില്ലേ? ഹൈദരാബാദിലെ നൈസാമിനേയും സുൽത്താന്മാരെയും നവാബുമാരെയും കൂട്ടി നാട്ടുരാജ്യ പദവി നില നിർത്താൻ അവസാന നിമിഷം വരെ ഓടിനടന്ന മ്ലേച്ഛനാണ് ദിവാൻ സി പി. സി പി യുടെ കഴുത്തുവെട്ടാൻ ശ്രമിച്ചതും പുന്നപ്ര വയലാർ സംഭ വവുമൊക്കെത്തന്നെയാണ് മ്ലേച്ഛൻ സ്വാമിയെയും രാജകുടുംബത്തെയും കെട്ടുകെട്ടിച്ചത്. സഖാവേ, ഉരുക്കിനോട് മാംസവും യന്ത്രത്തോക്കുക ളോട് വാരിക്കുന്തങ്ങളും ഏറ്റുമുട്ടിയതുകൊണ്ടുമാത്രമാ കേരളം സ്വത ന്ത്രമായത്; ചരിത്രം ഇതു വിലയിരുത്തട്ടെ..."

ഒട്ടും സംസാരിക്കുകയില്ലെന്നു തോന്നിയ കെ വി പൗലോസ് വാചാ ലനായി.

സുരേന്ദ്രൻ സംശയങ്ങൾ പങ്കുവെച്ചു.

ജയിലിൽനിന്നുംവന്ന ശേഷമുള്ള കാര്യങ്ങളെപ്പറ്റി, ഭാവികാര്യങ്ങ ളെപ്പറ്റി എന്തെങ്കിലും ഉപദേശം തരാൻ താൻ ഇപ്പോൾ ആരുമല്ലെന്നായി കെ വി പൗലോസ്.

"തടുക്കുപായയുടെ ചെറിയൊരു കച്ചോടം തുടങ്ങി. ജീവിക്കാൻ വേറെ മാർഗ്ഗമൊന്നുമില്ല. ശരീരം നേരെ നില്ക്കുന്നുമില്ല."

പൗലോസ് ചിന്തയിലാണ്ടു.

സുരേന്ദ്രന് വിശ്വാസം വന്നില്ല. കേരളത്തിലെ ആദ്യത്തെ രാഷ്ട്രീയ പണിമുടക്കിന് നേതൃത്വം നല്കിയ നേതാവാണോ ഒരു കൊച്ചുകടമുറി യിൽ തടുക്കുപായ കച്ചവടം തുടങ്ങിയതെന്ന് സുരേന്ദ്രൻ അതിശയം കൊണ്ടു.

മുഹമ്മയിൽ തന്നെ. മാസം അഞ്ചു രൂപ വാടകയ്ക്ക് ഒരു കടമുറി എടുത്തു. പൗലോസ് പഴയ കാര്യങ്ങൾ മറക്കാൻ തുടങ്ങുകയാണെന്നു തോന്നി. ആക്ഷൻ കമ്മിറ്റി കൺവീനറായിരുന്നതുകൊണ്ട് നിങ്ങളെപ്പോ ലുള്ള സഖാക്കൾ കാര്യം അറിഞ്ഞും അറിയാതെയുമൊക്കെ എന്റടു ത്തുവരും. അവരോട് എന്തുപറഞ്ഞുകൊടുക്കാനാണ്. തടുക്കുപായ കച്ചോടത്തെപ്പറ്റിയേ ഇനി എനിക്ക് പറയുവാനുള്ളു.

പത്തിരുപത് വയസ്സ് തോന്നിക്കുന്ന ഒരു പെൺകുട്ടി, അത് മകളാ ണെന്നു തോന്നുന്നു. കരിപ്പട്ടിക്കാപ്പിയുമായി വന്നു. ഒരു ഗ്ലാസ് മാത്രം. ഞാൻ പൗലോസിന്റെ മുഖത്തേക്ക് നോക്കി.

"ഞാനിപ്പോൾ കടയിൽ പോയപ്പോൾ കുടിച്ചതാ. സഖാവ് കുടി ച്ചാട്ടെ."

എന്തുകൊണ്ടോ കാപ്പി തീർക്കുവാൻ സുരേന്ദ്രന് മനസ്സ് വന്നില്ല. സമരകാലത്ത് തിരുവിതാംകൂർ സർക്കാർ ഇനാം പ്രഖ്യാപിച്ച തലയാ ണല്ലോ തന്റെ മുന്നിൽ കുനിഞ്ഞു കാണപ്പെടുന്നതെന്ന് സുരേന്ദ്രന് തോന്നി. മനോവിഷമം കാരണം കാപ്പിയിലേക്ക് ഉപ്പുനീർ വീണു. പൗലോസ് അത് ശ്രദ്ധിച്ചില്ലെന്നു തോന്നി. പൗലോസിനെ പിടിച്ച് പൊലീസ് വണ്ടിയുടെ പിറകിൽ കെട്ടി തിരുവിതാംകൂറിലെത്തിക്കാനാ യിരുന്നു ദിവാന്റെ കല്പന; ദിവാന്റെ കല്പനയെന്നാൽ രാജകല്പന തന്നെ.

അക്കാലത്ത് പൗലോസിന് കൂനുണ്ടായിരുന്നില്ല. മർദ്ദനത്തിൽ കൂനിപ്പോയതായിരിക്കും.

"*തടവറയുടെ സന്താനങ്ങൾ* വായിച്ചിരുന്നു സഖാവേ. ഇനി അതു മാതിരി കൂടുതൽ എഴുത്. എഴുതാൻ ഇനി സമയം കിട്ടും. പാർട്ടിനിരോധനം മാറിയതോടെ ഒരുപാട് നേതാക്കന്മാർ സഖാക്കളായി രംഗത്തുണ്ട്."

"സഖാവ് പറയുന്നത്...? ഞാൻ എഴുതി ഒതുങ്ങിനില്ക്കണമെന്നാണോ?"

"എഴുത്ത് ഒതുക്കമാണെന്നാരു പറഞ്ഞു? എഴുത്ത് എന്തിന്റേയും മുന്നൊരുക്കമല്ലേ? ഞങ്ങൾക്കൊന്നും അതിനു കഴിവുണ്ടായില്ല. കിട്ടിയ കഴിവ് വീണ്ടും ജനങ്ങൾക്കായി ഉപയോഗപ്പെടുത്തണം. സഖാവിന്റെ വഴി അതാണെന്നു തോന്നുന്നു."

അതുകേട്ടപ്പോൾ സുരേന്ദ്രന് വളരെ വിഷമം തോന്നി. തന്നെ സമൂഹത്തിലേക്ക് ആനയിച്ചിട്ട് പൗലോസ് ഏകാന്തത വരിക്കുകയാണോ എന്ന യാൾ സംശയിച്ചു. എന്തിനുവേണ്ടിയാണ് പൗലോസ് ആഗ്രഹിക്കുന്ന തെന്ന് സുരേന്ദ്രന് മനസ്സിലായില്ല.

സുരേന്ദ്രന് ലക്ഷ്യം നഷ്ടമാകുന്നതുപോലെ തോന്നി. എങ്ങോട്ട് പോകും? എന്തുചെയ്യുമെന്ന് നിശ്ചയമില്ല. പൗലോസ് നിസ്സംഗനെപ്പോലിരുന്നു. ഇടയ്ക്കിടെ ഹൃദയം പൊട്ടുന്ന ശബ്ദത്തിൽ ചുമയ്ക്കുന്നുമുണ്ട്. നഗ്നരായ രണ്ട് ചെറിയ കുട്ടികൾ പരസ്പരം വഴക്കടിച്ച് വീട്ടിനുള്ളിൽ നിന്നും പുറത്തേക്കിറങ്ങി നോക്കുന്നതും കണ്ടു.

വാരിക്കുന്തം ചെത്തിമിനുക്കി സഖാക്കളെ ചേർത്ത് തോക്കുകൾക്കെതിരെ നെഞ്ചുവിരിച്ചുനിന്ന പൗലോസ് ചുമയുടെ സീൽക്കാരത്തോടെ കീറിപ്പറിഞ്ഞ ചാരുകസാലയിൽ അവശനായി കിടന്നു. പിന്നെ എന്തു സംസാരിക്കണമെന്നറിയാതെ സുരേന്ദ്രൻ പതുങ്ങിയിരുന്നു.

"സഖാവ് തൊഴിലാളികൾക്കുവേണ്ടി, വിശക്കുന്നവനു വേണ്ടി തൂലിക ചലിപ്പിക്കുന്നതിനെ ചിലർ ആക്ഷേപിക്കുന്നതായി കേട്ടു. കല കലയ്ക്കു വേണ്ടി എന്നു വാദിക്കുന്ന ശുദ്ധകലാവാദികൾ, ശുദ്ധ അരാജകവാദികളാണവർ. കല കലയ്ക്കുവേണ്ടിയല്ല, കല കലാപത്തിനുവേണ്ടിയാണ്. അങ്ങനെ ആകണം. സഖാവിന്റെ യാത്രയിൽ കല്ലും മുള്ളും കാണും. അത് പിഴുതെറിയുക. കല കൊണ്ട് സൃഷ്ടിക്കപ്പെടുന്ന കലാപത്തിനൊടുവിൽ നിങ്ങളെപ്പോലെയുള്ള എഴുത്തുകാർക്ക് നെഞ്ചുവിരിച്ചു നില്ക്കാൻ കഴിയും; കഴിയണം."

"ഇത്രയൊക്കെ എന്നെ ഉപദേശിച്ച ശേഷം സഖാവ് നിശ്ശബ്ദനായി ജീവിക്കാൻ തീരുമാനിക്കുകയാണോ? ഞങ്ങൾക്ക് താങ്ങും തണലുമായിരുന്ന അങ്ങ് പോയാൽ പിന്നെ ആരാണുള്ളത്?"

"സഖാവേ, പാർട്ടിയുടെ നേതൃനിരയിലായിരുന്ന ഞാൻ ഇന്ന് ഒന്നുമല്ല. ഇതിന്റെ കാരണം ചരിത്രാന്വേഷികൾ കണ്ടുപിടിക്കട്ടെ. പാർട്ടിക്ക് ദുഷ്പ്പേരുണ്ടാക്കുന്ന ഒരു പ്രവൃത്തിക്കും ഞാൻ കൂട്ടുനില്ക്കുകയുമില്ല. തൊഴിലാളികൾക്കിടയിൽ എന്നും കഠിനാദ്ധ്വാനത്താൽ ഉയർന്നുവന്നവ

നാണ് ഞാൻ. അങ്ങനെയുള്ളവർക്ക് പാർട്ടിയിൽ നിലനില്ക്കാൻ കഴിയാതെ വരുന്നുവെങ്കിൽ അതിന്റെ കാരണം അന്വേഷിക്കുന്നവർ കണ്ടെത്തട്ടെ."

ഇത്രമാത്രം പറഞ്ഞുകൊണ്ട് കെ വി പൗലോസ് അകത്തേക്ക് കയറി. ആ ചെറിയ വാതിൽ അടഞ്ഞു. സുരേന്ദ്രൻ പ്രതീക്ഷയോടെ ആ മുറി തുറക്കുന്നതും കാത്ത് കുറച്ചുനേരം കൂടിനിന്നു. ഒന്നും സംഭവിച്ചില്ല. സുരേന്ദ്രൻ ഇറങ്ങി നടന്നു. അടച്ചിട്ട ആ മുറിയിൽനിന്നും കുറേ തവണയായി ഉയർന്ന ചുമ മാത്രം സുരേന്ദ്രനെ പിന്തുടർന്നു.

സുരേന്ദ്രൻ തിരികെ നടന്നു. പോകാൻ ഇടമില്ല. സ്നേഹിതരുടെ എണ്ണം പട്ടണത്തിൽ കുറഞ്ഞിരിക്കുന്നു. കയർ ഫാക്ടറി ലേബർ അസോസിയേഷൻ നേതാവ് ടി വി ലാസറെ ഒന്നുപോയി കണ്ടാലോ എന്നായി ചിന്ത. ടൗണിലേക്ക് ബസു കയറി. അവിടെ എത്തുമ്പോഴാണറിഞ്ഞത് ലാസറിനെ ഓഫീസിൽ പോയേ കാണാൻ കഴിയൂ. വീട്ടിൽ ആളുകളെ സ്വീകരിക്കുകയില്ല.

സുരേന്ദ്രൻ ഓഫീസിലേക്കു ചെന്നു. ബോട്ടുജെട്ടിക്ക് സമീപമായിരുന്നു ഓഫീസ്. രക്തഹാരങ്ങളിട്ട സഖാക്കളുടെ ഛായാചിത്രങ്ങൾ, താഴെ ടെലിഫോണോടു കൂടിയ മേശയും കസേരകളും.

ടി വി ലാസറിന്റെ പി എ വഴിതടഞ്ഞു.

"സഖാവ് വരാൻ രാത്രിയാകും." അയാൾ അറിയിച്ചു.

"എങ്ങോട്ട് പോയിരിക്കുന്നു."

പി എ മിണ്ടിയില്ല.

പകരം തിരികെ ചോദിച്ചു.

"നിങ്ങൾ ആരാ? എവിടെനിന്നു വരുന്നു!"

സുരേന്ദ്രൻ ഇറങ്ങിനടന്നു.

പ്രധാന നിരത്തിലെത്തുംവരെ അയാൾ തിരിഞ്ഞുനോക്കിയില്ല.

പഴയ ലോഡ്ജ് അന്വേഷിച്ചുപോയി.

അവിടിപ്പോൾ ഒരു ആശുപത്രി കെട്ടിടം ഉയരുന്നു. വെടിവയ്പു സമയത്ത് ലോഡ്ജ് പൊലീസ് ക്യാമ്പുകളിൽ ഒന്നായി രൂപംമാറിയിരുന്നു. പുതിയ അവകാശികൾ അത് ഇടിച്ചുനിരത്തി. ആശുപത്രി കെട്ടിടം പകുതിയോളമായി. ആ വള്ളമൂന്നുകാരനായിരുന്നു മുതലാളി; ചത്തുകാണും.

സുരേന്ദ്രൻ പിന്നെ ഒന്നും ആലോചിച്ചില്ല. കിടക്കാൻ ഒരിടം വേണം. അമ്മ മരിച്ചശേഷം തറവാട്ടിലേക്ക് തിരികെ പോയിട്ടില്ല. അവിടത്തെ സ്ഥിതി എന്താണെന്നും നിശ്ചയമില്ല. സന്ധ്യക്ക് തറവാട്ടിലെത്തി. മങ്ങിക്കത്തുന്ന രണ്ടു മൂന്ന് മണ്ണെണ്ണവിളക്കുകൾ. ഓരിയിടുന്ന പട്ടികൾ. പുല്ലുതീർന്നതിനാൽ തൊഴുത്ത് പൊളിക്കുംപോലെ ബഹളമുണ്ടാക്കുന്ന പശുക്കൾ. രാത്രിസമയത്ത് വീട്ടുപടിക്കലെത്തിയ ആഗതനു നേർക്ക് ഇളയമ്മ മണ്ണെണ്ണ വിളക്കുയർത്തി. കണ്ണ് പിടിക്കുന്നില്ല.

"സുരേന്ദ്രനാ."

ഉറക്കെ വിളിച്ചുപറഞ്ഞു.

അവർക്ക് മനസ്സിലായെന്നു തോന്നി.

വിളക്ക് താഴ്ന്നു.

"എന്തേ വരാൻ വൈകി?"

അവർ എന്തറിഞ്ഞിട്ടാവും ചോദിക്കുന്നതെന്ന് സുരേന്ദ്രന് തോന്നി. സുരേന്ദ്രൻ അതിന് മറുപടി പറഞ്ഞില്ല. മറ്റാരൊക്കെയോ വന്ന് എത്തി നോക്കി. ഓർമ്മകൾ തെളിയാൻ നേരമെടുക്കും. അതുവരെ വെറുതെ ഇരുന്നു. കൂടുതൽ പരിചയപ്പെടാൻ നിന്നില്ല. അതിനും മനസ്സുണ്ടായില്ല. സുരേന്ദ്രൻ വരാന്തയിൽ കിടന്നു. ഉറക്കം വരാൻ അധികംസമയം വേണ്ടെന്നുതോന്നി. അത്ര ക്ഷീണമുണ്ട്. പിന്നീട് നീണ്ട അഞ്ചുവർഷം അമ്മയില്ലാത്ത, ഇടിഞ്ഞുവീഴാറായ ആ പഴയ തറവാട്ടിൽ ജീവിക്കേണ്ടി വരുമെന്ന് സുരേന്ദ്രൻ ഒരിക്കല്പോലും വിചാരിച്ചിരുന്നില്ല. മണ്ണെണ്ണവിള ക്കുകൾ ആരോ ഊതിക്കെടുത്തുന്ന ശബ്ദം കേട്ടു.

ശാരദയുടെ കഥ

രാത്രിയുടെ നാലാംയാമത്തിൽ പതിവുപോലെ സുരേന്ദ്രൻ ഞെട്ടിയുണർന്നു. എഴുന്നേറ്റു വെള്ളം കുടിച്ചു. കൈകൾക്ക് നല്ല വിറയൽ, തല നേരെ നില്ക്കുന്നില്ല. വെറുതെ കുറേനേരം കസേരയിൽ ചാരിയിരുന്നു. ദേവകിയും അമ്മുക്കുട്ടിയും നല്ല ഉറക്കത്തിലാണ്. അവരെ ഉണർത്താതെ എന്തെങ്കിലും എഴുതിവയ്ക്കാമെന്നു വിചാരിച്ചു. ആത്മകഥയുടെ കാര്യം പറഞ്ഞ് ദേവകി ധൃതി കൂട്ടുന്നുണ്ട്. പ്രസാധകർ കുറച്ചു പണം മുൻകൂറായി തരാമെന്നേറ്റുവത്രെ. നല്ലത്. പണത്തിന്റെ കുറവുണ്ടായിരുന്നു പണ്ടും. പക്ഷേ, ഇല്ലെങ്കിൽ ഇല്ല എന്ന മട്ടിൽ ജീവിക്കുവാൻ കഴിഞ്ഞിരുന്നു. ഇന്നതല്ല, കുടുംബമുണ്ട്, മകൾ വളർന്നുവരുന്നു. പ്രാരാബ്ധങ്ങൾ വേണ്ടുവോളവും.

വിറയൽ കാരണം അക്ഷരങ്ങൾ വരുതിയിലൊതുങ്ങുന്നില്ല പക്ഷേ, എഴുതാതെയിരിക്കുവാനാകില്ല. വളരെക്കാലത്തിനുശേഷം സുരേന്ദ്രൻ ആത്മകഥയ്ക്കുവേണ്ടി ഇപ്രകാരം എഴുതുവാൻ തുടങ്ങി:

“എന്റെ ജീവിതത്തിലെ സുപ്രധാന കാര്യങ്ങളൊന്നുംതന്നെ പകർത്തിയിട്ടില്ല. അതിനു കഴിയുമോ എന്നു തോന്നുന്നില്ല. വളരെ പ്രാധാന്യം നിറഞ്ഞതും വൈകാരികാംശം കൂടിയതുമായ ചില കാര്യങ്ങൾ ദേവകി നേരിട്ട് സ്വയം എഴുതിത്തീർക്കും. അതിനവൾക്ക് ഞാൻ സമ്മതം നല്കിയിട്ടുണ്ട്. ചില ജീവിതമുഹൂർത്തങ്ങൾ നേരിട്ടെഴുതുന്നത് സുഖകരമല്ല. അങ്ങനെ എഴുതുമ്പോൾ അതിൽ ന്യായീകരണത്തിന്റെയോ ഉദാത്തവല്ക്കരണത്തിന്റെയോ ഛായ പടരാൻ ഇടയുണ്ട്. എന്റെ ജീവിതത്തിലെ ഏറക്കുറെ എല്ലാ അനുഭവങ്ങളും വായനക്കാർ തിരിച്ചറിയണമെന്നാഗ്രഹിക്കുന്നു, നിറം പിടിപ്പിക്കാതെയും അതിഭാവുകത്വം തൊട്ടുതീണ്ടാതെയുമാണ് ഞാൻ അതിനായി പരിശ്രമിക്കുന്നത്.

എന്റെ ജീവിതത്തിലെ ചില സുപ്രധാന വഴിത്തിരിവുകളിൽ ശിവ ശങ്കരന്റെ സാന്നിദ്ധ്യം സജീവമായി വന്നിട്ടുണ്ട്. ശിവശങ്കരന്റെയും എന്റെയും ജീവിതം രണ്ടു വ്യത്യസ്ത വിതാനങ്ങളിലൂടെ ഭ്രമണം ചെയ്യു കയാണ്. ശിവശങ്കരൻ എനിക്കുചെയ്ത നന്മകളെ നന്ദിയോടെ ഞാൻ സ്മരിക്കുന്നു; തിന്മ ചെയ്തിട്ടുണ്ടെങ്കിൽ കൂടുതൽ നന്ദിയോടെ അതി നേയും സ്മരിക്കുന്നു. ആത്യന്തികമായി നോക്കുമ്പോൾ നന്മ തിന്മക ളുടെ സമ്മിശ്രമാണല്ലോ മനുഷ്യർ. എന്നെക്കുറിച്ചും ശിവശങ്കരന് ഇങ്ങ നെതന്നെയാവും പറയുവാൻ തോന്നുക.

വർഗ്ഗ സമരങ്ങളോടും, തൊഴിലാളിപ്രസ്ഥാനങ്ങളുടെ അവകാശപ്പോ രാട്ടങ്ങളോടുമെല്ലാം ശിവശങ്കരന് മാനസികമായ അടുപ്പം ഉണ്ടായിരുന്നു. കൊയ്ത്തുകാലത്തും കൃഷിയിറക്കുകാലത്തും ഉണ്ടാകുന്ന തൊഴിൽ പ്രശ്നങ്ങൾ, ജന്മികളുമായുള്ള ഇടർച്ച, ക്രമസമാധാന പ്രശ്നങ്ങൾ, വ്യവ ഹാരങ്ങൾ എന്നിവയിലൊക്കെ ശിവശങ്കരൻ എഴുത്തുകാരൻ എന്ന നിലയ്ക്കപ്പുറം ഇടപെടുകയും പ്രവർത്തിക്കുകയും ചെയ്തുപോന്നു. അതേ സമയം തൊഴിലാളികളുടെ ജീവിതസാഹചര്യം മെച്ചപ്പെടുത്താനും അദ്ധ്വാനവർഗ്ഗത്തിന്റെ അവകാശങ്ങൾ ഉയർത്തിപ്പിടിക്കാനുമുള്ള പോരാ ട്ടങ്ങൾക്ക് രചനകളിലൂടെ പിന്തുണയ്ക്കുവാനും, അവർക്ക് വഴികാട്ടിയും അവരുടെ സന്ദേശവാഹകനും ആകുവാനുമുള്ള ഒട്ടനവധി അവസരങ്ങ ളോട് ശിവശങ്കരൻ ആശാവഹമായി പ്രതികരിച്ചിട്ടില്ല. എഴുത്ത് വേറെ, രാഷ്ട്രീയം വേറെ എന്നീ നിലയ്ക്കായിരുന്നു ശിവശങ്കരന്റെ സമീപനം.

എഴുത്തിലും രാഷ്ട്രീയത്തിലും അനല്പമായ പ്രാവീണ്യം സിദ്ധി ച്ചിട്ടുണ്ടെന്നാണ് എന്നെക്കുറിച്ചുള്ള വിലയിരുത്തൽ. പ്രൊഫ. തോമസ് ഇക്കാര്യം വിശദമാക്കുന്ന ലേഖനങ്ങൾ പലകുറി എഴുതി പ്രസിദ്ധീകരി ക്കുകയുണ്ടായി; 'സുരേന്ദ്രന്റെ വിപ്ലവകഥകൾ ഒരു പഠനം' എന്ന ആമു ഖത്തോടെ. ഇതിനോടൊക്കെ ശിവശങ്കരന് പരിധിവിട്ടുള്ള അസൂയയു ണ്ടെന്ന് ആർക്കും അറിയും. എന്നാൽ ഞങ്ങൾ തമ്മിൽ നേരിൽ കാണു മ്പോൾ ഈർഷ്യ വരാതെ നോക്കുകയും ചെയ്യും.

യഥാർത്ഥത്തിൽ കൈ നനയാതെ പൊത്തയെ പിടിക്കുന്ന ശീല മാണ് ശിവശങ്കരനുള്ളത്. കമ്യൂണിസ്റ്റായി പ്രവർത്തിക്കുന്നുണ്ട് എന്ന തോന്നൽ നിലനിർത്തുകയും വേണം അതേസമയം എഴുത്തിനെ തികഞ്ഞ ഒരു തൊഴിലാക്കി കൊണ്ടുനടക്കുകയും വേണം. യാഥാർത്ഥ്യം പറയുകയാണെങ്കിൽ ഇമ്മാതിരി ശീലം എനിക്ക് ലവലേശം ഇല്ല. ഞാൻ നില്ക്കുന്നിടത്ത് അങ്ങ് ഉറച്ചുനില്ക്കും. ആടിക്കളിക്കുന്ന ശീലം എനിക്ക് ഇല്ലേയില്ല. രചനാപരമായി നോക്കുമ്പോൾ എഴുത്തിലെ എന്റെ സുദൃ ഢമായ നിലപാടുകൾ സ്വാംശീകരിക്കുകയും വിശദമാക്കുകയും ചെയ്തി ട്ടുള്ളത് പ്രൊഫസർ തോമസാണ്. തോമസിന്റെ ജീവിതം തന്നെ ഇതിനു ദാഹരണമാണല്ലോ; ഒരേ സമയം തികഞ്ഞ കമ്യൂണിസ്റ്റും അതേ വിധ ത്തിൽ പ്രവർത്തിക്കുമ്പോൾ തന്നെ സാഹിത്യനിരൂപകൻ എന്ന നില യിലും കോളേജ് അദ്ധ്യാപകൻ എന്ന നിലയിലും സാമൂഹ്യപ്രതിബദ്ധ

തയ്ക്കും പുരോഗമനാശയങ്ങളുടെ പ്രചരണത്തിനുംവേണ്ടി തൂലിക പട വാളാക്കുകയും ചെയ്യുന്നു. എന്റെ കൃതികളെ ഇത്തരമൊരു പശ്ചാത്ത ലത്തിലാണ് പ്രൊഫ. തോമസ് വിലയിരുത്തുന്നത്. ശിവശങ്കരന്റെ കൃതി കളോട് അമിത പ്രതിപത്തി കാട്ടാതെ എന്റെ കൃതികളിലേക്ക് ആണ്ടുമു ങ്ങാൻ പ്രൊഫ. തോമസിനെ പ്രേരിപ്പിച്ചിട്ടുള്ളത് ഞങ്ങളുടെ ദീപ്തമായ ജീവിതശൈലി കാരണമായിരിക്കാം. കക്ഷത്തിലിരിക്കുന്നത് പോകരുത് ഉത്തരത്തിലുള്ളത് എടുക്കുകയും വേണം. ശിവശങ്കരന്റെ ഇത്തരം പ്രകൃ തമുള്ള നിരവധി പ്രമാണിമാരെ നമുക്ക് ചുറ്റുംകാണാം..."

എന്തോ ശബ്ദം കേട്ട് ദേവകി ഉണർന്നു നോക്കുമ്പോഴുണ്ട് സുരേ ന്ദ്രൻ എഴുതിത്തുടങ്ങിയിരിക്കുന്നു. പേന പിടിച്ച കൈ അല്പസ്വല്പ മൊക്കെ വിറയ്ക്കുന്നുമുണ്ട്.

"തനിയേ എഴുതുമോ?" ദേവകി ചോദിച്ചു.

"നോക്കട്ടെ; പറ്റുന്നേടത്തോളമാകാം."

"എങ്കിൽ ഞാനും കുറെ നോക്കാം. പെട്ടെന്നങ്ങ് തീരുമല്ലോ. ഇന്നലേം പുസ്തകത്തിന്റെ മുദ്രണക്കാര്യം പറഞ്ഞ് കത്തുണ്ടായിരുന്നു."

സുരേന്ദ്രൻ തല കുനിച്ചു.

ഈ സമയം കൂടുതലെന്തെങ്കിലും പറഞ്ഞാൽ അത് എഴുത്തിനെ ബാധിക്കുമെന്നറിയാം ദേവകിക്ക്. അതുകൊണ്ട് നോട്ടുബുക്കും പേന യുമായി ദേവകി അടുക്കളയിലേക്ക് പോയി. അമ്മുക്കുട്ടി കുറച്ചുനേരം കൂടി ഉറങ്ങിക്കൊള്ളട്ടെ എന്നും കരുതി.

ദേവകി വളരെ ഏകാഗ്രതയോടെ താഴെക്കാണും പ്രകാരം എഴുതി.

"സുരേന്ദ്രനെക്കുറിച്ച് എനിക്ക് അജ്ഞാതമായിരുന്ന എത്രയോ വിവ രങ്ങൾ ശിവശങ്കരനാണ് പറഞ്ഞത്. അതൊക്കെ സത്യമാണ്. ശിവശങ്ക രൻ സത്യം പറയുന്ന ആളാണ്. അതുകൊണ്ട് വളരെ നല്ല സുഹൃത്തു മാണ്. എഴുത്തുകാരൻ എന്ന നിലയ്ക്കും, പൊതുപ്രവർത്തകൻ എന്ന നിലയ്ക്കും ശിവശങ്കരനോട് എനിക്ക് ആദരവുണ്ട്. ഒന്നാമതായി ശിവശ ങ്കരൻ അച്ചടക്കമുള്ള വ്യക്തിയാണ്. കള്ളുകുടിച്ച് നിർദ്ദോഷകരമായ ഫലിതം പറയുമായിരിക്കും. എന്നാലും ഒരിക്കല്പോലും സ്വബോധം കൈവെടിയുകയില്ല. രണ്ടാമതായി ശിവശങ്കരൻ എഴുത്തിന് പ്രാധാന്യം നല്കുന്നു. അതുകൊണ്ട് രാഷ്ട്രീയപ്രവർത്തനത്തെ എഴുത്തുമായി അത്രയൊന്നും ബന്ധപ്പെടുത്തുകയില്ല. തന്റെ രാഷ്ട്രീയ വിശ്വാസത്തിന്റെ പുകയും ചൂടും വായനക്കാരിലേക്ക് അദ്ദേഹം മനഃപൂർവ്വം കടത്തിവിടു കയുമില്ല. മൂന്നാമതായി സുരേന്ദ്രനേക്കാൾ വായനക്കാർക്ക് കൂടുതൽ സ്വീകാര്യനായിരിക്കുന്നു ശിവശങ്കരൻ. തന്റെ സമയം ദൈനംദിനകാര്യ ങ്ങൾക്കായി ചെലവാക്കാതെ എഴുത്തിൽ മാത്രം ശ്രദ്ധിച്ച് മുന്നേറുന്ന ശീലമായതുകൊണ്ടായിരിക്കാം ശിവശങ്കരന് എഴുത്തിൽ ഇത്രമാത്രം വിജ യിക്കുവാൻ കഴിയുന്നത്. വിവേകിയായ ഒരുവന്റെ ശ്രദ്ധ അവന്റെ മുഖ്യ ലക്ഷ്യത്തിലായിരിക്കണം എന്ന ചൊല്ല് ശിവശങ്കരൻ ജീവിതത്തിൽ പ്രതി ഫലിപ്പിക്കുന്നു."

ദേവകി പെട്ടെന്ന് മറ്റൊരുകാര്യം ഓർത്തു. സുരേന്ദ്രന്റെ ആത്മകഥയിൽ അദ്ദേഹം വിസ്മരിച്ചതോ അദ്ദേഹത്തിന് ഓർത്തെടുക്കുവാൻ കഴിയാത്തതോ ആയ ഏടുകൾ എഴുതി പൂർത്തിയാക്കുക എന്നതാണല്ലോ തന്നിൽ അർപ്പിച്ചിരിക്കുന്ന കർത്തവ്യം. അതിനു തയ്യാറാകുമ്പോൾ ആ രചനാശൈലി സുരേന്ദ്രൻ ഓർക്കുന്ന വിധത്തിലാകണമല്ലോ രൂപപ്പെടുത്തേണ്ടത്. പകരം തന്റേതുമാത്രമായ വീക്ഷണത്തിലൂടെ ചരിത്രഗതികളെ വിലയിരുത്താൻ ഒരുമ്പെടുന്നത് എത്രത്തോളം നന്നാവും. സുരേന്ദ്രന് ഇതൊന്നും ഇഷ്ടപ്പെട്ടില്ല എന്നു വരികയില്ലേ? തന്റെ ഓർമ്മ എന്ന നിലയ്ക്ക് ചിലത് എഴുതിച്ചേർത്താൽ അത് സുരേന്ദ്രന്റെ ഓർമ്മയാകുകയില്ലല്ലോ.

പൂർത്തിയാകുമ്പോൾ സുരേന്ദ്രൻ വേണ്ട തിരുത്തലുകൾ വരുത്തുമായിരിക്കും. അടുത്തക്ഷണം അങ്ങനെ ചെയ്യിക്കേണ്ട എന്നും തീരുമാനിച്ചു ദേവകി. എന്നാൽ ശിവശങ്കരൻ ഉൾപ്പെടെയുള്ളവരെപ്പറ്റി വിലയിരുത്തലുകൾ നടത്തേണ്ടതില്ലെന്നും അത്തരം വ്യക്തികൾ ഇടപെട്ട സംഭവങ്ങളെ കാലഗണന തെറ്റിക്കാതെ അനുക്രമമായി എഴുതിവയ്ക്കാമെന്നും ദേവകി വിചാരിച്ചു. അതിൻ പ്രകാരം അവർ വീണ്ടും എഴുതിത്തുടങ്ങി:

അമ്മുക്കുട്ടിയെ എഴുത്തിനിരുത്തിയശേഷമാണ് സംഭവങ്ങളുടെ തുടക്കം. എഴുത്തിനിരുത്താൻ കുട്ടികളുമായി വന്നതിലാരോ സമ്മാനിച്ച കഠാരയും പേനയും സംബന്ധിച്ച് വീട്ടിൽ തർക്കമുണ്ടായി. അസാധാരണമായ ആ സമ്മാനമായിരുന്നു തർക്കഹേതു. രണ്ടുപേർക്കുമിടയിൽ അവിശ്വാസം വളർന്നു. ഇതെങ്ങനെ സംഭവിച്ചു. വിചിത്രമായ ഒരു സമ്മാനം!

"ഒളിക്കാതെ കാര്യം പറയണം. ചേട്ടൻ എന്തോ ഒളിക്കുന്നുണ്ട്; കഠാരയും പേനയും ഒരുമിച്ച് മുൻ പരിചയമില്ലാത്ത ഒരാൾ കൊണ്ടുവരികയില്ല."

"ഞാൻ എന്തുപറയാനാണ് ദേവകീ. കൊണ്ടുവന്ന ആളിനെ ഓർക്കുന്നില്ല. കണ്ടെങ്കിലല്ലേ പറയാൻ കഴിയൂ."

"എങ്കിൽ ഞാൻ കണ്ടുപിടിച്ചുകൊള്ളാം."

പെട്ടെന്ന് എനിക്ക് ദേഷ്യം തോന്നി. വീട്ടിൽ ബഹളമായി. കുറച്ചുകഴിഞ്ഞപ്പോൾ സുരേന്ദ്രൻ പുറത്തേക്ക് വന്നു പറഞ്ഞു;

"വന്നതുവന്നു; ഞാൻ ഇക്കാര്യത്തെക്കുറിച്ചൊന്നും ഇനി പറയുകയില്ല. ശിവശങ്കരൻ നിന്നോട് സംസാരിക്കും. അയാൾ കുറെ കാര്യം പറയും."

അങ്ങനെയാണ് ശിവശങ്കരനുമായി കാര്യങ്ങൾ സംസാരിക്കുവാൻ തുടങ്ങിയത്. ഇക്കാര്യം അറിയാനായി ഞാൻ ശിവശങ്കരന് കത്തെഴുതി. ഒരാഴ്ച കഴിഞ്ഞ് നീണ്ട ഒരു മറുപടി കിട്ടി. മുൻപൊക്കെ ശിവശങ്കരൻ തിരുവനന്തപുരത്തെ വീട്ടിൽ മാസത്തിൽ ഒന്ന് ക്രമത്തിൽ വരുമായിരുന്നു. കുട്ടനാട്ടീന്ന് വരുന്നോണ്ട് കള്ളും താറാവെറച്ചീം കൂടെ കൊണ്ടുവരിക പതിവായിരുന്നു. രണ്ടാളുംകൂടെ രാത്രി വൈകിയും മേളിക്കും.

എന്തെല്ലാം പരസ്പരം വിളിച്ചുപറയുമെന്നൊന്നും പ്രവചിക്കാൻ പറ്റുകയില്ല. വായിൽ വരുന്ന മുഴുവൻ തെറീം പരസ്പരം വിളിച്ച് ഒടുവിൽ പരസ്പരം കെട്ടിപ്പിടിച്ച് കരയുകയും ചെയ്യും.

ഈ പതിവ് ഇന്നോ ഇന്നലെയോ തുടങ്ങിയതുമല്ല. ഞങ്ങളുടെ കല്യാണത്തിനുമുമ്പേ സുരേന്ദ്രൻ വാടകയ്ക്കു താമസിക്കുന്ന വീട്ടിൽ ഇത്തരം കൂടിച്ചേരലുകൾ ഉണ്ടായിരുന്നു. കള്ളുകുടീം വെടിപറച്ചിലും സാഹിത്യ സല്ലാപോം. ചില ദിവസങ്ങളിൽ പ്രൊഫ. തോമസും സുരേന്ദ്രന്റെ വാടകവീട്ടിൽ കൂടുമായിരുന്നു. നിരൂപകനും എഴുത്തുകാരും തമ്മിലുള്ള സംഘർഷവേദിയായി മാറും ആ വീട്. ശിവശങ്കരൻ കത്തിൽ ഇപ്രകാരമാണ് എഴുതിയിരിക്കുന്നത്.

'ദേവകീ, വിഷമിക്കാനൊന്നും നില്ക്കേണ്ട. ഞാൻ കാര്യങ്ങൾ തുറന്നുപറയുകയാണ്. തുറന്നു പറഞ്ഞുകൊള്ളാൻ സുരേന്ദ്രൻ സമ്മതിച്ചിട്ടുണ്ട്. ആലപ്പുഴയിൽ ഒരു കടയിൽ കണക്കപ്പിള്ളയായി കഴിയുന്ന കാലത്ത് സുരേന്ദ്രന് ഒരു കല്യാണാലോചന വന്നു. സുരേന്ദ്രന്റെ വകയിൽ ഒരു അമ്മാവനും മറ്റും ചേർന്നാണ് ആലോചന കൊണ്ടുവന്നത്. അച്ഛനമ്മമാർ നഷ്ടമായ സുരേന്ദ്രൻ അനാഥനായിരുന്നുവല്ലോ. സുരേന്ദ്രൻ കല്യാണത്തിന് എതിരൊന്നും പറഞ്ഞില്ല. കല്യാണം നടക്കുന്ന കാലത്ത് ഞാനും സുരേന്ദ്രനും തമ്മിൽ അത്ര വലിയ ബന്ധംമൊന്നും ഉണ്ടായിരുന്നില്ല. കേവലം പരിചയമുണ്ടായിരുന്നു. മാത്രവുമല്ല ഞാൻ അക്കാലത്ത് തിരുവനന്തപുരത്ത് പ്ലീഡർഷിപ്പിനു ചേർന്നിരുന്നു. നാട്ടിൽ അവധിക്കു വന്നപ്പോഴാണ് സുരേന്ദ്രന്റെ കല്യാണം കഴിഞ്ഞു എന്നറിഞ്ഞത്.

ശാരദ എന്നായിരുന്നു ഭാര്യയുടെ പേര്. കുറച്ചുകാലം കുതിരപ്പന്തി എന്ന സ്ഥലത്ത് ഒരു വാടകവീട്ടിൽ താമസിക്കുകയും ചെയ്തു. ആ ബന്ധത്തിൽ ഒരു മകൾ ഉണ്ടായിരുന്നതായി സുരേന്ദ്രൻ പറഞ്ഞുകേട്ടിട്ടുണ്ട്. മകൾ ഇപ്പോൾ ജീവിച്ചിരിപ്പുണ്ടെങ്കിൽ പത്തിരുപത്തിയഞ്ച് വയസ്സു പ്രായം കാണും. കുടുംബവഴക്ക് കാരണം ആ ബന്ധം ശാശ്വതമായിരുന്നില്ല. മാത്രവുമല്ല അക്കാലത്ത് ജയിൽ വാർഡനെ കൊന്ന കേസിൽ സുരേന്ദ്രൻ ജയിലിൽ പോകുകയുണ്ടായല്ലോ. ഇക്കാലമത്രയും ശാരദയും മകളും എങ്ങനെ കഴിഞ്ഞുകൂടിയെന്ന് സുരേന്ദ്രന് അറിയില്ലായിരുന്നു. സുരേന്ദ്രൻ അന്വേഷിച്ചുമില്ല, അവർ അറിയിച്ചുമില്ല.

ശിക്ഷ കഴിഞ്ഞുവന്ന് സുരേന്ദ്രൻ പലേടത്തും തിരക്കി. ശാരദയേയും കുട്ടിയേയും പറ്റി ഒരു വിവരവും കിട്ടിയില്ല. കുതിരപ്പന്തിയിൽ അവർ താമസിച്ചിരുന്ന വാടകപ്പുര കാലക്രമത്തിൽ ആ ഉടമസ്ഥൻ പലർക്കായി കൈമാറ്റം ചെയ്തിരുന്നു. ആ പഴയ പുര ഇരുന്ന സ്ഥലത്ത് ഇന്നൊരു ക്രിസ്ത്യൻപള്ളി നില്ക്കുന്നതായാണ് എന്റെ അന്വേഷണത്തിൽ കാണുവാൻ കഴിഞ്ഞത്.

പുന്നപ്രയിൽനിന്നും സുമാർ രണ്ട് മൈൽ തെക്കുമാറിയാണ് ശാരദയുടെ കുടുംബം പാർത്തുവന്നത് എന്നു കേട്ടിട്ടുണ്ട്. സുരേന്ദ്രൻ അവി

ടെയും പോയി തിരക്കിയത്രെ. ആ വീട്ടുകാർ ഇന്ന് അവിടെയില്ല. ശാരദയുടെ ഒരു ഇളയച്ഛൻ പുന്നപ്ര ആക്രമണക്കേസിൽ പ്രതിയായിരുന്നുവത്രെ. വെടിവയ്പും മറ്റ് അനിഷ്ടസംഭവങ്ങളും കഴിഞ്ഞശേഷം ശാരദയുടെ കുടുംബവീടും അടിച്ചുതകർത്തുവെന്നാണ് കേൾവി. ഏതായാലും ഈ ദാരുണസംഭവത്തെ തുടർന്ന് ശാരദയുടെ വീട്ടുകാർ അവിടം വിട്ടുപോയെന്ന് കേൾക്കുന്നു. ഭാര്യയേയും മകളേയും കണ്ടെത്താനുള്ള ശ്രമം കാരണമാണ് സ്ഥിരം ജോലി കിട്ടാതിരുന്നിട്ടും സുരേന്ദ്രൻ പിന്നേയും അഞ്ചാറ് വർഷം ആലപ്പുഴയിൽത്തന്നെ തങ്ങിയത്.

സുരേന്ദ്രന്റെ ആദ്യവിവാഹവുമായി ബന്ധപ്പെട്ട് എനിക്ക് ഇത്രയും കാര്യങ്ങളേ അറിയുകയുള്ളു. ഈ പറഞ്ഞ കാര്യങ്ങൾ പൂർണ്ണമായും സത്യമാണ്. എന്നാൽ ഈ സത്യം നിങ്ങളുടെ വിവാഹത്തിനുമുൻപ് സുരേന്ദ്രൻ തുറന്ന് പറയേണ്ടതായിരുന്നു. അതുണ്ടായില്ല. സത്യം മാത്രമെ പറയാവൂ എന്ന് ഞാൻ വിശ്വസിക്കുന്നില്ല. എന്നാൽ പറയുമ്പോൾ സത്യമേ പറയാവൂ എന്ന് നിർബ്ബന്ധമുണ്ട്. ഇതാണ് എന്റെ പ്രമാണം.

ദേവകി അറിയേണ്ട മറ്റൊരു കാര്യം... എന്റെ ഒരു സംശയമാണ്. കുഞ്ഞിനെ എഴുത്തിനിരുത്തിയ ദിവസം സമ്മാനം നല്കിയത് സുരേന്ദ്രന്റെ മകൾ തന്നെയാകാനാണ് സാദ്ധ്യത. സുരേന്ദ്രന്റെ ചെറുമകളെ എഴുത്തിനിരുത്താൻവേണ്ടി തന്നെയാകണം ഇത്രദൂരം താണ്ടി അവൾ വന്നത്. സുരേന്ദ്രൻ പണ്ട് ഉപയോഗിച്ചിരുന്ന കഠാരയും പേനയും സ്വന്തം മകൾക്കല്ലാതെ മറ്റാർക്കാണ് തിരികെ എത്തിക്കുവാൻ സാധിക്കുക?

ഇതൊക്കെ വായിച്ച് ദേവകി വിഷമിക്കേണ്ട കാര്യമില്ല. അയാൾ ഭാര്യയേയും കുഞ്ഞിനേയും കണ്ടെത്താൻവേണ്ടി തന്നാലാവുംവിധം അന്വേഷണങ്ങൾ നടത്തിയിരുന്നു. ഒരിടത്തും എത്തിയില്ല. ഇതേ തുടർന്ന് മനോവിഷമത്തോടെയാണ് സുരേന്ദ്രൻ ആലപ്പുഴ വിട്ട് തിരുവനന്തപുരത്തേക്ക് ചേക്കേറിയത്. സത്യം എനിക്കു മാത്രമെ അറിയുകയുള്ളു. സുരേന്ദ്രൻ, ദേവകിയേയും അമ്മുക്കുട്ടിയേയും പ്രാണനേക്കാൾ ഉപരി സ്നേഹിക്കുന്നുമുണ്ട്. പണ്ടൊരു ബന്ധം ഉണ്ടായിരുന്നു എന്നത് ശരി. അത് കൃത്യമായി പറഞ്ഞില്ല എന്നത് തെറ്റ്. എന്നാൽ മനസ്സിൽ ദേഷ്യം നിറച്ച് നിങ്ങളുടെ കുടുംബജീവിതം തകർക്കാൻ കൂട്ടുനില്ക്കരുത്.

സെക്രട്ടറിയേറ്റിൽ അടുത്തമാസം വന്നുപോകേണ്ടുന്ന ഒരു കാര്യമുണ്ട്. അന്ന് വീട്ടിൽവരാം. നേരിൽ കണ്ട് കൂടുതൽ സംസാരിച്ചുകൊള്ളാം.

തികഞ്ഞ സ്നേഹത്തോടെ,
ആർ ശിവശങ്കരൻ.'

ഇങ്ങനെയായിരുന്നു കത്ത് തീർന്നത്.

കത്തിനെപ്പറ്റി ഒരിക്കൽക്കൂടി ആലോചിച്ചു.

കൂടുതലൊന്നും എഴുതുവാൻ തോന്നിയില്ല.

സുരേന്ദ്രനും കുറേനേരം എഴുത്തു തുടർന്നു. ഇതിനിടയിൽ അമ്മുക്കുട്ടി എഴുന്നേറ്റു പോയത് അറിഞ്ഞില്ല. അവൾ കുറെനേരം അച്ഛനെ നോക്കി കിടന്നു. അച്ഛൻ തിരിഞ്ഞുനോക്കുന്നില്ല. ദേഷിച്ച് അവൾ കട്ടി

ലിൽ നിന്നിറങ്ങി. അച്ഛൻ മുൻപൊക്കെ അവൾക്ക് മുടങ്ങാതെ കഥ പറഞ്ഞ് കേൾപ്പിക്കുമായിരുന്നു. ഇപ്പോൾ ആ പതിവ് മുടങ്ങിയിരിക്കുന്നു. അമ്മുക്കുട്ടിക്കതിൽ പരിഭവമുണ്ട്. പരിഭവം അവൾ പലതവണ അമ്മയോടു പറഞ്ഞിട്ടുമുണ്ട്.

നേരം പുലർന്നതുപോലും അറിയാതെ സുരേന്ദ്രൻ പതിവിൽ കവിഞ്ഞ ഏകാഗ്രതയോടെ രചന തുടർന്നു; പ്രൊഫസർ തോമസിനും ശിവശങ്കരനും ഒപ്പം തൃശൂർക്ക് പോയ കാര്യമാണിപ്പോൾ സുരേന്ദ്രന്റെ മനസ്സിൽ.

– ദേവസ്വം ഹാളിൽ നടന്ന സാഹിത്യസമ്മേളനം. വിഷയാവതരണം പ്രൊഫ. തോമസ്. തോമസ് അന്ന് രാഷ്ട്രീയത്തിൽ ശ്രദ്ധേയൻ. തിരഞ്ഞെടുപ്പിൽ മത്സരിക്കുകയോ മന്ത്രിയാകുകയോ ഒന്നും ചെയ്തിട്ടില്ല.

"കാല്പനികതയുടെ ഇക്കിളിയിൽ ജീവിക്കേണ്ട കാലമല്ല ഇത്..."

ശിവശങ്കരന് എന്നോട് കടുത്ത അസൂയ. പ്രൊഫ. തോമസിനെപ്പോലുള്ള നിരൂപകർ എന്നെ വാനോളം പുകഴ്ത്തുന്നു. പുതിയകാലം അനുശാസിക്കുന്ന വിധം കഠാരകൊണ്ട് അന്ധവിശ്വാസത്തിന്റെ കാട്ടുവള്ളികളേയും തൂലികകൊണ്ട് മനുഷ്യമനസ്സിന്റെ കാണാത്തിരശ്ശീലകളേയും സുരേന്ദ്രൻ അറുത്തുമാറ്റുന്നുവെന്നായി മറ്റുചിലർ.

"ഇമ്മാതിരി എഴുത്തിനോട് ഞാൻ പറഞ്ഞല്ലോ ആരു പുകഴ്ത്തിയാലും ഇല്ലെങ്കിലും യോജിക്കുകയില്ല. സാഹിത്യത്തിൽ ഉപദേശി പ്രസംഗം വേണ്ട. പെട്ടെന്ന് കൈയടി കിട്ടും. തൊഴിലാളിവർഗ്ഗ സർവ്വാധിപത്യ സാങ്കല്പിക കസേരയിൽ ചമ്രം പടിയുകയുമാവാം. ശിവശങ്കരനതിന് ഏതായാലുമില്ല." യോഗം കഴിഞ്ഞ് മദ്യപിച്ചിരിക്കുമ്പോൾ ശിവശങ്കരൻ പൊട്ടിത്തെറിച്ചു.

ഞാനും ക്ഷുഭിതനായി:

"പടവെട്ടാൻ പോകുന്നവൻ സത്യസന്ധനായി നില്ക്കുന്നത് പട്ടിണി അറിഞ്ഞതുകൊണ്ടാ; പതിനഞ്ചേറ് കാളേം, മുപ്പതുപറ മൂപ്പുള്ള പുഞ്ചേം വിതച്ചു ജീവിക്കുന്ന സാഹിത്യകാരൻ വയറിന്റെ ചൂളംവിളി കേൾക്കുന്നവനല്ല; കേൾക്കുകയുമില്ല. നീ ഓടയ്ക്കടുത്ത് താമസിച്ചിട്ടുണ്ടോ ശിവശങ്കരാ? തോട്ടികളുടെ ചെറ്റപ്പുരയിൽ കയറിയിട്ടുണ്ടോ. എടാ തോട്ടി ചെരട്ടയിൽ കുടിക്കാൻ കൈനീട്ടുമ്പോൾ വാല്യക്കാരനിട്ടുതരുന്ന ഇളംകരിക്കിന്റെ മൂപ്പിനെക്കുറിച്ചാവും നിന്റെ ചിന്ത. പെറ്റി ബൂർഷ്വ..."

"എടോ, *മാനിഫെസ്റ്റോ*യുടെ മലയാളം പരിഭാഷ വായിച്ചതിന്റെ തിണ്ണ മിടുക്ക് തെരുവിൽപോയി കാണിച്ചാൽ മതി. വൈകി കിട്ടിയ പരിഭാഷാ പരിജ്ഞാനമാ പെറ്റി ബൂർഷ്വാവിളി. ഞാൻ ഇംഗ്ലീഷിൽ വായിച്ചിട്ടുണ്ടത്; നീ സ്വപ്നം കാണുന്നേനും മുൻപ്. പഠിക്കാൻ പോവാഞ്ഞതിന്റെ, ഉണ്ണാൻ വീട്ടിൽ ഇല്ലാഞ്ഞതിന്റെ അപകർഷതയാ ഇത്... എന്റെ പേർക്കിതു വേണ്ട." ശിവശങ്കരൻ ആക്രോശിച്ചു.

പെട്ടെന്ന് തോമസും കൂട്ടരും പിടിച്ചുമാറ്റി. ബഹളം ശമിക്കുന്നില്ല. രണ്ടാളും വിട്ടുകൊടുത്തില്ല.

"ശിവശങ്കരാ സാങ്കല്പിക കഥാപാത്രങ്ങളുമായി നിന്നു പെഴയ്ക്കാൻ നോക്കുന്നവർക്ക് വിമർശനം കിട്ടും. എന്റേത് ചൂടും ചൂരുമൊള്ള വരാ. നിരൂപകർ, കാര്യവിചാരമുള്ളവർ അതു കണ്ടുപിടിക്കും..."

"നിന്റെ ചൂടും ചൂരും. സുരേന്ദ്രാ തൊഴിലാളിയുടെ കൂലിയളവിനെപ്പറ്റി നിനക്കറിയാമോ? ഒന്നേകാൽ ഇടങ്ങഴി പുരുഷന്, മുന്നാഴി നെല്ല് പെണ്ണിന്, ചിറക്കരികിൽ കുഴി, ആ കുഴിയിൽ പുട്ടൽ ഇട്ട് കിടുക്ക് തണലിനു കുത്തി പണിക്കിറങ്ങും തന്തേം തള്ളേം. കഞ്ഞിക്ക് കരിക്കാടി എന്നു പറയണം. വെറ്റില അവർക്ക് പഴുത്തില, പാക്കിന് കവണപ്പൊടിയെന്നും. ഇതൊന്നും ഞങ്ങളുടെ പറമ്പിലും വയലിലും സമ്മതിച്ചിട്ടില്ല. മനുഷ്യപ്പറ്റോടെയാ പണിക്കാരെ കാണുന്നത്. നെല്ലളവും അങ്ങനെ തന്നെ. ചൂടും ചൂരും എന്റെ പ്രവൃത്തിയിലാ. കവലപ്രസംഗത്തിലല്ല; മനസ്സിലായോ? സ്ഥിരം ഏർപ്പാടുകളൊന്നും ശിവശങ്കരനോട് വേണ്ട. ഗുസ്തീം വേണ്ട. ഞാൻ പോകുന്നു." ശിവശങ്കരൻ പോകാൻ തുടങ്ങി. പലർക്കും എന്റെ പെരുമാറ്റം ഇഷ്ടമായില്ല. ഒരുതരം ചട്ടമ്പിത്തരം. എനിക്കുവേണ്ടി പ്രൊഫ. തോമസ്, ശിവശങ്കരനോട് ക്ഷമ ചോദിച്ചു. തൃശൂർയോഗം കലുഷിതമായ ഓർമ്മകളിലൊന്നാണ് എനിക്കും ശിവശങ്കരനും.

മദയാനയും മാർജ്ജാരനും

ഇന്ന് നാലാംയാമമായിട്ടും സുരേന്ദ്രൻ എഴുന്നേറ്റില്ല. ഒന്നുമറിയാത്തതുപോലെ ഉറങ്ങുന്നു. ദേവകിക്ക് ദേഷ്യം വന്നു. സാധാരണ, സുരേന്ദ്രൻ നേരത്തെ എഴുന്നേല്ക്കുമ്പോഴാണ് ദേവകി ദേഷ്യപ്പെടുക. ഇത്തവണ നേരെ തിരിച്ചും. ഇങ്ങനെ കിടന്നുറങ്ങിയാൽ പുസ്തകം എങ്ങനെ സമയത്തിനു തീരും? ദേവകിയെ ഈ ചോദ്യം കുഴയ്ക്കാൻ തുടങ്ങിയിരിക്കുന്നു. എങ്ങനെയെങ്കിലും എഴുതിത്തീർക്കണം. അതിനുള്ള ഉപായമാണ് ദേവകി ചിന്തിക്കുന്നത്. ഒന്നുകിൽ സുരേന്ദ്രനെക്കൊണ്ട് നിർബ്ബന്ധിപ്പിച്ച് എഴുതിക്കാം. അല്ലെങ്കിൽ സുരേന്ദ്രനുവേണ്ടി എഴുതിവയ്ക്കാം. രണ്ടാമത്തേതാണു പ്രായോഗികം എന്നുതോന്നി. സുരേന്ദ്രനുവേണ്ടി എഴുതുമ്പോൾ ഉയരുന്ന സംശയമുണ്ട്. തന്റെ കാഴ്ചപ്പാടിലൂടെ എഴുതുന്ന രീതിയായി മാറും; അറിയാതെ. അങ്ങനെയല്ല വേണ്ടതെന്ന് അറിയാം. എന്നാലും അങ്ങനെ സംഭവിക്കും. അതുകൊണ്ട് താൻ എഴുതുമ്പോഴും കഴിവതും സുരേന്ദ്രൻ എങ്ങനെ അത്തരം അനുഭവങ്ങളെ നോക്കിക്കാണും എന്ന വിധത്തിലാവണം എഴുത്ത്:

"തിരുവനന്തപുരത്തെ വാടകവീട്. കമ്യൂണിസ്റ്റ് ഭരണത്തിന്റെ ആഹ്ലാദമാണ് എവിടേയും. സുരേന്ദ്രനും ആഹ്ലാദത്തിമിർപ്പിലായിരുന്നു. എന്നാൽ അകാരണമായ ഒരു ദുഃഖം ആ മുഖത്തുണ്ട്. എന്താണെന്നു തെളിച്ചുപറഞ്ഞിട്ടില്ല. ഉടനെയെങ്ങും പറയുന്ന ലക്ഷണമില്ലെന്നു തോന്നി. പിന്നീടു പറയുമായിരിക്കും. രാവിലെ പുറപ്പെടും, ചിലപ്പോൾ ഉച്ചയ്ക്ക് തിരികെ വരും. രാത്രിയോടെ വീട്ടിൽ ഒരുവിധം നല്ല ആൾക്കൂട്ടം കാണും. ഞങ്ങൾ തമ്മിൽ കൂടുതൽ പരിചയമാകാത്ത കാലത്ത് ഈ ആൾക്കൂട്ടം ആരൊക്കെയെന്നറിയാൻ ഞാൻ ഉത്സാഹം കാണിച്ചിട്ടുണ്ട്.

നല്ല നീളമുള്ള തടിച്ച ആൾ പ്രൊഫ. തോമസ്; ഇപ്പോഴത്തെ വിദ്യാ

ഭ്യാസമന്ത്രി. മറ്റേത് അഡ്വ. ശിവശങ്കരൻ–എഴുത്തുകാരൻ. പിന്നുള്ളവരെ ഒന്നും നീ അറിയില്ല. ഗൗതമകുമാർ, ഭാസ്കരൻ... നിനക്ക് മനസ്സിലാകാത്ത മുഖങ്ങളാണവർ. എന്നാൽ നാട്ടിലെ വലിയ പ്രമാണിമാരും.

സുരേന്ദ്രൻ വിശദീകരിച്ചു.

അഡ്വ. ശിവശങ്കരൻ കള്ളുകുപ്പികളുമായി വരാറുണ്ട്. സ്വന്തം വീട്ടിൽ ചെത്തിയിറക്കുന്ന കള്ളാണ് ശിവശങ്കരൻ കൊണ്ടുവരുന്നത്. അതിന് പ്രത്യേക സ്വാദാണെന്ന് ശിവശങ്കരൻ പറയും. ലഹരി എത്ര തലയ്ക്കു പിടിച്ചാലും പിരിയുംമുൻപ് ശിവശങ്കരൻ കള്ളിന്റെ വില കൃത്യമായി എണ്ണിവാങ്ങും. അതാണു ശിവശങ്കരൻ; എഴുത്തിലും ഇതേ കൃത്യത. അതുകൊണ്ട് ജീവിതത്തിൽ പ്രയോജനമുണ്ട്. സാമ്പത്തികമെച്ചം. എഴുത്തുകാരൻ എന്ന നിലയ്ക്ക് കൂടുതൽ സ്വീകാര്യത.

സുരേന്ദ്രന് ജീവിതത്തിൽ പ്രത്യേക കണക്കുകൂട്ടലുകളൊന്നും ഇല്ലെന്നു തോന്നുന്നു. വീണേടം വിഷ്ണുലോകം എന്ന മട്ടാണ്. അങ്ങനെയുള്ളവർ ജീവിതത്തിൽ ഒരു പരിധിവിട്ട് വിജയിക്കുക പതിവില്ലായിരിക്കാം. ജയപരാജയങ്ങളെപ്പറ്റി സുരേന്ദ്രന് വ്യത്യസ്തമായ അഭിപ്രായമാണുതാനും. തുടക്കത്തിൽ ഇതൊക്കെ കേട്ടപ്പോഴും കണ്ടപ്പോഴും പൊരുത്തപ്പെടാൻ പ്രയാസപ്പെട്ടു.."

ആദ്യമൊന്നും സുരേന്ദ്രനെ പ്രത്യേക ഇഷ്ടത്തോടെ കണ്ടിരുന്നില്ല. വളരെ മുതിർന്നവർ ആ വീട്ടിൽ ഒന്നിച്ചുകൂടുന്നു. എന്തൊക്കെയോ ചർച്ച ചെയ്ത് ആഹ്ലാദിക്കുന്നു. പിന്നെ പിരിഞ്ഞുപോകുന്നു. ഇതായിരുന്നു അവസ്ഥ. അവർ ചർച്ച ചെയ്തത് മിക്കവാറും രാഷ്ട്രീയ കാര്യങ്ങളായിരുന്നുവെന്ന് ദേവകി ഓർക്കുന്നു. ടി വി തോമസും ഗൗരിയമ്മയും വിവാദ വിഷയങ്ങളായി; കെ വി പൗലോസിന്റെ ദുരന്തകഥയും അനാവരണം ചെയ്യപ്പെട്ടു. കെ സി എസ് മണിയെപ്പറ്റി എത്രപറഞ്ഞാലും തീരുകയില്ല. ആരായിരിക്കും അയാൾ? ഇത്രത്തോളം ചർച്ച ചെയ്യപ്പെടേണ്ട വ്യക്തിയാണോ മണി എന്നൊക്കെ ആ ദിവസങ്ങളിൽ ദേവകി ആലോചിച്ചിട്ടുണ്ട്. വലിയ വലിയ മനുഷ്യരുടെ കാര്യം സംഭവബഹുലമായിരിക്കുമെന്നും ദേവകി ഓർത്തുപോയി.

ഒരിക്കൽ സുരേന്ദ്രനോട് സംസാരിച്ചുനില്ക്കുമ്പോൾ മണി സംഭാഷണവിഷയമായി. സുരേന്ദ്രൻ പരിഹസിച്ചു.

"മണിയെ അറിയുകയില്ല എന്നാണെങ്കിൽ ഈ തലമുറയിൽ ജീവിച്ചിരിക്കുവാൻ അവകാശമില്ല. നമുക്കുവേണ്ടി ഏറ്റവും സാഹസികമായ കൃത്യം ചെയ്ത ആളല്ലേ. ദിവാനെന്നു പറഞ്ഞാൽ സർവ്വ അധികാരവും തിരുവിതാംകൂറിന്റെ പട്ടാള അധികാരവുമുള്ള ആളായിരുന്നു. അയാളെ വെട്ടുക എന്നു പറഞ്ഞാൽ സങ്കല്പിക്കാവുന്ന കാര്യമാണോ?"

വിവരമില്ലായ്മയിൽ സഹതപിച്ചു സുരേന്ദ്രൻ.

"പെണ്ണുങ്ങളെ അടച്ചാക്ഷേപിക്കരുത്. ഞാൻ പത്തിലേക്ക് കേറിയതല്ലേ ഉള്ളൂ. പഠിത്തമില്ലാത്തവരെ പരിഹസിക്കുകയും മറ്റും വേണ്ട."

ദേവകി നാണത്തോടെ പറഞ്ഞു.

"വിവരം പഠിത്തംകൊണ്ട് മാത്രം കിട്ടില്ല. അതിന് വായനവേണം. വായന വലിയ മനുഷ്യരെ സൃഷ്ടിക്കും."

"നല്ല പുസ്തകങ്ങളൊന്നും കിട്ടുവാനില്ല. അതുകൊണ്ടാ ഇങ്ങനെ."

"റേഡിയോപ്പാട്ടുമാത്രം കേട്ടിരിക്കരുത്. ചില പുസ്തകങ്ങൾ തരാം."

ഒരുദിവസം പുസ്തകം വാങ്ങാൻ ചെന്നു. ചൊവ്വും ചേലുമില്ലാത്ത മുറിയായിരുന്നു. ഒരുവശത്ത് കള്ളുകുപ്പികൾ കൂട്ടിവച്ചിരിക്കുന്നു. ചില പ്പോൾ പാചകവും ഉണ്ടെന്നു തോന്നി. അതിന്റെ സൂചനകൾ പലയിട ത്തുമായി കണ്ടു. പാത്രങ്ങളൊന്നും തന്നെ നേരാംവണ്ണം കഴുകിവൃത്തി യാക്കിയിട്ടുമില്ല.

"അടിച്ചുവാരലൊന്നും ഇല്ലാത്തതിന്റെ പ്രശ്നമാ."

ദേവകി വീട് ചുറ്റിനടന്നുകൊണ്ട് പറഞ്ഞു. ബീഡിയുടെ ഗന്ധം അടു ത്തേക്കുവന്നപ്പോൾ ഓക്കാനം തോന്നി. ഓടിരക്ഷപ്പെടാനും തോന്നി. പക്ഷേ, ഓടിപ്പോകാൻ സമ്മതിക്കണ്ടെ.

"ആരാമത്തിന്റെ രോമാഞ്ചം ഈ വീടിന്റെ മാത്രം രോമാഞ്ചമായാൽ മതി."

സുരേന്ദ്രൻ പറഞ്ഞു. പറയുക മാത്രമല്ല. കസേര നീക്കിയിട്ട് അതിൽ ഇരുത്തി. എന്നിട്ട് ദേവകിക്ക് വിശ്വസിക്കാൻ കഴിയാത്തവിധം നിലത്ത് മുട്ടുകുത്തി നിന്നശേഷം കഴുത്തിലും മുഖത്തും തീവ്രമായി ചുംബിച്ചു.

"എന്നും ഈ വീടിന്റെ രോമാഞ്ചമായി നില്ക്കാമോ?"

മിണ്ടാൻ പറ്റിയില്ല. ശബ്ദം ഇടറിപ്പോയിരുന്നു. തല കുനിഞ്ഞിരു ന്നു. വളരെ പാടുപെട്ട് അവിടെനിന്നും വീട്ടിലേക്കിറങ്ങിപ്പോന്നു.

സുരേന്ദ്രന്റെ പ്രായം മറന്നുപോയ ദിവസമായിരുന്നു അത്. പ്രായം എത്രയെങ്കിലും ആകട്ടെ. പ്രായം അനുഭവിച്ചറിയുവാൻവേണ്ടിയുള്ളതാ ണ്. പ്രായം സങ്കല്പിക്കുവാൻ വേണ്ടിയല്ലല്ലോ എന്നും ഓർത്തു ദേവകി.

അന്നുരാത്രി, സുരേന്ദ്രന്റെ വീട്ടിൽ വീണ്ടും ഉത്സവമേളം. ആഹ്ലാദ ത്തിമിർപ്പ്. ആദ്യചുംബനം ആഘോഷമാക്കുകയാണെന്ന് ആരോവിളിച്ചു പറഞ്ഞതുകേട്ടു. എങ്ങനെ ആഘോഷിക്കാതിരിക്കുമത്രെ. ലോകം കീഴ ടക്കാനിറങ്ങിയവനെ ഒരു ചെറിയ പെൺകുട്ടി തടവറയിലാക്കിയിരിക്കു ന്നുവത്രെ.

മുറ്റത്തിറങ്ങിനിന്ന് ദേവകി എല്ലാം ശ്രദ്ധിച്ചുകേട്ടു. ശിവശങ്കരൻ വന്നി ട്ടുണ്ട്. മന്ത്രിയുടെ കാർ പാഞ്ഞുകയറുന്നത് കണ്ടു. മുറ്റത്ത് രണ്ട് പൊലീ സുകാർ ഭയന്നുവിറച്ചതുപോലെ നില്ക്കുന്നു. രാത്രി ആരോ ഉച്ചത്തിൽ പാടുന്നതും കേട്ടു:

"പൂജ്യരാം വൈദികന്മാരെ തുനിഞ്ഞിവൻ
യോജ്യമല്ലെങ്കിലുമെന്നോതുന്നേൻ
രാജ്യത്തെയോർത്തും മതത്തെയോർത്തും പിന്നെ
പ്രാജ്യരാം നിങ്ങളെത്തന്നെയോർത്തും
കാലം വൈകിപ്പോയി കേവലമാചാര-

നൂലുകളെല്ലാം പഴകിപ്പോയി
കെട്ടിനിറുത്താൻ കഴിയാതെ ദുർബ്ബല-
പ്പെട്ട ചരടിൽ ജനത നില്ക്കാ
മാറ്റുവിൻ ചട്ടങ്ങളെ സ്വയമല്ലെങ്കിൽ
മാറ്റുമതുകളീ നിങ്ങളെത്താൻ..."

മിക്ക രാത്രികളുടെയും നില ഇങ്ങനെതന്നെയായിരുന്നു. ചിലപ്പോഴൊക്കെ ഉച്ചത്തിലുള്ള ഷർട്ടിൽ ശബ്ദം കേട്ടു. കരച്ചിലും പരിഭവങ്ങളും വാഗ്വാദങ്ങളും നെടുനീളൻ പ്രസംഗങ്ങളുംകൊണ്ട് ആ വീട് ശബ്ദമുഖരിതമായിരുന്നു. അതിരാവിലെ ഉറക്കച്ചടവോടെ മുഷിഞ്ഞ വസ്ത്രവുമായി പുറത്തേക്കിറങ്ങുന്ന ശിവശങ്കരനെ ഒരുദിവസം അച്ഛൻ കണ്ടു.

"ദേ, അതാരാന്ന് നോക്കിക്കേ. ശിവശങ്കരൻ! ഇത്രേം വല്യ ആളാണോ ഈ കൊച്ചുവീട്ടിൽ പാർത്ത് അലേം വിളീം നടത്തിയത്."

അച്ഛൻ അമ്മയെ വിളിച്ച് മുറ്റത്തുനിന്ന് ശിവശങ്കരന്റെ പോക്ക് നോക്കിക്കണ്ടു. കൈയിൽ ഒരു ചെറിയ ബാഗ്. മുണ്ടിന്റെ കോന്തല ഉയർത്തിപ്പിടിച്ചിരിക്കുന്നു. റിക്ഷയിൽ കയറിപ്പോകുകയും ചെയ്തു.

ദേവകിക്ക് ശിവശങ്കരനെ അറിയാം. കുറെ വായിച്ചിട്ടുണ്ട്. പക്ഷേ, ഇത്രയും പ്രധാന ആളാണെന്ന് ഒരിക്കൽപോലും തോന്നിയിട്ടുണ്ടായിരുന്നില്ല. അച്ഛനും അമ്മയും പറഞ്ഞപ്പോഴാണ് ഗൗരവം മനസ്സിലായത്. പ്രൊഫസർ തോമസിനെ നേരിൽക്കാണുവാൻ കഴിഞ്ഞു. സ്റ്റേറ്റ് കാറിൽ വരുന്നതിന്റെ പ്രൗഢിയെപ്പറ്റി അമ്മ വാതോരാതെ പറഞ്ഞുകൊണ്ടിരുന്നു.

ദേവകിക്ക് ജീവിതം മാറിമറിഞ്ഞുവെന്നു പറയാം. സുരേന്ദ്രൻ എന്ന വടവൃക്ഷച്ചുവട്ടിൽ വിശ്രമിക്കാൻ ദേവകി എങ്ങനെയോ ആഗ്രഹിച്ചു. എന്തിനും ഏതിനും സുരേന്ദ്രൻ സഹായത്തിനുണ്ടാകുകയും ചെയ്തു.

പത്താം ക്ലാസ് പരീക്ഷ അടുത്തു. അച്ഛനും അമ്മയും വഴക്കാണ്: പെണ്ണ് മുഷിഞ്ഞിരുന്ന് പഠിക്കുകയില്ല. എപ്പോഴും ഉറക്കം.

ഇത് മാറേണ്ടേ എന്നാണവരുടെ ചോദ്യം. ദേവകിക്കും ഭയം തോന്നി. പഠിത്തം കാര്യമായൊന്നും നടക്കുന്നില്ല. ഭയം സുരേന്ദ്രനോട് പങ്കുവച്ചു.

"നീ നന്നായി പഠിക്കാത്തതെന്താ?" സുരേന്ദ്രൻ ദേവകിയോട് ചോദിച്ചു.

"തലയിൽ എന്തെങ്കിലും കയറേണ്ടെ?"

"അതെന്താ കാര്യം?"

"എപ്പഴും ദാ, ഈ ചിന്തയല്ലേ. മാത്രവുമല്ല എഴുതുന്നതെല്ലാം ദാ ഈ ആളിന്റെ പേരുമാത്രവും."

"ഓഹോ, അങ്ങനെയെങ്കിൽ വഴി ഉണ്ടാക്കാം."

നാലുദിവസം കഴിഞ്ഞ് ദേവകി പത്രവാർത്ത കണ്ട് തുള്ളിച്ചാടി. വീട്ടുകാർ പകച്ചു.

"എന്തുപറ്റിയെടീ?"

അമ്മയ്ക്ക് അത്ഭുതം.

പത്രം ഉയർത്തിപ്പിടിച്ച് ദേവകി പറഞ്ഞു.

"അതേ, പബ്ലിക് പരീക്ഷ രണ്ടാഴ്ചത്തേക്ക് മാറ്റി. പുതിയ തീയതി പിന്നീടറിയിക്കുമത്രെ. വിദ്യാഭ്യാസ മന്ത്രിയുടെ ഉത്തരവാണത്രെ."

"പ്രൊഫ. തോമസ് ഉത്തരവായെന്നോ?"

"അതേ, അതേ." ദേവകി തുള്ളിച്ചാടി.

പിറ്റേന്നു കണ്ടപ്പോൾ സുരേന്ദ്രൻ പറഞ്ഞു.

"എത്ര പാടുപെട്ടെന്നറിയാമോ?"

പ്രൊഫ. തോമസിന്റെ കാലുപിടിച്ചാ പരീക്ഷ നീട്ടിവയ്പിച്ചത്. ഇത്രേം നിർബ്ബന്ധിച്ചതിന്റെ യഥാർത്ഥ കാരണം വെളിപ്പെടുത്തേണ്ടിവന്നു.

ദേവകിക്ക് ആദ്യം ഒന്നും മനസ്സിലായില്ല. പരീക്ഷ മാറ്റിവെക്കാൻ മന്ത്രിക്കധികാരമുണ്ടെന്നൊന്നും അവൾക്ക് അറിയുമായിരുന്നില്ല.

"അയ്യോ മന്ത്രി നമ്മടെ കാര്യം അറിഞ്ഞോ?"

"അറിഞ്ഞു; നിന്നെ കാണണമെന്നും പറഞ്ഞു."

ദേവകിക്ക് പേടിയായി.

"എന്നെ കാണാനോ? അയ്യോ ഞാനില്ല; ഒന്നിനുമില്ല."

"എന്താ, മന്ത്രി നിന്നെ പിടിച്ചുതിന്നുമോ? എങ്കിൽ അങ്ങനെ സംഭവിക്കട്ടെ."

വീട്ടിൽ അത് പറയേണ്ടെന്നു തീരുമാനിച്ചു ദേവകി. തനിക്കുവേണ്ടി പബ്ലിക് പരീക്ഷ രണ്ടാഴ്ചത്തേക്കു നീട്ടിയകാര്യം ലോകത്തോട് വിളിച്ചു പറയാൻ കൊതിതോന്നിയെങ്കിലും, അതാരും വിശ്വസിക്കില്ലെന്നവൾക്കു തോന്നി.

അന്നത്തെ ജീവിതത്തെക്കുറിച്ച് ഇപ്പോൾ ഓർക്കുമ്പോൾ ദേവകിക്ക് അതിശയമാണു തോന്നുക; അവിശ്വസനീയതയും. എന്തു ധൈര്യമായിരുന്നു; സാഹസികതയായിരുന്നു സുരേന്ദ്രനൊപ്പം ജീവിക്കാനെടുത്ത തീരുമാനം. എന്തൊക്കെ പ്രശ്നങ്ങൾ ഉണ്ടാകുമെന്ന് അറിയില്ലായിരുന്നു. അത് സങ്കല്പിക്കുവാൻ പോലും കഴിഞ്ഞിരുന്നില്ല.

ഒന്നിച്ചുജീവിക്കാൻ തീരുമാനമെടുത്തത് സുരേന്ദ്രൻ പറഞ്ഞത്, രാത്രിയിൽ ആ വീട്ടിൽ വരാറുള്ള ചെറുസംഘത്തോടുമാത്രം. അക്കാലത്ത് സുരേന്ദ്രൻ എഴുതിയ ചെറുകഥയുടെ പ്രമേയംപോലും ദേവകിയെച്ചുറ്റിപ്പറ്റിയായിരുന്നു.

"വിപ്ലവം പോയ വഴിക്ക് പുല്ലുപോലുമില്ല. പ്രണയസാഗരം കഥകളിൽ അലയടിച്ചു തുടങ്ങി..."

ശിവശങ്കരൻ കളിയാക്കിയത്രെ.

അമ്പലത്തില്പോയി മാലയിട്ടു. അത്രതന്നെ. കല്യാണം രജിസ്റ്റർ ചെയ്യാൻ കഴിഞ്ഞില്ല. ദേവകിയുടെ പ്രായമായിരുന്നു പ്രശ്നം. വലിയ ഭൂകമ്പം. ഒടുവിൽ ഒളിച്ചുതാമസം; സുഹൃത്തുക്കളുടെ ചെലവിൽ. മൂന്നു നാലു മാസത്തേക്ക് സുരേന്ദ്രൻ ഒന്നും എഴുതിയില്ല. ഒരു പൊതുയോഗത്തിലും പങ്കെടുത്തില്ല. ജീവിതത്തിനാകെ മാറ്റം വന്നതുപോലെ. സാഹി

ത്യസമീപനത്തിലും വന്നു മാറ്റം. സുരേന്ദ്രൻ മെരുക്കപ്പെട്ടു എന്നായി വാർത്ത. അക്കാലത്തുവന്ന ഒരു ഫീച്ചറിൽ ശീർഷകം ഇപ്രകാര മായിരുന്നു:

മദയാന മാർജ്ജാരനായി.

മദയാനയെപ്പോലെ നടന്ന എഴുത്തുകാരനായ രാഷ്ട്രീയനേതാവിനെ മാർജ്ജാരനാക്കി മാറ്റിയ കലാവിദ്യ എന്തായിരുന്നുവെന്ന് അന്വേഷണം. പ്രശ്നങ്ങളെല്ലാം കെട്ടടങ്ങി തിരുവനന്തപുരത്തേക്ക് തിരികെ എത്താൻ ആറുമാസമെടുത്തു. സ്കൂൾ വിദ്യാർത്ഥിനി, ഇരുത്തംവന്ന സ്ത്രീയായി പ്രശസ്തനും തന്റേടിയുമായ എഴുത്തുകാരന്റെ ഭാര്യയായി തലസ്ഥാനത്ത് തിരികെ എത്തി.

എന്റെ ചോദ്യങ്ങൾ

"ഒരിടത്ത് ഒരു കുറുക്കനുണ്ടായിരുന്നു. ഒരാഴ്ചയായി വിശന്നുവലഞ്ഞ് ഉണങ്ങി കഴിയുകയായിരുന്നു. എന്തെങ്കിലും തിന്നാൻ കിട്ടണം. എന്തുചെയ്യും? ഒരുപാട് അലഞ്ഞു. ഒരുപാട് കരഞ്ഞു. ഒടുവിൽ അലഞ്ഞുതിരിഞ്ഞ് ഒരു സ്ഥലത്തെത്തി. കുറുക്കന് തന്റെ കണ്ണുകളെ വിശ്വസിക്കാനായില്ല. മെലിഞ്ഞുണങ്ങിയ കുറുക്കൻ അത്ഭുതംകൊണ്ട് ഓരിയിട്ടുപോയി. തൊട്ടുപിന്നിൽ, ഒരുമതിലിനുള്ളിൽ അതാ ഒരു മുന്തിരിത്തോട്ടം. പഴുത്തുലഞ്ഞ മുന്തിരിയുടെ സുഗന്ധം പുറത്തേക്ക്... കുറുക്കൻ ഓടിച്ചെന്നു. ഗെയ്റ്റ് പൂട്ടിയിരിക്കുന്നു. മതിലിനുചുറ്റും നടന്നു. ഒരിടത്ത് മതിലിന്റെ കല്ലിളകിയ ചെറിയൊരു വിടവ് കണ്ടു. അതിലൂടെ പ്രയാസപ്പെട്ട് നുഴഞ്ഞ് അകത്തുകയറി. പിന്നെ എന്തു സംഭവിച്ചു എന്നു പറയേണ്ട കാര്യമുണ്ടോ? ഇഷ്ടംപോലെ മുന്തിരി തിന്നു. തിന്നുതിന്ന് വയറുവീർത്തു. എത്ര തിന്നിട്ടും കൊതി തീരുന്നുമില്ല. സമയം പോയതറിഞ്ഞില്ല. ദിവസം പോയതറിഞ്ഞില്ല. ഒരാഴ്ച കഴിഞ്ഞു. മതിലിനപ്പുറത്ത് ആൾ അനക്കങ്ങൾ. കുറുക്കന് ഭയമായി. പുറത്തേക്കിറങ്ങാൻ തീരുമാനിച്ചു. കയറിവന്ന മാളത്തിനടുത്തെത്തി ഇറങ്ങാൻ നോക്കിയിട്ട് പറ്റുന്നില്ല. ഒരാഴ്ചത്തെ മുന്തിരി തീറ്റ കാരണം കുറുക്കൻ വല്ലാതെ തടിച്ചുപോയി. കുറുക്കൻ ആകെ വിഷമത്തിലായി. എന്തുചെയ്യും? പുറത്ത് ആൾ അനക്കങ്ങൾ. വന്നവഴിയിലൂടെ ഇറങ്ങിപ്പോകാൻ ഒറ്റമാർഗ്ഗമേയുള്ളു. കടന്നുവന്ന രൂപത്തിലാകണം. പഴുത്തമുന്തിരിക്കുലകൾക്കിടയിൽ, ഒന്നും തിന്നാൻ കൂട്ടാക്കാതെ കുറുക്കൻ ഒരാഴ്ച പട്ടിണി കിടന്നു. ആദ്യരൂപം തിരികെ കിട്ടി; നന്നായി മെലിഞ്ഞുണങ്ങി. മുന്തിരിത്തോട്ടത്തിലേക്ക് കയറിപ്പറ്റിയ ദ്വാരത്തിലൂടെ കുറുക്കൻ പുറത്തേക്കിറങ്ങി രക്ഷപ്പെട്ടു..." അമ്മുക്കുട്ടിക്ക്, സുരേന്ദ്രൻ പറഞ്ഞ കഥ നന്നായി ബോധിച്ചു. അവൾക്ക് ചിരി

യടക്കാൻ കഴിഞ്ഞില്ല എന്നുമാത്രമല്ല, കുറുക്കനോട് അവൾക്ക് സഹതാപവും തോന്നി. കുറേ കാലത്തിനുശേഷമാണ് സുരേന്ദ്രൻ മകൾക്ക് ഒരു കഥ പറഞ്ഞുകൊടുത്തത്. കഥ പറയാനുള്ള മനസ്സ് നഷ്ടമായിരുന്നു. കേൾക്കാനുള്ള മനസ്സ് അമ്മുക്കുട്ടിക്കും ഉണ്ടായിരുന്നില്ല. ഇപ്പോൾ എല്ലാം ഒത്തുവന്നിരിക്കുകയാണ്.

"ഈ കഥയുടെ ഗുണപാഠമെന്താണെന്ന് മോൾക്ക് അറിയാമോ?"

അമ്മുക്കുട്ടി ഗുണപാഠം ഓർത്തു.

"ആവശ്യത്തിനുള്ളത് മതിയാകും. അത്യാർത്തി ആപത്തുണ്ടാക്കും."

സുരേന്ദ്രൻ വിശദീകരിച്ചു.

അമ്മുക്കുട്ടിയുടെ ഉള്ള് പാവം കുറുക്കനൊപ്പമായിരുന്നു. എത്ര കൊതിയോടെ ആകും അത് പട്ടിണി കിടന്നിട്ടുണ്ടാകുക?

ആത്മകഥയിൽ ഈ കഥ ചേർത്താലോ എന്ന ചിന്തയിലായി സുരേന്ദ്രൻ. ഇത്തരം കഥകളാണല്ലോ ഏതൊരാളിന്റെയും ആത്മകഥയേക്കാളും ഔന്നത്യമുള്ളത്. ജീവിതപാഠം നല്കുന്നത്–സുരേന്ദ്രൻ വിചാരിച്ചു.

കഥ കഴിഞ്ഞതോടെ ദേവകി കേട്ടെഴുതാൻ തയ്യാറെടുത്തു.

"കഥയിലെ കുറുക്കനെപ്പോലെ ആകാതിരിക്കാൻ ആവുംവിധം ഞാൻ ശ്രമിച്ചിട്ടുണ്ട്. സത്യത്തിൽ മുന്തിരിത്തോട്ടത്തിൽ എത്തപ്പെടും മുൻപുള്ള കുറുക്കന്റെ ജീവിതത്തിനു സമാനമാണ് എന്റെ ജീവിതം; പട്ടിണിയും പരിവട്ടവും ദാരിദ്ര്യവും അടങ്ങുന്ന ജീവിതവുമായി ഞാൻ ഒത്തുപോകുകയായിരുന്നു.

എന്റെ സമകാലീനരും പിന്നീടു വന്നവരും ഒപ്പമുള്ളവരിൽ പലരും മുന്തിരിത്തോട്ടത്തിൽ അകപ്പെട്ട തിന്നുകൊഴുത്ത കുറുക്കന്മാരാണ്. ഒരിക്കൽ അവിടംവിട്ടു പുറത്തേക്കിറങ്ങേണ്ടിവരും എന്ന ബോധമില്ലാതെയാണ് അവരിൽ പലരും കഴിഞ്ഞുകൂടുന്നത്. ഇറങ്ങാൻ സമയമാകുമ്പോൾ, ഇറങ്ങേണ്ട വഴി കണ്ടുപിടിക്കാൻ അവർ നന്നേ ബുദ്ധിമുട്ടും. വഴിപിണഞ്ഞ് പുറത്തിറങ്ങാൻ അവർക്ക് പഴയരൂപം പ്രാപിക്കേണ്ടതായും വരും. വഴിപിണഞ്ഞില്ല എന്ന കാര്യത്തിൽ എനിക്ക് അത്യധികം ആഹ്ലാദമുണ്ട്. സൗഭാഗ്യങ്ങളുടെ നില ഉപയോഗിച്ച് പുറത്തേക്കിറങ്ങുന്നതിൽ ആത്മസംഘർഷം അനുഭവിക്കുന്നവരായിരിക്കും എനിക്കു ചുറ്റുമുള്ളവർ. എന്നാൽ എനിക്ക് അത്തരം സംഘർഷങ്ങൾ അനുഭവിക്കേണ്ടി വന്നിട്ടുമില്ല.

പ്രൊഫ. തോമസിന്റെയോ, ശിവശങ്കരന്റെയോ, ഒക്കെ ജീവിതമെടുത്തു പരിശോധിച്ചാൽ, അവർ സൗഭാഗ്യത്തിന്റെ മുന്തിരിത്തോട്ടത്തിൽ നിന്നും പുറത്തുകടക്കാൻ ക്ലേശിക്കേണ്ടി വന്നിരുന്നുവെന്ന് കാണാവുന്നതാണ്. ഇതാണു ജീവിതപാഠം. ശിവശങ്കരന് എത്ര കിട്ടിയാലും മതിയാവില്ല. ആർത്തിയാണ്. നോവലുകൾക്കും സിനിമകൾക്കും ഒക്കെ അവാർഡുകൾ കിട്ടിയിട്ടുണ്ട്. എന്നാലും മതിയാവില്ല."

ദേവകി ഒന്നുനിർത്തി സംശയിച്ചു.

"ഇത്രേം വിമർശനം വേണോ? ജീവിച്ചിരിക്കുന്ന ഒരാളെപ്പറ്റി?"

"ചത്തുകഴിഞ്ഞ് തെറിവിളിക്കുന്നവനല്ല സുരേന്ദ്രൻ. ഒള്ളത് വിളിച്ചുപറയും; ഇനിയും പറയാനുണ്ട്."

"കേൾക്കുന്നവർക്ക് നോവും എന്നറിയണം. ശിവശങ്കരൻ അത്രയ്ക്ക് മോശക്കാരനൊന്നുമല്ല."

ദേവകി വിട്ടുകൊടുത്തില്ല.

"നോവട്ടെ. പാർട്ടിയെ അയാൾ ആവുംവിധം ഉപയോഗിച്ചു. വേണ്ടാതെ വരുമ്പോൾ പാർട്ടിയെ തള്ളിയും പറയും. ഞാൻ അങ്ങനെയല്ല. എന്നും ഒരേ നിലപാടുതന്നെ. മനസ്സിലായോ?"

"ഈ കടുംപിടുത്തമാ നിങ്ങളുടെ തകരാറ്. നീട്ടുന്ന കൈക്ക് കടിക്കും. പിന്നെ സ്വയം വേദനിക്കും. എടുത്തുചാട്ടക്കാരാണ്, ആ കഥയിലെ കുറുക്കന്റെ പിന്മുറക്കാർ. നിങ്ങൾക്കാണാ ഉപമ ചേരുക."

സുരേന്ദ്രൻ ക്ഷുഭിതനായി.

"വേണ്ടാതീനം പറഞ്ഞാലുണ്ടല്ലോ, വയ്യ എന്നൊന്നും ഞാൻ നോക്കുകയില്ല. കാശൊള്ളവരെ പൂജിക്കുന്ന വർഗ്ഗത്തിലാ നീയും; നിന്നെപ്പോലുള്ള പെണ്ണുങ്ങൾ പ്രതാപത്തിനു മുന്നിൽ പതറും. പാപിക്ക് പട്ടുവിരിച്ചു കൊടുക്കും."

"നിങ്ങൾക്കല്ലേലും പണ്ടുതൊട്ടേ ശിവശങ്കരനെ പുച്ഛമാ. അയാൾ അത്ര മോശമൊന്നുമല്ല. നാല് സിനിമയ്ക്ക് തിരക്കഥയെഴുതി. നാലും വൻവിജയമായില്ലിയോ? പ്രസിഡന്റിൽനിന്നും അവാർഡ് കിട്ടിയില്ലിയോ? നിങ്ങൾ ആ സമയത്തൊക്കെ എന്താ ചെയ്തത്? വയലാർ ചോര ഞങ്ങടെ ചോര എന്ന് ഉറക്കെ വിളിച്ചുപറഞ്ഞുകൊണ്ടു നടന്നു. ഇപ്പോൾ ചോര ഒണങ്ങിയ പാടുപോലും കാണുന്നുമില്ല."

സുരേന്ദ്രൻ വിറയ്ക്കുവാൻ തുടങ്ങി. ഒരു സിഗരറ്റ് കത്തിക്കുവാൻ നോക്കിയിട്ട് പറ്റിയില്ല. വിറയലിൽ സിഗരറ്റ് താഴെവീണു. ഭയന്ന് അമ്മുക്കുട്ടി പുറത്തേക്കിറങ്ങി ഓടി.

"എടീ, നിന്നെ പെഴപ്പിച്ചതു തൊട്ടാ ഞാൻ പെഴച്ചുപോയെ. നേരത്തെ പറഞ്ഞവരുടേതിനേക്കാൾ വിറ്റഴിഞ്ഞുകൊണ്ടിരുന്നതാ എന്റെ പുസ്തകങ്ങൾ. പക്ഷേ, ഊർജ്ജം പോയി. എന്നുതൊട്ട്? നിന്റെ കൂടെ കെടക്കാൻ തൊടങ്ങിയശേഷം. എഴുത്തിൽ ജീവിതത്തിന്റെ ഓളവും ചുഴലിയും നഷ്ടമായി. പെണ്ണിന്റെ ഓളവും ചൂടും നിറയുകേം ചെയ്തു. എന്നെ തളർത്തി, ശക്തി ചോർത്തിയ നീയാ, എഴുത്തിൽ ഞാൻ പൊറകിലായെങ്കിൽ ഒന്നാം പ്രതി. കാലിട്ടടിച്ചാൽ മാത്രം പോര; കരൾകൊണ്ട് തഴുകുകേം വേണമാരുന്നു."

ദേവകിക്ക് അമർഷംകൂടി. കൈയിൽ കിട്ടിയത് വലിച്ചെറിയാൻ തോന്നി.

"വയസ്സന്മാർ വഷളന്മാരാ. പേയിളകിയ വഷളന്മാർ കുരയ്ക്കുകയല്ല, നിലവിളിക്കും. അതാ, ഇപ്പം കേൾക്കുന്നെ."

“ഇവിടെ വരുമല്ലോ ചെലര്, എന്നെ നോക്കാനെന്ന ഭാവത്തിൽ. ചെല്ല ടീ, വയസ്സന്റെ ഭാര്യക്ക് അതൃപ്തിയൊണ്ടെന്ന് അവർക്കുമറിയാം. അതു കൊണ്ടാണല്ലോ, മുറ തെറ്റാതെ അന്വേഷണം...”

ബുക്കും പേനയും വലിച്ചെറിഞ്ഞ് ദേവകി പുറത്തേക്കിറങ്ങി. അമ്മു ക്കുട്ടി ഇതൊക്കെ കേട്ടുകാണുമോ എന്നായി ദേവകിയുടെ വിഷമം. അമ്മു ക്കുട്ടി ഒന്നും കേട്ടില്ലെന്നറിഞ്ഞിട്ടും ദേവകി നിർത്താതെ കരഞ്ഞു. പിന്നെ സ്വയം മാറത്തടിച്ച് മുറിയിൽ പോയിക്കിടന്നു.

സുരേന്ദ്രന് വിറയൽകൂടി. ശ്വാസംമുട്ടലും. തലകറങ്ങുംപോലെ. എന്തൊക്കെയാ വിളിച്ചുപറഞ്ഞതെന്നുള്ളതും മറന്നുപോയിരിക്കുന്നു. ആകപ്പാടെ വിഷമം. ഒന്നോ രണ്ടോ സിഗരറ്റു കത്തിച്ചു. പകുതിവീതം വലിച്ച് വലിച്ചെറിഞ്ഞു. സമീപവാസികൾ ഒന്നും കേട്ടുകാണുകയില്ല. നേരം വെളുത്തുതുടങ്ങി. കഥ കേട്ടുകിടന്ന അമ്മുക്കുട്ടി വേണ്ടാത്ത കഥ കൾ വിളിച്ചുപറഞ്ഞത് കേട്ടുകാണുമോ എന്നായി സുരേന്ദ്രന്റെ ചിന്ത.

എവിടെനിന്നുമൊക്കെയോ കോഴികൾ കൂവുന്നു. സൈക്കിൾബെ ല്ലിന്റെ ശബ്ദം. റിക്ഷക്കാരുടെ കലമ്പൽ. ഇരമ്പിപ്പായുന്ന ലോറികളുടെ ശബ്ദം. ദൂരെ ഒരു പശു നിർത്താതെ കരഞ്ഞു. സുരേന്ദ്രൻ കൈ ബനി യൻ അഴിച്ച് ദൂരെയിട്ടു. നെഞ്ചുവേദന തോന്നുന്നു. വെറും തോന്നലായി രിക്കും. നെഞ്ചിൽ തടവിനോക്കി. മെല്ലെ എഴുന്നേറ്റ് കണ്ണാടിക്കു മുന്നിൽ ചെന്ന് മുഖം കണ്ടു. മുടി ഇനി അധികമില്ല. കണ്ണട വച്ചില്ലെങ്കിൽ ഒന്നും കാണുകയുമില്ല. കണ്ണുകളെ പോളകൾ മൂടിയിരിക്കുന്നു. കഴുത്തിനു മുക ളിൽ മാംസച്ചുളിവുകൾ ഉലയുന്നു. വിരലുകളിലെ ചുളിവുകൾപോലെ കഴുത്തിലും ചുളിവുകൾ.

മുറിയിൽ കുറെനടന്നു. കാലുകൾ നേരെ നില്ക്കുന്നില്ല. തലയ്ക്ക് ഭാരം കൂടുന്നു.

ഒടുവിൽ രണ്ടും കല്പിച്ച് കസേരയിൽ വന്നിരുന്നു. ചത്തുവീഴും വരെ എഴുതണമെന്ന് നിനച്ച്, വാശിയോടെ സുരേന്ദ്രൻ എഴുതാനിരുന്നു.

അനർത്ഥങ്ങളുടെ അവതാരങ്ങളാണു പെണ്ണുങ്ങൾ. എവളുമാർക്ക് ഒരു തോന്നലുണ്ട്; ദേഹത്തു വീണുകെടന്നാൽ പിന്നെ എല്ലാമായീ എന്ന്. പൊട്ടി മുതൽ പ്രൗഢവരെ മനക്കണക്ക് എണ്ണും. ചെയ്ത ഏതു സഹാ യത്തിനും കണക്കു വെക്കും. സ്ത്രീ സൂക്ഷിക്കുന്ന കണക്ക് പുരുഷൻ അറിയുകയില്ല. പുരുഷൻ ഗതികിട്ടാത്ത പാറ്റയെപ്പോലെയാണ്. പാറ്റയെ മയക്കാനുള്ള ലായനിയാണ് സ്ത്രീ. പുരുഷൻ കാമിക്കും, സ്ത്രീ കൊതി ക്കും. പുരുഷൻ ലാളിക്കും, സ്ത്രീ ലയിക്കും. നേർവഴി ഇല്ലാത്തവനാണ് പുരുഷൻനെങ്കിൽ, നേരെ നോക്കാത്തവളാണ് സ്ത്രീ...

സുരേന്ദ്രൻ വേഗത്തിൽ വിറച്ചുംകൊണ്ട് വീണ്ടുമെഴുതി.

ആദ്യത്തെ ഭാര്യയുടെ അപകടത്തിൽനിന്നു രക്ഷപ്പെടാൻ പതിറ്റാ ണ്ടുകളെടുത്തു. ഈ വർഗ്ഗം വേണ്ടെന്നുകരുതി ഒറ്റയ്ക്ക് ജീവിച്ചു. അതാ യിരുന്നു സത്യത്തിൽ ജീവിതം. ഒറ്റയാന്റെ ജീവിതം. ചിന്തയിലും പ്രവൃ ത്തിയിലും ഒറ്റയാനാകാൻ കഴിഞ്ഞു. എഴുത്തിൽ ഒറ്റപ്പെട്ട ശബ്ദം

കേൾപ്പിച്ചു. അവസരവാദികളായ എന്റെ പല സമകാലീനരേയും പോലെ ഞാൻ അധികാര കസേരയ്ക്കുമുന്നിൽ കുനിഞ്ഞിട്ടില്ല, അവാർഡുകളിൽ അഭയം കണ്ടിട്ടില്ല, ആത്മരോഷമില്ലാത്തവനെ ആലിംഗനം ചെയ്തിട്ടില്ല, വാക്കും വീറും പണയപ്പെടുത്തിയിട്ടില്ല. ഇനി അതിനൊട്ട് ശ്രമിക്കുകയുമില്ല.

പ്രൊഫ. തോമസ് കാലയവനികയ്ക്കുള്ളിൽ മറഞ്ഞു. ജീവിച്ചിരുന്ന കാലത്ത് എന്റെ കൃതികളെപ്പറ്റി സമഗ്രമായി എഴുതി, പഠനം നടത്തി. അതിൽ ശിവശങ്കരന് മുഴുത്ത അസൂയ ഉണ്ടായിരുന്നു. എന്നാൽ മാലോകർ ശിവശങ്കരന്റെ അസൂയ തിരിച്ചറിയുന്നില്ല. അവിടേയും തെറ്റുകാരൻ സുരേന്ദ്രൻ. ഞാൻ എഴുത്തിനും കീർത്തിക്കുംവേണ്ടി പാർട്ടിയുടെ യശസ്സോ പേരോ ഉപയോഗിച്ചിട്ടില്ല. ശിവശങ്കരൻ പഞ്ചായത്തിൽ മത്സരിച്ചില്ലേ? പണംവാരി പടത്തിനു പിന്നാലെ പാഞ്ഞില്ലേ. പരാതിയുമായി നടന്നില്ലേ? ഞാനെന്തു ചെയ്തുവെന്നാണ് പറയുന്നത്? ആർക്കെങ്കിലും ശല്യം ചെയ്തുവോ? ആനുകൂല്യം നേടാൻ ഏതെങ്കിലും എരപ്പാളിയുടെ മുന്നിൽ കുമ്പിട്ടോ? പാർട്ടിയുടെ പേര് ദുരുപയോഗം ചെയ്യുന്നവനാണ് യഥാർത്ഥ ഒറ്റുകാരൻ.

കെ വി പൗലോസ് ഒടുവിൽ തടുക്കു കച്ചവടത്തിനെറങ്ങി. തടുക്കുകൾ വാങ്ങി സൈക്കിളിനു പിന്നിൽ കെട്ടിവച്ച് 'തടുക്കുവേണോ' എന്ന വിളിയുമായി അതാപോകുന്നു പഴയ വിപ്ലവകാരി. വയലാറിലും പുന്നപ്രയിലും ശത്രുവിന്റെ ചോര ചിന്താൻ കുന്തം കൂർപ്പിച്ച് നല്കി. വലിയൊരു കുന്തവുമായി മുന്നിൽ നടന്ന കെ വി പൗലോസ് ദാ, തടുക്കുവിറ്റുനടക്കുന്നു, പൊത്ത സൈക്കിളിൽ വീടുകൾ തോറും.

ഞാൻ തന്നെ പൊതുയോഗങ്ങൾക്കു കൂട്ടിക്കൊണ്ടുപോയി നാണം മാറ്റിയെടുത്ത എത്രയോപേർ പില്ക്കാലത്ത് എം എൽ എ മാരായി. ചിലർ കോർപ്പറേഷൻ ചെയർമാന്മാരും, മറ്റു ചിലർ പഞ്ചായത്ത് മെമ്പറുമാരും ഒക്കെയായി. എഴുതിക്കൊണ്ടുവന്നത് തെറ്റുതിരുത്തിക്കൊടുത്തത് കൊണ്ടുപോയി പ്രസിദ്ധീകരിച്ചവരിൽ എത്രയോ പേർ കവികളും കഥാകൃത്തുക്കളും തിരക്കഥാകാരന്മാരുമായി. നല്ലത്. കൂടുതൽ വരട്ടെ.

നല്ലതുമാത്രം കാണാനും കേൾക്കാനുമുള്ള ശക്തി ലഭിക്കണമേ എന്നു മാത്രം പ്രാർത്ഥന. മറ്റൊരു തരത്തിൽ ദേവകി വിളിച്ചുപറഞ്ഞ വിമർശനങ്ങൾ അവലോകനം ചെയ്താൽ ഉയരുന്ന ചില കാര്യങ്ങൾ കൂടിയുണ്ട്. അത് എന്റെ രചനകൾ സംബന്ധിച്ചാണ്. രചനകളിൽ വിപ്ലവവീര്യം നഷ്ടമായി എന്ന കുപ്രചരണം നടത്തിക്കൊണ്ട് ഒരുവശത്തു കൂടി വിമർശകർ എന്നെ തമസ്കരിക്കാൻ നോക്കുന്നു. മറുവശത്ത് വിപ്ലവവായാടിത്തമുള്ള കൃതികൾ മാത്രമാണ് എന്റേതെന്നും ശിവശങ്കരനെപ്പോലെ നിലപാടുകളെ കഥയ്ക്കു പിന്നിൽ ഞാൻ ഒളിപ്പിക്കാറില്ലെന്നും മുദ്രാവാക്യം പോലെ അത് മുഴക്കാറുണ്ടെന്നുമാണ് മറ്റൊരു ആരോപണം. ഇവയ്ക്കിടയിൽ സത്യത്തിൽ ഞാൻ ഞെരുങ്ങുകയാണ്. സത്യം ഇതുരണ്ടുമല്ല.

ഞാൻ അദ്ധ്വാനിക്കുന്ന മനുഷ്യർക്കുവേണ്ടി, അഭിമാനസ്വഭാവമുള്ള തൊഴിലാളിവർഗ്ഗത്തിനുവേണ്ടി തൂലിക ചലിപ്പിച്ചുതുടങ്ങിയതാണ്. അതിനിയും തുടരും. എന്ത് ബന്ധത്തിന്റെ പേരുപറഞ്ഞാലും വേണ്ടില്ല, എന്റെ വിശ്വാസത്തിൽ യാതൊരു മാറ്റവുമില്ല. എന്നാൽ വിശ്വാസം പ്രകടിപ്പിക്കുന്ന രീതിക്ക്, രചനാശൈലിക്ക്, പ്രസംഗരീതിക്ക് കാലാനുസൃതമായ മാറ്റം വന്നിട്ടുണ്ടുതാനും. ആ മാറ്റത്തെ വീര്യംചോരലായി ചിലർ തെറ്റിദ്ധരിച്ചിരിക്കുന്നു. മറ്റുചിലർ ഒളിച്ചോട്ടമായി വിലയിരുത്തുന്നു. സത്യം ഇതൊന്നുമല്ല. പ്രൊഫ. തോമസിനെപ്പോലെ ധൈഷണികതയുള്ള ഒരു നിരൂപകൻ ജീവിച്ചിരുന്നുവെങ്കിൽ എന്റെ ഭാവുകമാറ്റം വ്യക്തമായി വിശദീകരിക്കുമായിരുന്നു. പല തെറ്റിദ്ധാരണകളും മാറ്റിത്തീർക്കാൻ പ്രൊഫ. തോമസിന്റെ രചനകൾക്ക് സാധിക്കുമായിരുന്നു. എന്തുചെയ്യാം?

മേശമേൽ ഞാൻ കഠാരി വയ്ക്കുന്നില്ല. തൂലികയാണ് കഠാരയേക്കാൾ ശക്തം എന്നും ഞാൻ തിരിച്ചറിഞ്ഞുകഴിഞ്ഞു. അത് ശിവശങ്കരനെപ്പോലെ മൂഢസ്വർഗ്ഗത്തിൽ ജീവിച്ചുകൊണ്ടുനേടുന്ന അറിവില്ല, മറിച്ച് അനുഭവത്തിന്റെ ചൂടിൽ നിന്നും ഞാൻ ഉൾക്കൊണ്ട, അനുഭവിച്ചറിഞ്ഞ ബോദ്ധ്യമാണ്.

ദേവകിയോടൊപ്പം ജീവിതം ആരംഭിച്ചതോടെ കല, കലയ്ക്കും ജീവിതത്തിനും വേണ്ടിയാണെന്ന് ഞാൻ തിരിച്ചറിയുവാൻ തുടങ്ങിക്കഴിഞ്ഞു. ജീവിതപ്രശ്നങ്ങൾ മുഴുവൻ ഒറ്റയടിക്ക് പരിഹരിക്കുവാനും വിശദീകരിക്കുവാനുമുള്ള ഒരു വേദിയാക്കി സാഹിത്യരചനയെ ഞാൻ കാണുന്നില്ല. അതേസമയം ശുദ്ധ കലാവാദിയായി നിന്നുകൊണ്ട് രചന ദന്തഗോപുരത്തിലിരുന്നു കൊണ്ടാകരുതെന്നും കരുതുന്നു.

എന്റെ രചനാമുറിയിലെ മേശമേൽ തൂലികകൾ മാത്രമാണുള്ളത്. മുൻപ് ഇങ്ങനെയല്ലായിരുന്നു എന്റെ മാനസികനില. അതേസമയം, എനിക്ക് കുറേക്കാലം മുൻപ് സമ്മാനമായി ഏതോ അജ്ഞാതർ തിരികെ ഏല്പിച്ച ആലപ്പുഴ ലോഡ്ജ്മുറിയിൽ ഞാൻ എഴുത്തു മേശമേൽ സൂക്ഷിച്ചിരുന്ന കഠാര, എന്റെ ഹൃദയത്തിന്റെ ഒരുഭാഗംപോലെ എഴുത്തുമുറിയിലെ അലമാരയിൽ ഞാൻ സൂക്ഷിച്ചുവച്ചിട്ടുമുണ്ട്.

കല ജീവിതത്തിനും കലയ്ക്കും വേണ്ടി ഒരുമിച്ചാകണമെന്ന എന്റെ അഭിപ്രായത്തിന് കാലാന്തരത്തിൽ ചില മാറ്റങ്ങൾ വന്നിട്ടുണ്ട്. പ്രത്യേകിച്ചും അമ്മുക്കുട്ടിയുടെ ജനനത്തോടെ. അവളെ താലോലിച്ചും കൊഞ്ചിച്ചും കഥപറഞ്ഞും വളർത്തുന്ന സ്നേഹവാത്സല്യ തീവ്രതയുടെ നിമിഷത്തിൽ ഞാൻ സ്വയം പറഞ്ഞിട്ടുണ്ടാവും. കലയേക്കാൾ ശ്രേഷ്ഠമാണ് ജീവിതമെന്ന്, അത് സ്വയം തോന്നി പറഞ്ഞതുതന്നെയാണ്. സത്യവും അതാണ്. അതുതന്നെ സത്യം. എനിക്ക് തർക്കം ഏതുമില്ല. ഈ നിലപാടിൽ മാറ്റം വന്നുകൂടെന്നുമില്ല.

ഇപ്രകാരം എന്റെ ഭാവുകത്വത്തിൽ സംഭവിച്ചുകൊണ്ടിരിക്കുന്ന സൂക്ഷ്മമായ മാറ്റങ്ങളെ ജീവിതത്തോടുള്ള വിമുഖതയായും ഒളിച്ചോട്ടമായും വിപ്ലവ വിരുദ്ധ, തൊഴിലാളിവിരുദ്ധ സമീപനമായും ഒക്കെ മറ്റു

ചിലർ വിലയിരുത്തുന്നുണ്ടാകും. എല്ലാവർക്കുമായി എന്തെങ്കിലും ചെയ്യാനും പറയാനുമൊന്നും എനിക്കു സാധിക്കുകയില്ല.

ഭോഷ്കന്മാരുടെ ജല്പനങ്ങൾക്ക് മറുപടി പറഞ്ഞുനടക്കാൻ ഇപ്പോഴെനിക്ക് ആരോഗ്യം കുറവാണ്. ആരോഗ്യം വീണ്ടുകിട്ടുമ്പോൾ മറുപടി മാത്രമല്ല, മനഃപൂർവ്വം ആക്ഷേപിക്കുവാൻ വരുന്നവന്റെ ചെപ്പക്കുറ്റി നോക്കി ഒന്നുപൊട്ടിക്കുവാനും എനിക്ക് മനസ്സുണ്ട്. അതിനുള്ള കാലം സമാഗതമായിരിക്കുന്നുവെന്നും ഞാൻ വിശ്വസിക്കുന്നു.

ദേവകിയെപ്പോലുള്ളവർക്ക് ഒരു തോന്നലുണ്ട്. അവരുടെ സ്വാധീനത്തില്പെട്ട് ഞാൻ ചടഞ്ഞുകൂടിയിരിക്കുന്നു. പല്ലും നഖവും കൊഴിഞ്ഞ ഒരു സിംഹം ആയിരിക്കുന്നു എന്നൊക്കെ. വിവരദോഷങ്ങളോട് ഒരുമിച്ച് ഞാൻ സഹതപിക്കുന്നു. ചത്ത സിംഹത്തേക്കാൾ ജീവിച്ചിരിക്കുന്ന എലി നല്ലതാണെന്നു വിശ്വസിക്കുന്ന ഒരുവനാണ് ഞാൻ. ഭാവുകത്വത്തിലും രചനാസങ്കേതത്തിലുംവന്ന മാറ്റങ്ങളെ അതേവിധം ഉൾക്കൊള്ളാനാകാത്തവരോട് വീണ്ടും സഹതപിക്കുന്നു.

വയസ്സുകൂടിയാൽ പിന്നെ എന്തു കാമവികാരം?
വെള്ളം വറ്റി തീർന്നാൽ പിന്നെ എന്തു തടാകം?
ധനം തീർന്നാൽ പിന്നെ എന്തു ബന്ധുജനം?
തത്ത്വമറിഞ്ഞാൽ പിന്നെ എന്തു സംസാരം?

'ഭജഗോവിന്ദ'ത്തിൽ ശങ്കരാചാര്യർ ചോദിക്കുന്ന ഇതേ ചോദ്യം ഞാൻ ആവർത്തിക്കുന്നു; എന്റെ വിമർശകരോട്.

എന്തുകൊണ്ട് സ്വസ്ഥനാകുന്നു?

മാധവന്റെയും സുമതിയുടെയും ദാരുണമായ ജീവിതാന്ത്യം പ്രമേയമാക്കണമെന്ന് സുരേന്ദ്രൻ ആഗ്രഹിച്ചിരുന്നു. ആദ്യകാലത്ത്, സ്വന്തം ജീവിതത്തിൽ സംഭവിച്ച ദുരന്തം എന്ന നിലയ്ക്ക് സുരേന്ദ്രന് ആ സംഭവങ്ങളോട് വൈകാരികമായ അടുപ്പം ഉണ്ടായിരുന്നു. പിന്നീടത് തീവ്രവിഷാദമായി മാറി. മാധവനേയും സുമതിയേയും തന്നിൽ നിന്നും മാറ്റിനിർത്താൻ കഴിയാത്ത അവസ്ഥയിൽ എങ്ങനെ അവരുടെ ജീവിതം എഴുതും എന്ന ചോദ്യം സുരേന്ദ്രനെ അലട്ടിക്കൊണ്ടിരുന്നു.

തിരുവനന്തപുരം ജീവിതത്തിനിടയിൽ പുസ്തകങ്ങളുടെ റോയൽറ്റിയൊക്കെ കുറയുകയും സാമ്പത്തിക ബുദ്ധിമുട്ട് വർദ്ധിക്കുകയും ചെയ്തപ്പോൾ പ്രൊഫ. തോമസ് ഒരു ഉപായം പറഞ്ഞുകൊടുത്തു.

“പ്രണയം പ്രമേയമായി വരുന്ന ഒരു നല്ല നോവലിന് സുരേന്ദ്രൻ തുടക്കമിടുക; എത്രയോ ശ്രദ്ധേയമായ മെറ്റീരിയലുകൾ ഇപ്പോൾത്തന്നെ കൈവശം ഇരിക്കുന്നു. എന്തിനു വച്ചുകൊണ്ടിരിക്കണം. മാധവന്റെയും സുമതിയുടേയും ജീവിതംമാത്രം വരച്ചുകാട്ടിയാൽ മതിയാകുമല്ലോ.”

“എന്നോടൊപ്പം ജീവിച്ചവരോടായതുകൊണ്ടാകും അവരെക്കുറിച്ച് എഴുതാൻ തയ്യാറാകുമ്പോൾ മനസ്സ് കൂടുതൽ ദുർബ്ബലമാകും.”

സുരേന്ദ്രൻ വിഷാദഭാരത്തോടെ വിശദീകരിച്ചു.

“അങ്ങനെ കരുതരുത്. മാധവനും സുമതിയും നമ്മുടെ പോരാട്ടസമരങ്ങളിലെ ദീപ്തമായ മുഖങ്ങളാണ്. അതേസമയം വിധിവൈപരീത്യമെന്നു പറയാവുന്നവിധം ദുരന്തമുഖങ്ങളും. പോരാട്ടങ്ങളുടെ മുൻനിരക്കാരും ദുരന്തങ്ങളുടെ ഇരകളുമാണല്ലോ മനുഷ്യർ എക്കാലത്തും.”

“അവരുടെ സ്മരണ വിറ്റ് ഞാൻ കാശുണ്ടാക്കിയെന്ന് ആരെങ്കിലും വിമർശിച്ചാലോ? ആരുമൊട്ട് പറഞ്ഞില്ലെങ്കിലും എനിക്കെങ്കിലും അങ്ങനെ തോന്നിയാലോ?”

ഈ ചോദ്യത്തിന് പ്രൊഫ. തോമസ് സാമാന്യം ദീർഘമായി തന്നെ മറുപടി പറഞ്ഞു.

"സുരേന്ദ്രാ, നാം പറഞ്ഞ സംഭവത്തിന് രണ്ട് പതിറ്റാണ്ടിലേറെ പഴക്കമായി. എന്തുകൊണ്ട് തികഞ്ഞ കമ്യൂണിസ്റ്റ് വീക്ഷണത്തിലൂടെ താങ്കൾക്ക് ആ സംഭവത്തെ പുനരവലോകനം ചെയ്തുകൂടാ? ഒരിക്കലും അത് വിറ്റ് കാശാക്കൽ ആകുന്നില്ല. ചരിത്രത്തെ തികഞ്ഞ യാഥാർത്ഥ്യത്തോടെ സമീപിക്കുന്നുവെന്നേ അതിന് അർത്ഥം കല്പിക്കേണ്ടതുള്ളു. അങ്ങനെ ചെയ്യേണ്ടതുമാണ്. അതുചെയ്യാൻ ഉത്തരവാദപ്പെട്ട എഴുത്തുകാരൻ കൂടിയാണ് താങ്കൾ. മറ്റൊരുകാര്യം കൂടി പറയാം. താങ്കൾ വ്യക്തിപരമായ ബുദ്ധിമുട്ടുകൾ കാരണം ഒരു പുനരവലോകത്തിനു തയ്യാറാകുന്നില്ല എന്നു കരുതുക, മറ്റൊരാൾ, തികച്ചും ഏകപക്ഷീയമായി മാധവന്റെയും സുമതിയുടേയും ജീവിതത്തിന് ഏറെ നിറക്കൂട്ടും ഏച്ചുകെട്ടലുകളും നല്കി പരിപോഷിപ്പിച്ച് പ്രസിദ്ധീകരിച്ചാലോ? പിന്നീടതിന് എതിർമുഖം വരച്ചാൽ വിലപ്പോവുകയുമില്ല. മാത്രവുമല്ല, എഴുത്തുകാരൻ എന്ന നിലയ്ക്ക് താങ്കൾക്ക് കൂടുതൽ സ്വീകാര്യത ഒരുക്കാൻ, താങ്കൾകൂടി ഭാഗഭാക്കായ ചരിത്രസംഭവ പ്രമേയത്തിന് സാധിക്കുകയും ചെയ്യും."

സുരേന്ദ്രൻ ഉടൻ മറുചോദ്യമെറിഞ്ഞു.

"എന്റെ സ്വീകാര്യതയ്ക്ക് കാര്യമായ തകരാർ ഉണ്ടെന്നാണോ താങ്കളും വിലയിരുത്തിയിട്ടുള്ളത്? ഇടിവു തട്ടിയ സ്വീകാര്യതയ്ക്ക് പുനർജ്ജീവൻ നല്കാൻ എന്തായാലും എന്റെ പ്രിയസഖാവിന്റെ ദുരന്തത്തെ ഉപയോഗപ്പെടുത്തുവാൻ ഉദ്ദേശിക്കുന്നില്ല. കുറച്ചുകാലം കൂടി കഴിയട്ടെ. ആ സമയത്ത് ഇത്തരം ചിന്ത മറ്റൊന്നിനു വഴിമാറുകയാണെങ്കിൽ നോക്കുകയും ചെയ്യാം."

"എടോ വെട്ടൊന്ന് തുണ്ടം രണ്ട് എന്ന നിലപാട് ശരിയല്ല; പ്രത്യേകിച്ചും സത്യാന്വേഷിയാകേണ്ട ഒരു എഴുത്തുകാരന്, ചരിത്രത്തിന്റെ തന്നെ ഭാഗമായി മാറിയ ഒരു കമ്യൂണിസ്റ്റിന്. മാധവന്റെയും സുമതിയുടെയും സ്മരണ നിനക്ക് അവകാശപ്പെട്ട സ്വത്താണ്. അതേ, ഇക്കാര്യത്തിൽ സ്വകാര്യസ്വത്തിന്റെ ഉപയോഗവും ദുരുപയോഗവും അനുവദനീയം തന്നെ."

പ്രൊഫ. തോമസിന്റെ സ്നേഹപൂർവ്വമായ നിർബ്ബന്ധത്തിനു വഴങ്ങാതിരുന്നതിനെപ്പറ്റി പിന്നീട് സുരേന്ദ്രൻ ആലോചിച്ചിട്ടുണ്ട്. അന്ന് എന്തുകൊണ്ട് എതിർത്തുനിന്നു? എത്ര ചിന്തിച്ചിട്ടും യുക്തിസഹമായ മറുപടി കൈവശമില്ല. മാത്രവുമല്ല, ഏതാണ്ട് ഒരുവർഷം കഴിഞ്ഞപ്പോൾ ശിവശങ്കരൻ *നെല്ലും കയറും* എന്നപേരിൽ അതിബൃഹത്തായ ഒരു രചനയ്ക്ക് തുടക്കം കുറിച്ചു. അതിൽത്തന്നെ ഒരു ഭാഗത്ത് മാധവന്റേയും സുമതിയുടേയും ദാരുണാന്ത്യം ആർദ്രമായി അവതരിപ്പിക്കുകയും ചെയ്തിരുന്നു. അറിഞ്ഞപ്പോഴും വായിച്ചപ്പോഴും സുരേന്ദ്രന് നിസ്സംഗതയാണു തോന്നിയത്. പ്രൊഫ. തോമസ് ഇത്തരം കാര്യങ്ങൾ വളരെ മുന്നേ കണ്ടി

രുന്നിരിക്കണം. അന്ന് തന്നെ ഏറെ നിർബ്ബന്ധിച്ചശേഷം യാത്ര പറയും മുൻപ് പ്രൊഫ. തോമസ് *ഭഗവദ്ഗീത* ഉദ്ധരിച്ച് ഓർമ്മിപ്പിക്കുകയുണ്ടായി:

മരണം, ജ്വര, വ്യാധി, പലതുകൊണ്ടുള്ള ദുഃഖം ഇവ മനുഷ്യന് ഒഴിവാക്കുന്നവയല്ലായിരിക്കെ, നീ എന്താണ് സ്വസ്ഥനെപ്പോലിരിക്കുന്നത്?

പ്രൊഫ. തോമസ് അന്നുപറഞ്ഞതിന്റെ പൊരുൾ ഇന്ന് മനസ്സിലാകുന്നുണ്ട്. അന്ന് സ്വസ്ഥനെപ്പോലെ ഇരിക്കേണ്ട കാര്യമില്ലായിരുന്നു. ശിവശങ്കരന് എഴുത്തുകാരന്റെ ദിവ്യമായ അസ്വസ്ഥതകൾ വേണ്ടുവോളവുമുണ്ടായിരുന്നു. സുരേന്ദ്രനാകട്ടെ തീർത്തും അക്കാര്യത്തിൽ സ്വസ്ഥനായിരുന്നു. മറ്റുള്ള മനുഷ്യരുടെ ദൈനംദിന പ്രശ്നങ്ങൾ മാത്രമാണ് സുരേന്ദ്രനെ അസ്വസ്ഥപ്പെടുത്തുമായിരുന്നത്.

നെല്ലും കയറും പുറത്തിറങ്ങിയപ്പോൾ പ്രൊഫ. തോമസിന്റെ ദീർഘദർശിത്വം കൂടുതൽ ബോദ്ധ്യപ്പെട്ടു. കാലത്തെ അതിജീവിക്കുന്ന ചിന്തയായിരുന്നുവല്ലോ പ്രൊഫ. തോമസിന്റെ കൈമുതൽ.

പ്രൊഫ. തോമസ് ജീവിച്ചിരുന്ന കാലത്തുതന്നെ *നെല്ലും കയറും* പുറത്തുവന്നു. നിരൂപകൻ എന്ന നിലയ്ക്ക് തോമസ് എഴുതിയ അന്ത്യലേഖനവും ഒരുപക്ഷേ, *നെല്ലും കയറും* മുൻനിർത്തിയായിരുന്നിരിക്കണം. എല്ലാം യാദൃശ്ചികമായേ സുരേന്ദ്രന് തോന്നിയുള്ളൂ.

ദേവകിക്ക് പറഞ്ഞുകൊടുത്ത് എഴുതിക്കുന്ന പ്രക്രിയ സുഖകരമായി തോന്നുന്നില്ല എന്ന പരാതി സുരേന്ദ്രനുണ്ട്. ദേവകി പലകാര്യങ്ങളിലും നേരിട്ടിടപെട്ട് സംശയങ്ങൾ ചോദിക്കുക പതിവാണ്. അത് എഴുത്തിന്റെ സ്വച്ഛന്ദമായ ഗതിയെ തടസ്സപ്പെടുത്തുന്നുണ്ട്. ദേവകി സംശയം ചോദിക്കുക മാത്രമല്ല ചെയ്യുന്നത്. മറിച്ച് ഓരോന്നിലും ഇടപെട്ട് സ്വന്തം അഭിപ്രായം സ്ഥാപിക്കാനും സുരേന്ദ്രന്റെ നിലപാടുകൾ പിന്തിരിപ്പനും അറുപഴഞ്ചനുമാണെന്ന് സ്ഥാപിക്കാനുമാണ് പരിശ്രമിക്കുക. ഇത് എഴുത്തിനുപകരം സംഘട്ടനങ്ങളിൽ കലാശിക്കും.

എന്നാൽ ദേവകിയുടെ ഇടപെടലും ചോദ്യം ഉയർത്തലും മറ്റുചില സാഹചര്യത്തിൽ പ്രയോജനകരവുമാണ്. മങ്ങിയ ഓർമ്മകളെ തെളിച്ചമുള്ള പ്രതലത്തിലേക്ക് കൂട്ടിക്കൊണ്ടുവരുന്നതിനും വാടിയ ഓർമ്മകൾക്ക് നവജീവൻ നല്കുന്നതിനും ദേവകിയുടെ ഇടപെടലുകൾ പലപ്പോഴും കാരണമാകാറുണ്ട്. ദേവകിയുടെ കുറിക്കുകൊള്ളുന്ന ചോദ്യങ്ങളില്പെട്ട് കരിഞ്ഞ ഓർമ്മത്തുണ്ടുകൾ നനവോടെ മിഴിതുറക്കുന്നതും പതിവായിരിക്കുന്നു.

ദേവകിയുടെ സാന്നിദ്ധ്യം ഒരേസമയം കൊള്ളേണ്ടതും തള്ളേണ്ടതുമാണെന്ന് സുരേന്ദ്രന് അഭിപ്രായമുണ്ട്. അവൾ വ്യക്തിപരമായ ഇഷ്ടാനിഷ്ടങ്ങൾ ഒരളവിൽ കൂടുതൽ കുത്തിനിറയ്ക്കാൻ ശ്രമിക്കുന്നത് മാത്രമാണ് കുഴപ്പം. ബാക്കിയൊക്കെ സഹിക്കാവുന്നതു മാത്രമാണുതാനും.

കോഴികൾ മത്സരിച്ച് കൂവുന്നുണ്ട് നേരം വെളുപ്പിക്കാൻ. വൃശ്ചികമാസമായിരിക്കുന്നു. അരിച്ചെത്തുന്ന തണുപ്പ്, വളരെ ദൂരെയുള്ള ക്ഷേത്ര

ങ്ങളിൽനിന്ന് ഭക്തിഗാനങ്ങൾ. അസമയത്തുപോലും പാടുന്ന ഭജനസം ഘങ്ങളുണ്ട്. അവരിൽ ചിലരാണ് അതിവെളുപ്പിന് പാടുന്നതെന്നോർത്തു.

ദേവകി എഴുതാൻ തയ്യാറെടുത്തു. രാവിലെ കുളി കഴിഞ്ഞിരിക്കുന്നു. അമ്മുക്കുട്ടി റിക്ഷയിൽ കയറി പോയിട്ടുണ്ടാവണം. ദേവകിക്ക് ധൃതി കാണുന്നുമില്ല.

സ്മരണകൾ വിറ്റ് കാശാക്കുന്നവനാണ് സുരേന്ദ്രൻ എന്നൊരു ദുഷ്പ്പേരുണ്ടാക്കാൻ ആഗ്രഹിച്ചിട്ടില്ല. അങ്ങനെ ചെയ്യുമായിരുന്നുവെങ്കിൽ ഇന്നത്തെ എന്റെ സാമ്പത്തികനില ഈ രീതിയിലായിരുന്നിരിക്കില്ല കാണപ്പെടുക. എന്നാൽ, ചരിത്രത്തെ വളച്ചൊടിക്കാനും വഴിതെറ്റിക്കാനുമുള്ള ശ്രമത്തെ പ്രതിരോധിക്കേണ്ടത്, ചരിത്രസാക്ഷി കൂടിയായ ഒരു എഴുത്തുകാരന്റെ പ്രഥമവും പ്രധാനവുമായ കടമയുമാണ്. ഞാൻ കടമമാത്രമാണ് നിർവ്വഹിക്കുന്നത്. ചരിത്രത്തെ വളച്ചൊടിക്കാൻ ശ്രമിച്ചവർക്കുള്ള മറുപടിയാണ് ആത്മകഥ എന്ന വിപുലമായ അർത്ഥത്തിൽ വ്യവഹരിക്കാവുന്ന എന്റെ ജീവിതകഥ.

ശിവശങ്കരനെ സംബന്ധിച്ചിടത്തോളം, മാധവനും സുമതിയും ലൈലമജ്നുമാരാണ്. വെറും കാമുകീ കാമുകന്മാർ. ആ വിലയിരുത്തൽ മുതലാളിത്തത്തിന്റെ ജീർണ്ണത ബാധിച്ച മനുഷ്യരിൽ നിന്നുണ്ടാകുന്ന പൈങ്കിളിച്ചിന്തയാണ്. മാധവൻ ധീരോദാത്തനായ ഒരു പോരാളിയാണ്, പൊലീസിനു പിടികൊടുക്കാതെ അയാൾ മാറിനിന്നതിനു പിന്നിൽ രാഷ്ട്രീയ കാരണങ്ങളുമുണ്ട്. ശിവശങ്കരൻ, ആ നടപടിയെ കാമുകിയുടെ സവിധത്തിലെത്താൻ വെമ്പിയ ഒരു കാമുകന്റെ കേവലമോഹം മാത്രമെന്ന നിലയ്ക്കാണ് നോക്കിക്കാണുന്നത്. ഒരു വിപ്ലവകാരിക്കു മാത്രമെ നല്ല കാമുകൻ ആകുവാൻ കഴിയുകയുള്ളു.

സുമതിയുടെ ഇറങ്ങിപ്പോക്കിനെ വിശദീകരിക്കവേ അവൾ മാധവനെ തേടി ഇറങ്ങിയത്, ഗർഭിണിയായതുകൊണ്ടുകൂടിയാണെന്ന് ശിവശങ്കരൻ എഴുതിയിട്ടുള്ളത് വിവരദോഷമാണ്. അവർ തമ്മിൽ കണ്ടിട്ടുണ്ടാകും. ഒരു ഗ്രാമീണകന്യകയ്ക്കും ശിവശങ്കരൻ വിവക്ഷിക്കുന്ന രീതിയിൽ ജീവിക്കുവാൻ സാധിക്കുകയില്ല. മാത്രവുമല്ല കേവലമായ ഒരു പ്രണയം മാത്രമായിരുന്നില്ല മാധവന്റേയും സുമതിയുടേതും. മാധവന്റെ രാഷ്ട്രീയബോധവും, ത്യാഗപൂർണ്ണമായ ജീവിതവും അടുത്തറിഞ്ഞതു മുതൽക്കുള്ള ആരാധനയും ഇഷ്ടവുമാണ് സുമതിയെ മാധവനിലേക്കടുപ്പിച്ചത്. രണ്ടുപേരും തങ്ങളുടെ ചുറ്റുപാടുകളുടെ യഥാർത്ഥ പ്രതിനിധികളായിരുന്നു. അവരെ താന്താങ്ങളുടെ ജീവിത സന്ദർഭങ്ങളിൽനിന്നടർത്തി എടുക്കുവാനാണ് ശിവശങ്കരൻ ശ്രമിച്ചത്. ആ കല്പിതകഥയിലെ ദുരന്തകഥാപാത്രങ്ങളായ് മാധവനും സുമതിയും വായനക്കാർക്കിടയിൽ പ്രചാരം നേടുകയുണ്ടായി. എന്നാൽ...

ഈ സമയം ദേവകി വിയോജിച്ചു:

"ഞാൻ ഇടയ്ക്കുകയറി ഓരോന്ന് പറയുമ്പോൾ നിങ്ങളുടെ എഴുത്തിന്റെ ഏകാഗ്രത ചോരും. അതുകൊണ്ടാ പലപ്പോഴും മിണ്ടാതിരുന്ന

ത്. എന്നാൽ അത്രയങ്ങ് മിണ്ടാതിരിക്കാനും പറ്റുന്നില്ല. ഒന്നു ചോദിക്കുകയാണ്, ശിവശങ്കരൻ അയാളുടെ മാത്രം വീക്ഷണത്തിലൂടെയാണ് മാധവനേയും സുമതിയേയും അവതരിപ്പിച്ചിട്ടുള്ളത്. ആ സമീപനം ചരിത്രത്തോട് പൂർണ്ണമായും നീതിപുലർത്തുന്നതാവണമെന്നില്ല. എന്തിനങ്ങനെ വാശി പിടിക്കുന്നു. ശിവശങ്കരൻ എന്ന എഴുത്തുകാരന് അല്പമെങ്കിലും സ്വാതന്ത്ര്യമില്ലേ?"

സുരേന്ദ്രൻ ഭാര്യയുടെ വാദമുഖങ്ങളെ എതിരിട്ടു:

"മാധവനും സുമതിയും കേവലം കമിതാക്കൾ മാത്രമായിരുന്നുവെന്ന മട്ടിലാണ് ശിവശങ്കരന്റെ വിവരണം, ആ സമീപനത്തോടാണ് വിയോജിപ്പ്. മാധവൻ ഉശിരുള്ള സഖാവായിരുന്നു. അവന്റെ ജീവിതം നീട്ടിയാൽ എന്നിൽ വന്നുതൊടും; എന്തുകൊണ്ടാണ് ഇങ്ങനെ പറഞ്ഞത്."

"ഞാൻ അതിന്റെ ന്യായാന്യായങ്ങളിലേക്കല്ല കടന്നത്. ശിവശങ്കരനെപ്പോലെ രാജ്യം മുഴുവൻ അംഗീകരിക്കപ്പെട്ട ഒരു എഴുത്തുകാരന് മാധവനും സുമതിയും അന്യരാണോ? അയാളുടെ ജീവിതകാലത്ത് അയാളുടെ ഭൂമിയിൽ തന്നെയായിരുന്നില്ലേ അവരുടെ ജീവിതവും. അതിന് നിങ്ങളെന്തിന് അമർഷപ്പെടണം?"

"ചരിത്രത്തോട് നീതിപുലർത്തണം; വെറും വഴിപോക്കരായിരുന്നില്ല മാധവനും സുമതിയും. ചരിത്രത്തിന്റെ അനിവാര്യമായ ദൗത്യം നിർവ്വഹിച്ചവരാണവർ. ജനമുന്നേറ്റത്തിന്റെ ഭൂമികയിൽ വിരിഞ്ഞ രണ്ട് രക്തപുഷ്പങ്ങളാണവർ. നെഹ്റു ബട്ടൺഹോളിൽ തിരുകിവെക്കാറുള്ള വാടിയ പുഷ്പങ്ങളല്ല അവർ. വാടും മുൻപേ അവർ തല്ലിക്കൊഴിക്കപ്പെട്ടു. ശിവശങ്കരൻ അവരെ രണ്ട് വാടിയ പുഷ്പങ്ങളായി തെറ്റിദ്ധരിച്ചിരിക്കുന്നു. മാത്രവുമല്ല, അതിന്റെ തുടർച്ചയായിരുന്നു എന്റെ ജയിൽ ജീവിതം. ശിവശങ്കരൻ ആ കഥയും മറന്നു. സ്വാർത്ഥനായ ഒരു പെറ്റി ബൂർഷ്വയാണ് ശിവശങ്കരൻ"

ദേവകിക്ക് ദേഷ്യം വന്നു.

"എന്തു പേരിട്ടുവേണമെങ്കിലും ശിവശങ്കരനെ നിങ്ങൾക്ക് വിളിക്കാം, ആക്ഷേപിക്കാം. ശിവശങ്കരൻ പക്ഷേ, സാഹിത്യത്തിൽ ഉയർന്ന സ്ഥാനത്താണ്. നിങ്ങളേക്കാൾ അണുവിട ഉയരം കൂടുകയും ചെയ്യും. നിങ്ങളുടെ കുറ്റപ്പെടുത്തൽ കേൾക്കുമ്പോൾ ശിവശങ്കരനോട് അസൂയയുണ്ടെന്ന് തോന്നുകയും ചെയ്യും. അതിരിക്കട്ടെ കൈയിൽ സൂക്ഷിച്ചുവച്ചിരുന്ന, ഭദ്രമായിരുന്ന ഈ ദുരന്തകഥ ചേട്ടൻ എന്തുകൊണ്ട് പ്രമേയമാക്കിയില്ല?"

"സ്വന്തം രക്തത്തെ ഞാൻ വിറ്റുതിന്നുകയില്ല ദേവകീ, എത്ര പട്ടിണികിടന്നാലും. അക്കാര്യത്തിൽ ഞാൻ സത്യസന്ധനാണ്. ഇന്നും പാർട്ടിക്കൂറുണ്ട്."

"പാർട്ടിക്കൂർ എന്നുപറഞ്ഞാൽ അതിൽ പൊരുത്തപ്പെടലും ഉൾപ്പെടും; സമ്പൂർണ്ണ സമർപ്പണം ഒരു വിശ്വാസിയുടെ ലക്ഷണമാണെന്ന് അങ്ങുതന്നെ പറയുന്നത് കേട്ടിട്ടുണ്ട്. കൂറുള്ള ആൾ എങ്ങനെ

ഒരേസമയം അവിശ്വാസികളും സന്ദേഹിയുവുമാകും. ശിവശങ്കരനെ വെറുതെ പഴിച്ച് സമയം കളയേണ്ടതില്ല എന്നാണ് പറഞ്ഞത്."

ശരിയാണെന്ന് തോന്നിയിട്ടാകാം, സുരേന്ദ്രൻ പ്രത്യേകിച്ചൊന്നും മിണ്ടിയില്ല. ശിവശങ്കരനെക്കുറിച്ചുള്ള പരാമർശങ്ങളൊന്നും പിന്നീട് കേട്ടതുമില്ല. നാലാംയാമം തീരുകയാണ്. ഇനി എത്രയോ പറയാൻ അവശേഷിച്ചിരിപ്പുണ്ടെന്ന് സുരേന്ദ്രന് തോന്നി. ദേവകി എഴുതുവാൻ തയ്യാറെടുത്തു; സുരേന്ദ്രൻ പറഞ്ഞു:

"ഒരുപക്ഷേ, വർഷങ്ങൾക്കുശേഷം, ഞാനില്ലാതെയാകുന്ന ഈ ഭൂമിയിൽ, എന്റെ നാട്ടിൽ, എന്റെ ചുറ്റുവട്ടത്ത് രക്തസാക്ഷി എന്ന വാക്കിന്, ആ പേരിന് പുതിയൊരർത്ഥം കല്പിക്കപ്പെട്ടേക്കാം. രക്തംകൊണ്ട് തന്റെ പ്രവൃത്തി സാക്ഷ്യപ്പെടുത്തിയവനാണ് രക്തസാക്ഷി. ഈ സാക്ഷ്യത്തിന് ഇന്ന് വിലയെന്ത്? എനിക്കു ചുറ്റുമുള്ളവർ പറയുന്നു മാധവൻ വെറുമൊരു കാമുകനാണെന്ന്. അങ്ങനെ എഴുതിവച്ചിരിക്കുന്നു; പ്രചരിപ്പിച്ചുകൊണ്ടുമിരിക്കുന്നു. അത്തരം പിന്തിരിപ്പൻ വായ്ത്താരികളിൽ പലരും വിശ്വാസം കണ്ടെത്തുകയും ചെയ്യുന്നു. എനിക്കിതിനോടൊന്നും പൊരുത്തപ്പെടാൻ കഴിയുന്നില്ല. എന്റെ തടവുജീവിതത്തെപ്പോലും മറ്റൊരുവിധത്തിൽ വ്യാഖ്യാനിക്കാനുള്ള ശ്രമമുണ്ടെന്നു തോന്നുന്നു. ജയിൽ വാർഡൻ നേശനെ കൊലപ്പെടുത്തിയ സംഭവം, വ്യക്തിവിരോധം തീർക്കാനായിരുന്നുവെന്ന് ആരെങ്കിലും പറയാതിരിക്കില്ല. അങ്ങനെ ആരോപിക്കുന്നവരുടെ ശബ്ദത്തിനായിരിക്കാം ഭാവിയിൽ വില ഉണ്ടാവുക. കാരണം എന്നെപ്പോലുള്ളവർ നിശ്ശബ്ദരാക്കപ്പെട്ടിരിക്കുന്നു. ശബ്ദഘോഷണങ്ങൾക്കിടയിൽ തെളിയുന്നതാണത്രെ സത്യം. കഷ്ടമെന്നല്ലാതെ എന്തുപറയുവാൻ? ജയിൽവാർഡൻ നേശനോട് എനിക്കെന്ത് വ്യക്തിവിരോധം? ആദ്യമായി കണ്ടതുതന്നെ ഞാനും സുഗതനും കൂടി അയാളുടെ വീട്ടുപടിക്കൽ കാത്തുനിന്നപ്പോഴായിരുന്നു. ഇനി എന്തെല്ലാംകൂടി കേൾക്കാൻ കിടക്കുന്നു. തേങ്ങാ മോഷ്ടിച്ചതിന് സുരേന്ദ്രനും സുഗതനും കൂടി സെൻട്രൽ ജയിലിൽ തടവിൽ കിടന്നു എന്ന് ഏതെങ്കിലും ചരിത്രകാരന്മാർ രേഖപ്പെടുത്താനിടയുണ്ട്; വെറും ഒരു തേങ്ങാ മോഷ്ടാവായി എന്റെ രാഷ്ട്രീയ ചരിത്രത്തെ മറ്റുള്ളവർ വിലയിരുത്തിയാൽ വൃദ്ധനായ എനിക്ക് എന്തുചെയ്യാനാകും. ഭാഗ്യം സുഗതൻ ഇടികൊണ്ടങ്ങ് ചത്തു. മാധവൻ കായലിൽ ചാടി ചത്തു. സുമതി എങ്ങനെ അവസാനിച്ചു എന്ന് വ്യക്തവുമല്ല. കൂടുതൽ കാലം ജീവിച്ചിരിക്കുന്നു എന്ന മഹാ അപരാധത്തിന് സമൂഹമേ മാപ്പ്. വൃദ്ധന്റെ കണ്ണിലെ നനവിന് പുതിയ കാലത്ത് വില ഏതും കാണുകയില്ല. കരയുന്നവരോട് ഏതിനം കണ്ണീർ എന്നു ചോദിക്കുന്ന അവിശ്വാസിയുടെ കണ്ണില്പെടാതെ കണ്ണുനീരൊഴുക്കുവാൻ അവസരം ലഭിച്ച മുഴുവൻ ഭാഗ്യവാന്മാരെയും ഞാൻ കരഞ്ഞുകൊണ്ട് അഭിനന്ദിക്കുന്നു.

പൊതുജനങ്ങളുടെ ഇടയിൽ യഥാവിധി പ്രവർത്തിക്കുന്ന ഒരു തൊഴിലാളിനേതാവിനും തെറ്റായ വഴി തെരഞ്ഞെടുക്കുവാൻ അവസരവും അനു

വാദവും ഇല്ല. എന്തുകൊണ്ടിത് ശിവശങ്കരൻ തിരിച്ചറിയുന്നില്ല. അടിസ്ഥാനപരമായി ശിവശങ്കരൻ മാംസവാദിയായ ഒരു എഴുത്തുകാരനാണ്. മാംസനിബദ്ധമല്ല രാഗം എന്ന ദാർശനികചിന്തയിലേക്ക് ഇനി എന്നാവോ ശിവശങ്കരൻ വളരുക?"

ദേവകിയുടെ മുഖത്ത് പരിഹാസം പരക്കുന്നത് സുരേന്ദ്രൻ ശ്രദ്ധിച്ചു. സുരേന്ദ്രന് പിന്നീടൊന്നും പറയുവാൻ തോന്നിയില്ല. കൂടെയുള്ള ആൾ പോലും സംശയിക്കുകയാണെങ്കിൽ പിന്നെ എന്തുചെയ്യും? സുരേന്ദ്രൻ ആരെ വിമർശിച്ചാലും, എന്തിനെ വിമർശിച്ചാലും ദേവകിക്ക് ഭിന്നാഭിപ്രായമുണ്ട്. എത്ര ബോദ്ധ്യപ്പെടുത്തിയാലും ആ ഭിന്നാഭിപ്രായത്തിൽ ദേവകി അണുവിട വ്യത്യാസം വരുത്തുകയുമില്ല. സുരേന്ദ്രന്റെ കഴിവുകേട് എന്നമട്ടിൽ പരിഹസിക്കാനും ശ്രമമുണ്ടാകുന്നു. സുരേന്ദ്രന്റെ ജീവിതാനുഭവങ്ങളുടെ തീവ്രത, ജീവിതസങ്കല്പത്തിന്റെ തീക്ഷ്ണത, വിപ്ലവബോധം, രാഷ്ട്രീയമായ കൂറ് ഇവയൊക്കെ തെറ്റിദ്ധരിക്കപ്പെടുന്നു, പരിഹസിക്കപ്പെടുന്നു. തിരികെ എല്ലാവർക്കും മറുപടി നല്കാനുള്ള സ്ഥിതിയിലല്ല. ചിന്തയ്ക്കൊപ്പം ശരീരം ചലിക്കുന്നില്ല.

സുരേന്ദ്രൻ ദൃഢനിശ്ചയത്തോടെ എഴുന്നേറ്റുചെന്ന് ഷെൽഫിൽ നിന്നും തന്റെ പുസ്തകങ്ങളുടെ പ്രതികൾ ശ്രദ്ധാപൂർവ്വം എടുത്തു. *തടവറയിലെ സന്തതികൾ* ക്കുശേഷം ഉപന്യാസങ്ങളുടെ ഒരു സമാഹാരം കൂടി പുറത്തുവന്നിട്ടുണ്ട്. അത് ഏറ്റവും മുകളിൽവച്ച് താങ്ങിക്കൊണ്ടുവന്ന് മുറ്റത്തുവച്ചു.

നേരം നന്നേ പുലർന്നുകഴിഞ്ഞു. അമ്മുക്കുട്ടി സ്കൂളിൽ പോകാൻ തയ്യാറെടുപ്പിലാണ്. പെട്ടെന്ന് മുറ്റത്ത് തീ ആളിപ്പടർന്നു. *തടവറയിലെ സന്തതികൾ* കത്തിയമർന്നു. പുസ്തകങ്ങൾ ഓരോന്നായി അവയുടെ കാലഗണനപ്രകാരം സുരേന്ദ്രൻ തീയിലേക്കിട്ടു. ദേവകിയും മകളും ശബ്ദവും ബഹളവുംകേട്ട് പുറത്തേക്കോടിയിറങ്ങി.

"അയ്യോ എന്താ ഇത്?"

ദേവകി അലറിക്കരഞ്ഞു. അമ്മുക്കുട്ടിയും നിലവിളിച്ചു. മുറ്റത്ത് തീ ആളിപ്പടർന്നു.

ബാക്കി പുസ്തകങ്ങൾ പിടിച്ചുമാറ്റിവെക്കാൻ ദേവകി ശ്രമിച്ചെങ്കിലും സുരേന്ദ്രൻ വിട്ടുകൊടുത്തില്ല. പിടിവലിക്കിടെ സുരേന്ദ്രൻ മുറ്റത്ത് മലർന്നു വീണു. മാറോടടുക്കിപ്പിടിച്ചിരുന്ന പുസ്തകങ്ങളിൽ ഒന്ന്, കിടന്ന കിടപ്പിൽ തന്നെ സുരേന്ദ്രൻ തീയിലേക്ക് വലിച്ചെറിഞ്ഞു.

"ഏത് മഹാപാപത്തിനും പ്രായശ്ചിത്തമുണ്ട്; അത് ചെയ്തു."

ബഹളത്തിനിടയിൽ സുരേന്ദ്രൻ വിളിച്ചു പറഞ്ഞു.

നമ്മൾ കൊയ്ത വയലുകൾ

ദേവകിയുടെ കത്ത് കിട്ടിയപ്പോൾ ശിവശങ്കരൻ അമ്പരന്നു. കൃഷിയും എഴുത്തുമായി വീട്ടിൽ ഒതുങ്ങിയിരിപ്പാണ്. സാഹിത്യപ്രവർത്തക സഹകരണസംഘത്തിന്റെ യോഗത്തിൽ പങ്കെടുക്കാൻ വല്ലപ്പോഴും കോട്ടയത്തേക്ക് പോകും. ആലപ്പുഴ ടൗണിലേക്കും വല്ലപാട് ഒന്നിറങ്ങും.

സുരേന്ദ്രന്റെ കാര്യമാണ് കൂടുതലായും ദേവകി എഴുതിയത്. ചാരുകസാലയിൽ കിടന്ന് ശിവശങ്കരൻ ദേവകി എഴുതിയ കത്ത് ഒരിക്കൽക്കൂടി വായിച്ചുനോക്കി.

'ചേട്ടന്റെ മനസ്സ് എനിക്ക് പിടികിട്ടുന്നില്ല. എന്നും കലഹിച്ചുകൊണ്ടാ എഴുന്നേല്ക്കുന്നത്. സാഹിത്യവും രാഷ്ട്രീയവും പറയുമ്പോൾ മാത്രമെ തർക്കമുള്ളു. അല്ലാത്തപ്പോഴൊക്കെ പഞ്ചപാവമാ. ശിവശങ്കരൻചേട്ടനെക്കുറിച്ചും ഈർഷ്യയുണ്ട്. എന്തുംവേണ്ടി സ്നേഹിച്ചുജീവിച്ചവരാ നിങ്ങൾ. എന്നിട്ടിപ്പോൾ ഈ ഗതിക്ക് കാരണമെന്തെന്ന് എത്ര ചിന്തിച്ചിട്ടും മനസ്സിലാകുന്നില്ല. നിങ്ങൾ തമ്മിൽ ഞാനറിയാത്ത മറ്റെന്തെങ്കിലും പ്രശ്നങ്ങൾ ഉണ്ടെങ്കിൽ നേരിൽവന്ന് പറഞ്ഞുതീർക്കണം. ചേട്ടന്റേത് വല്ലാത്തൊരു മാനസികനിലയാണ്. ഓർമ്മകൾ മിക്കവാറുമൊക്കെ മങ്ങിത്തുടങ്ങിയിരിക്കുന്നു. അതിരാവിലെ എഴുന്നേറ്റിരിക്കുമ്പോൾ ഓർമ്മകൾ കടന്നുവരും. ആ നേരത്തെ ഓർമ്മകൾക്ക് തെറ്റൊന്നും പറ്റുകയില്ല. ബാക്കിസമയത്തൊക്കെ പിച്ചും പേയുമാണ് പറയുന്നത്.

അമർഷവും ദേഷ്യവും നിരാശയും ബഹളവുമൊക്കെയായി ദിവസങ്ങൾ തള്ളിനീക്കുന്നു. ശിവശങ്കരൻ ചേട്ടനെക്കുറിച്ച് പരാതി ധാരാളമുണ്ട്. പറഞ്ഞാൽ തീരാവുന്ന പരാതിയേ ഉള്ളുതാനും. എനിക്ക് ഈ വിധത്തിലുള്ള ജീവിതം അതീവ ദുസ്സഹമായിട്ടാണ് തോന്നുന്നത്.

ഒന്നിനും ഒരു തീർച്ചയില്ലാത്തതുപോലെ. ഞങ്ങളുടെ ജീവിതത്തെപ്പറ്റി ഏറ്റവും നന്നായി അറിയാവുന്നത് ശിവശങ്കരൻചേട്ടനാണല്ലോ. ആയതിനാൽ ഈ കത്തുകിട്ടിക്കഴിഞ്ഞാൽ ചേട്ടൻ ഇവിടംവരെ ഒന്നുവരണം. വന്നു കണ്ടുകഴിഞ്ഞാൽ സുരേന്ദ്രൻ ചേട്ടനും അതൊരു ആശ്വാസമാകും എന്ന കാര്യത്തിൽ സംശയം ലേശമില്ല. ഓർമ്മക്കുറിപ്പുകളുടെ രചന തുടരുന്നുവെന്നേ പറയുവാൻ കഴിയൂ. ഒരു നിലയ്ക്കും അത് പൂർത്തിയായിട്ടുമില്ല...'

ശിവശങ്കരന് വിഷമം തോന്നി. ഇങ്ങനെയൊന്നും പെരുമാറുന്ന ആളായിരുന്നില്ല സുരേന്ദ്രൻ. സുരേന്ദ്രന്റെ പാത പിന്തുടർന്നാണ് ശിവശങ്കരൻ പലപ്പോഴും തർക്കങ്ങളിലും പ്രക്ഷോഭങ്ങളിലുമൊക്കെ പങ്കുവഹിച്ചത്. ശിവശങ്കരന്റെ രാഷ്ട്രീയനിലപാടുകളെ വലിയൊരളവുവരെ സുരേന്ദ്രൻ സ്വാധീനിച്ചിട്ടുണ്ട്. മൂത്ത സഹോദരനെപ്പോലെ സ്നേഹിച്ചിട്ടുണ്ട്. പിന്നെ കള്ളുകുടിച്ചു നടന്ന കാലത്ത് പരസ്പരം ചില കലമ്പലുകൾ ഒക്കെ ഉണ്ടായിട്ടുണ്ട്. അതൊന്നും ഗൗനിക്കേണ്ടതായിരുന്നില്ലതാനും.

ബോട്ടിൽ കൊല്ലം ജെട്ടിയിൽ ഇറങ്ങി ബസുപിടിച്ച് തിരുവനന്തപുരത്തേക്ക് തിരിച്ചപ്പോൾ ശിവശങ്കരന്റെ മനസ്സിൽ നൂറു ചോദ്യങ്ങൾ ഉയർന്നു. താൻ കാരണം സുരേന്ദ്രന് എന്തെങ്കിലും വിഷമം ഉണ്ടായിക്കാണുമോ? ഉണ്ടെങ്കിൽ ഏതളവിലും അത് പരിഹരിക്കുന്നതിന് സന്തോഷമാണുതാനും.

ആദ്യഭാര്യ ശാരദയേയും മകളേയും കണ്ടുപിടിക്കാനുള്ള ദൗത്യം സുരേന്ദ്രൻ ശിവശങ്കരനെയാണ് ഏല്പിച്ചിരുന്നത്. വർഷങ്ങൾ കഴിഞ്ഞിരിക്കുന്നു. എവിടെപ്പോയി കണ്ടുപിടിക്കാനാണ്. കേസിനും മറ്റുമായി വന്ന ചില കക്ഷികളോട് ആ ദേശത്തെ ബന്ധം ഉപയോഗപ്പെടുത്തി അന്വേഷിച്ചുതരാൻ പറഞ്ഞിരുന്നു. വിവരമൊന്നും ആർക്കും കിട്ടിയില്ല. ചിലർ പറഞ്ഞു: – സ്വാതന്ത്ര്യത്തിനുമുമ്പുള്ള കാര്യമല്ലിയോ; ഓ, ഇനി എന്തോത്തിനാ അന്വേഷിച്ചു വിഷമിക്കുന്നെ? എവിടെപ്പോയി തപ്പാനാ?

മറ്റു ചിലർ പറഞ്ഞു. പുന്നപ്ര വെടിവെപ്പുകാലത്ത് വല്ലോം പട്ടാളം തല്ലിക്കൊന്നുകാണുമായിരിക്കും. തല്ലിക്കൊന്നവരിൽ ചിലരെ കടലിൽ എറിയുകയും മറ്റുചിലരെ കുഴിതോണ്ടി മൂടുകയും ചെയ്തിട്ടുണ്ട്; ഇനി ആ ഗണത്തില്പെടുന്നവർ വല്ലവരും ആയിരിക്കുമോ? ഇങ്ങനെ സംശയങ്ങളും മറുപടികളും വേണ്ടുവോളവും ഉണ്ടായി. സുരേന്ദ്രനോട് കൃത്യമായ മറുപടി പറയാനാകാതെ യഥാർത്ഥത്തിൽ വിഷമിക്കുകയാണ് ശിവശങ്കരൻ.

പത്രങ്ങൾക്ക് ചില അഭിമുഖങ്ങൾ നല്കേണ്ടിവന്നപ്പോഴും ശിവശങ്കരൻ സുരേന്ദ്രന്റെ ആദ്യഭാര്യ ശാരദയേയും മകളേയുംപറ്റി ചില സ്മരണകൾ നടത്തിയിരുന്നു. എപ്പോഴെങ്കിലും ഇതു വായിക്കാൻ ഇടവന്നാൽ അവർ തന്നെ ബന്ധപ്പെട്ടുകൊള്ളട്ടെ എന്ന ചിന്തയിലാണ് ശിവശങ്കരൻ ഇപ്രകാരം ചെയ്തത്. ഒരു തരത്തിലുള്ള അന്വേഷണത്തിനും ഉദ്ദേശിച്ച

ഫലം ലഭിക്കാതിരുന്നതിനാൽ പിന്നീട് ആ വഴിക്കുള്ള അന്വേഷണം ശിവശങ്കരൻ അവസാനിപ്പിക്കുകയും ചെയ്തിരുന്നു.

കാലം മാറുകയാണ്. പഴയ കാലമല്ല. കൃഷിയുമായിക്കഴിഞ്ഞാൽ എത്രപേരെ പോറ്റാനും കഴിയുന്ന കാലമായിരുന്നു. അത് മാറിക്കഴിഞ്ഞിരിക്കുന്നു. വക്കീല്പണി നേരത്തെതന്നെ തീർത്തിരുന്നു. ഉത്തരവാദിത്വങ്ങൾകൂടി. റോയൽറ്റിയിൽനിന്നുള്ള വരുമാനം കൊണ്ടുമാത്രം ജീവിതം മുന്നോട്ടുപോകുകയില്ലെന്ന് ശിവശങ്കരനും തോന്നി തുടങ്ങിയിരിക്കുന്നു.

അമ്പലപ്പുഴയിലും നെടുമുടിയിലുമായിരുന്നു കുടുംബത്തിന്റെ കൃഷിസ്ഥലങ്ങൾ. നേരിട്ടുപോയി കൃഷിചെയ്യുന്ന ശീലമാണ് ഇപ്പോഴും. എന്നാൽ എത്രകാലം ഇതുകൊണ്ടുനടക്കുമെന്നറിയുന്നില്ല. പഴയപോലെ ആരോഗ്യം ഇല്ല. പൂർണ്ണസമയം എഴുത്തും വായനയുമായി കഴിയണമെന്നും ഉണ്ട്. എന്നാൽ അതിനുള്ള സാഹചര്യം ഒത്തുവന്നിട്ടുമില്ല. കാലിൽ ഇടയ്ക്കിടെ നീരു കാണുന്നു. കരുമാടിയിലുള്ള ഒരു കുട്ടപ്പൻ വൈദ്യരുടെ ചികിത്സയിലാണ് ശിവശങ്കരനിപ്പോൾ.

കൊല്ലത്തുനിന്നുള്ള ബസ്യാത്രയിൽ പൂർണ്ണമായും ഓർമ്മകളിലായിരുന്നു ശിവശങ്കരൻ. സുരേന്ദ്രന്റെ രാഷ്ട്രീയവും രചനാപരവുമായ നിലപാടുകളോട് പലപ്പോഴും ശിവശങ്കരൻ യോജിച്ചിരുന്നില്ല. അങ്ങനെ രണ്ടുപേർ പൂർണ്ണമായും യോജിക്കേണ്ട കാര്യവുമില്ല. എങ്കിലും കലഹിക്കാൻ വേണ്ടുന്ന ഒന്നുംതന്നെ രണ്ടാൾക്കും ഇടയിലില്ലതാനും.

പണ്ടേ, സുരേന്ദ്രൻ മുൻകോപിയാണ്. എന്നാൽ ഉള്ള് ശുദ്ധമാണ്. ദേവകിയെയും മകളെയും ജീവനാണ്. അവർ ജീവിതത്തിലേക്ക് എത്തിയശേഷം സുരേന്ദ്രൻ ആളാകെ മാറുകയും ചെയ്തു. ജീവിതത്തിന് ചിട്ട ഉണ്ടായി. ആരോഗ്യം വീണ്ടുകിട്ടി. മദ്യപാനശീലം ഗണ്യമായി കുറയുകയും ചെയ്തു.

യഥാർത്ഥത്തിൽ ദേവകിയാണ് സുരേന്ദ്രന്റെ ജീവിതത്തെ ഇത്രയെങ്കിലും അർത്ഥമുണ്ടാക്കിത്തീർത്തത്. പ്രായത്തിൽ സുരേന്ദ്രനേക്കാൾ വളരെ താഴെയാണെങ്കിലും സഹനത്തിലും സ്നേഹത്തിലും അവർ മറ്റ് സ്ത്രീകൾക്ക് മാതൃകയാണെന്ന് ശിവശങ്കരൻ ഓർത്തു. സുരേന്ദ്രന്റെ മുൻകോപവും പക്വതയില്ലായ്മയും കാരണം ദേവകി ഒരുപാട് ബുദ്ധിമുട്ടുകൾ അനുഭവിച്ചിട്ടുമുണ്ട്. അതിനൊന്നും അവർ പരാതി പറയുകയുമില്ല.

ജീവിതത്തിൽ ഉണ്ടായ എല്ലാ കുറവുകളിലും അതൊന്നും അറിയിക്കാതെ ദേവകി കുടുംബം പോറ്റുന്നു. യഥാർത്ഥത്തിൽ ദേവകിയാണ് ആ കുടുംബം നോക്കുന്നത്. അവരുടെ വിവേകവും പ്രായോഗികബുദ്ധിയും കാരണം സുരേന്ദ്രൻ അല്ലലറിയാതെ ജീവിക്കുന്നു. സ്ഥിരം വരുമാനമില്ലാത്ത അവസ്ഥയിൽ ദേവകിയുടെ കഴിവുകൊണ്ടുമാത്രമാണ് ആ കുടുംബം അല്ലലില്ലാതെ പോകുന്നത്. പിന്നെ, സുരേന്ദ്രന്റെ ഔചിത്യമില്ലാത്ത പെരുമാറ്റത്തിൽ ആരും വേദനിക്കും. അത് സുരേന്ദ്രൻ മനഃപൂർവ്വം ചെയ്യുന്നതാവില്ല. ഇപ്പോഴത്തെ ശാരീരികവും മാനസികവുമായ നില

സുരേന്ദ്രനെക്കൊണ്ട് ഇപ്രകാരം ചെയ്യിക്കുന്നതായിരിക്കുമെന്നും ശിവ ശങ്കരൻ ഓർത്തു.

പാന്റ്സും ഷർട്ടും ധരിച്ച് ധൃതിയിൽ മുറ്റത്തേക്കു കയറിയ ശിവശ ങ്കരനെക്കണ്ട് ദേവകി അമ്പരന്നു. അപൂർവ്വമായേ ഈ വേഷത്തിൽ ശിവ ശങ്കരനെ കണ്ടിട്ടുള്ളു. അമ്പലപ്പുഴ കോടതിവളപ്പിലും പിന്നെ കേന്ദ്ര സാഹിത്യ അക്കാദമി അവാർഡ് വാങ്ങാൻ ഡൽഹിയിൽ പോയപ്പോഴും ശിവശങ്കരൻ പാന്റ് ധരിച്ചത് ദേവകി ഓർത്തു.

"എന്തുവാടാ കുട്ടി സായ്പേ?"

ക്ഷീണം മറന്ന് സുരേന്ദ്രൻ ചാടി എഴുന്നേറ്റു. പരസ്പരം തല്ലിയും കെട്ടിപ്പിടിച്ചും പുലഭ്യം പറഞ്ഞും പരിഭവം പങ്കിട്ടും രണ്ടു സ്നേഹിത ന്മാരും അടുത്തിരുന്നു.

"എത്രകൊല്ലമായെടാ നിന്നെ കണ്ടിട്ട്."

"നിനക്ക് തിരുവനന്തപുരം പിടിച്ചിട്ടൊണ്ടെന്ന് എനിക്കറിയാം."

ശിവശങ്കരൻ തിരുവനന്തപുരത്തെക്കുറിച്ചു പറഞ്ഞു.

"ആലപ്പൊഴ പോലൊന്നും പറ്റുകേല. നെല്ലും തെങ്ങും കണ്ടുന ടന്ന നമ്മക്ക് ഇവിടെ സ്ഥിരമായിരിക്കുവാൻ പറ്റുകേല."

സുരേന്ദ്രൻ പറഞ്ഞു.

"എടാ, തിരുവനന്തപുരം എന്റെ ജീവിതവീക്ഷണത്തെ മാറ്റിയ സ്ഥലമാ; ഞാൻ ഇവിടെ ലാ കോളജിലായിരുന്നല്ലോ. എന്തുംവേണ്ടി ഈ പട്ടണത്തിലൂടെ ഞാൻ അലഞ്ഞുനടന്നിട്ടുണ്ടെന്നോ? നന്തൻകോട് എന്നൊരു സ്ഥലമുണ്ട്. അവിടൊരു പിള്ളേടെ വീടിന്റെ രണ്ടാംനെലേലാ ഞാൻ വാടകയ്ക്കു താമസിച്ചെ. സുരേന്ദ്രനിതൊക്കെ മറന്നുകാണും."

"ഓ സുരേന്ദ്രൻ അങ്ങനെ വല്യ മറവിക്കാരനൊന്നുമല്ല. എല്ലാവരും കൂടി എന്നെ മറവിക്കാരനാക്കാൻ നോക്കണ്ട. വേണ്ടാത്തതൊക്കെയേ ഞാൻ മറക്കുകയുള്ളു."

അമ്മുക്കുട്ടി വന്നപ്പോൾ പിന്നെ കുറേനേരത്തേക്ക് ശിവശങ്കരന്റെ ശ്രദ്ധ അവളിലായി. ശിവശങ്കരനെ അവൾക്കും പറഞ്ഞുകേട്ടറിയാം. ഇടയ്ക്ക് ശിവശങ്കരൻ അമ്മുക്കുട്ടിക്ക് വഞ്ചിപ്പാട്ടുപാടി കേൾപ്പിച്ചു. അവൾ നാണിച്ചതേയുള്ളു. കൂടെപ്പാടുവാൻ കൂട്ടാക്കിയില്ല.

സന്ധ്യകഴിഞ്ഞപ്പോൾ ശിവശങ്കരൻ കുളി കഴിഞ്ഞ് ഉഷാറായി. ബാഗിൽ നിന്നും ഒരു ചെറിയ കുപ്പിയെടുത്ത് പുറത്തുവച്ചു. ദേവകി മാറി നിന്നു.

"എടാ, സേവ ഇപ്പം കുറവാ. കുട്ടനാട്ടിൽ നല്ല കള്ളും കുറഞ്ഞു; മനസ്സിലായോ?"

ശിവശങ്കരൻ കുപ്പി പൊട്ടിച്ചുകൊണ്ടുപറഞ്ഞു.

"എടാ ഇതു വന്നവഴിക്ക് കൊല്ലത്ത് ഉണ്ണാൻ കേറിയ ഹോട്ടലീന്നു മേടിച്ചതാ. വെലയല്പം കൂടി. മൂന്നുരൂപ മേടിച്ചു അവന്മാര്."

"എടാ ശിവശങ്കരാ നിന്റെ പിശുക്ക് ഇനിയും തീർന്നിട്ടില്ലിയോടാ; ഞാൻ വിചാരിച്ചു നീ മുതുക്കനായതോടെ പിശുക്ക് തീർന്നുകാണുമെന്ന്."

“എടാ, എന്നെക്കൊണ്ട് പോഴത്തംപറേപ്പിക്കല്ലേ. ഞാൻ മുതുക്കനാണേൽ, നീ പരട്ടുകെളവനാ. കുപ്പി മേടിച്ചോണ്ട് വന്നതുംപോര, എവന്റെ പാരാദൂരോം കേൾക്കണം. ഗ്ലാസ് എടുത്ത് വെക്കടാ.”

ശിവശങ്കരൻ ഉല്ലാസവാനായിരുന്നു. സുരേന്ദ്രനും നല്ല ഉന്മേഷം വന്നിട്ടുണ്ട്. ദേവകി, സുരേന്ദ്രന്റെ പെരുമാറ്റവും ഉത്സാഹവും വിശ്വാസം വരാത്തവിധം നോക്കിനിന്നു.

വെള്ളം ചേർത്ത് ശിവശങ്കരൻ ഗ്ലാസ് നിറച്ചു.

“തൊട്ടുനക്കാൻ ഒന്നുമില്ലിയോ ഇവിടെ?” ശിവശങ്കരൻ ചോദിച്ചു.

ദേവകി അടുക്കളയിലേക്ക് കയറി.

ശിവശങ്കരൻ, ഒരു കവിൾ മദ്യം സുരേന്ദ്രന്റെ വായിലേക്ക് ഒഴിച്ചുകൊടുത്തു. തീർത്ഥംപോലെ അത് സുരേന്ദ്രൻ രുചിച്ചു. കൈ ബനിയനും കൈലിയുമായിരുന്നു രണ്ടുപേരുടെയും വേഷം. സിഗരറ്റ് പാക്കറ്റും തീപ്പെട്ടിയും മേശമേൽ സൂക്ഷിച്ചുവച്ചിട്ടുണ്ട്.

“എടാ എന്തുവാ നിന്റെ പ്രശ്നം? ഞാൻ അറിയാൻ മേലാഞ്ഞ് ചോദിക്കുവാ. എടാ നാലുപേരറീന്ന സാഹിത്യകാരനായി ജീവിക്കുക എന്നത് എന്തു ഭാഗ്യമാ. അതുപോരായോ നമ്മക്ക് രണ്ടിനും. പിന്നെ ഈ ദേവകി. എവള് കൊച്ചുപെണ്ണാണേലും നിന്നെ പൊന്നുപോലല്ലിയോടാ മുതുക്കാ നോക്കുന്നെ. പിന്നെ, എന്നാത്തിനാടാ നീ കലഹിക്കുന്നെ? പറ... എനിക്കു മനസ്സിലാവുന്നില്ല.

സുരേന്ദ്രൻ സംസാരിക്കാനുള്ള മനോനിലയിലായി. മുഖത്ത് പ്രത്യേകതരം മന്ദഹാസം വിരിഞ്ഞു.

“എടാ കൊശവാ, മനുഷ്യൻ അപ്പം കൊണ്ടുമാത്രം തൃപ്തരാകില്ലെന്നാ ബൈബിൾ പറേന്നെ. നമ്മക്ക് പ്രശസ്തി ഉണ്ട്. പേരുണ്ട്. ജീവിച്ചുപോകാം. അതുകൊണ്ടായോ. നമ്മൾ തുടങ്ങിവച്ച കാര്യങ്ങൾ എന്തായി? പാർട്ടിയുടെ സ്ഥിതി എന്തായി? അത് രണ്ടായും പിന്നെ പലതായും പിളരുകയല്ലേ. നേതാക്കന്മാർ രണ്ടു വഴിക്കായില്ലേ? നമ്മള് കൊയ്ത വയലുകളൊക്കെ നമ്മുടേതായോ ശിവശങ്കരാ?”

“സുരേന്ദ്രാ, നമ്മള് ചെറുപ്പത്തിൽ കണ്ട വയലുകളെല്ലാം നമ്മള് തന്നെ കൊയ്യുന്നുണ്ട്. പക്ഷേ, പുതിയ പാടങ്ങൾ, നമ്മക്ക് അപരിചിതവും അവകാശവുമില്ലാത്തതുമായ പാടങ്ങൾതന്നെ കൊയ്യണമെന്നെന്താ ഇത്ര നിർബ്ബന്ധം? കൊയ്ത്തുപാടത്തിലല്ലേ ഒരു പൈങ്കിളിക്ക് സ്ഥാനമുള്ളു. നീ നോക്കിക്കോ വൈകാതെ യന്ത്രവല്ക്കരണം വരും. കൊയ്ത്തുകാരെ കിട്ടാത്ത കാലം ഭാവിയിൽ ഉണ്ടാകും. നമ്മള് ഇവത്തുങ്ങളെ അവകാശം പഠിപ്പിച്ചുവിട്ടു; ഉത്തരവാദിത്വം പഠിപ്പിച്ചിട്ടില്ല. കർഷകനായോണ്ടാ ഞാൻ പറേന്നെ. കൂലിയോടാണ് ആത്മാർത്ഥത; വേലയോട് ഒട്ടുമില്ല. അളവും തൂക്കവും കൃത്യം നോക്കാൻ യൂണിയൻ പഠിപ്പിച്ചു. വരവും പോക്കും എങ്ങനാവണമെന്ന് പഠിപ്പിച്ചുമില്ല. ഇതാ അവസ്ഥ. അതുകൊണ്ടു തൊഴിലാളി വർഗ്ഗമെന്നും പറഞ്ഞ് കാല്പനികമായി ചിന്തിക്കേണ്ടതില്ല സുരേന്ദ്രാ. നീ ചേറിൽ ഇറങ്ങിയിട്ട് എത്രകാലമായി? ഞാൻ

കഴിഞ്ഞ ദിവസോം പൂട്ടാനെറങ്ങിയാരുന്നു. അതുകൊണ്ടാ ഇത്രേം കൃത്യമായിട്ട് പറേന്നത്."

ശിവശങ്കരൻ നിർത്തിയ ഉടൻ സുരേന്ദ്രൻ ഇടപെട്ടു.

"ഞാൻ പറഞ്ഞ പൊതുപ്രശ്നത്തെ നീ വ്യക്തിപരമായി വിശകലനം ചെയ്യുകയാണ്. നിനക്കെപ്പഴും ഒരുതരം പെറ്റിബൂർഷ്വാ മനസ്സുണ്ട്..."

"സത്യം പറേമ്പം ബൂർഷ്വയും പെറ്റിബൂർഷ്വയും... സുരേന്ദ്രാ നമ്മള് ഒരുപാട് സ്വപ്നം കണ്ടു. ഇനി അധികം കാണരുത്. യാഥാർത്ഥ്യത്തെ യാഥാർത്ഥ്യമായി കാണണമെടാ. അൻപത്തി ഏഴിൽ ദാ, സ്വപ്നം നടക്കാൻ പോകുന്നുവെന്നും പറഞ്ഞ് നീയും ഇങ്ങ് തിരുവനന്തപുരത്തേക്ക് കുടിയേറിയില്ലേ? പൂർണ്ണമായും ഞാൻ നമ്മടെ സർക്കാരിനെ കുറ്റപ്പെടുത്തുന്നില്ല. അറുപത്തിഏഴിലും എന്തെങ്കിലുമൊക്കെ ചെയ്യാൻ പറ്റി. ഗൗരി, ഭൂപരിഷ്കരണബിൽ കൊണ്ടുവന്നതാ എന്റെ അറിവില്പെട്ടിടത്തോളം വിപ്ലവകരമായ മാറ്റം..."

"അത് ഗൗരിയുടെ മാത്രം ക്രെഡിറ്റല്ല. നീയും അങ്ങനെതന്നെ പറയരുത്."

"എന്തോ ആവട്ടെ, നമ്മൾ എഴുതുകയും പറയുകയും പ്രസംഗിക്കുകയും ചെയ്ത എല്ലാ കാര്യങ്ങളും അതേവിധം നടന്നുകാണുകയില്ല. എങ്കിലും പ്രകടമായ മാറ്റം ഉണ്ടാക്കാൻ നമ്മുടെ പ്രസ്ഥാനങ്ങൾക്കു കഴിഞ്ഞു. ഇത്രയേ ഉദ്ദേശിച്ചിട്ടുള്ളു. പിന്നെ ഒരു കാര്യം, സർഗ്ഗസൃഷ്ടിയുടെ ഉദ്ദേശ്യം പച്ചരിച്ചോറുണ്ണുന്നവനെ പുഴുക്കലരിച്ചോറൂട്ടാൻവേണ്ടിയുള്ള ധീരനടപടിയല്ല; അങ്ങനെ ഒരു സന്ദേശം കുത്തിനിറയ്ക്കുന്ന നിന്നെപ്പോലുള്ളവർക്ക് പില്ക്കാലത്ത് വിഷമം തോന്നും. എനിക്ക് മനസ്താപമില്ല. എന്റെ കൃതികൾ സന്ദേശം തുന്നിത്തയ്ച്ച കീറച്ചാക്കുകളല്ല."

"എടാ, കള്ളുകുടിക്കുവാന്നു വിചാരിച്ച് എന്തും വിളിച്ചുപറേല്ലെ; ഇത്രേം യാത്ര ചെയ്തു വന്നൂന്നൊന്നും ഞാൻ വിചാരിക്കത്തില്ല. ഒന്നാന്തരം ഇടിതരും. എടാ മഹാനായ സ്റ്റാലിൻ എഴുത്തുകാരെപ്പറ്റി എന്തുവാ പറഞ്ഞെ; മനുഷ്യാത്മാക്കളുടെ എഞ്ചിനീയർമാരാകണം എഴുത്തുകാർ എന്ന്. ഞാൻ അതേ ഉദ്ദേശിച്ചുള്ളു. പട്ടിണിക്കാരനൊപ്പം പരവേശപ്പെടണം. അത്രമാത്രം."

സുരേന്ദ്രൻ ശബ്ദമുയർത്തിപ്പറഞ്ഞു.

ഈ സമയം, ശേഷിച്ചത് ഗ്ലാസിൽ നിന്ന് ഒറ്റമോന്തിന് തീർത്തുകൊണ്ട് ശിവശങ്കരൻ ഉച്ചത്തിൽ പൊട്ടിച്ചിരിച്ചു.

"ഹോ, മഹാനായ സ്റ്റാലിൻ! ഈ ജന്മത്ത് നീ ഒന്നും ഗതി പിടിക്കത്തില്ല. ലെനിനെ മഹാനെന്നു വിളിക്കാം. പിന്നങ്ങോട്ട് പറ്റത്തില്ല. എടാ, രാഷ്ട്രീയത്തിന്റെ ചക്കിൽക്കെട്ടി ആട്ടിത്തെളിക്കപ്പെടേണ്ട ചക്കുകാളകളല്ല കഥയെഴുത്തുകാർ. പുൽമൈതാനത്ത് തോന്നിയ പടി മേയുന്ന കാളയാവണം എഴുത്തുകാർ."

സുരേന്ദ്രനും ഗ്ലാസ് കാലിയാക്കി. പൊട്ടിച്ചിരിക്കുകയും ചെയ്തു.

"ശരിയാ, പിന്തിരിപ്പൻ മുതലാളിത്തത്തെ കുത്തിനിറച്ച വണ്ടി തെളിക്കുന്ന കാളയാ നീയ്. സമ്മതിച്ചിരിക്കുന്നു."

"എടാ എഴുത്തിനേം രാഷ്ട്രീയത്തേം ഒന്നായിക്കണ്ടതാ നിന്റെ മുഴുവൻ പ്രശ്നത്തിനും കാരണം. ചങ്ങമ്പുഴ പോലും നിന്നെക്കാൾ മുൻപേ യാഥാർത്ഥ്യം തിരിച്ചറിഞ്ഞു. നമ്മൾ കാണുന്നതല്ല ഈ ഉലകം എന്നുപറഞ്ഞുകൊണ്ട്. നോക്ക് അതുകൊണ്ട് എന്റെ മനോസുഖം. ആർ എസ് പി സ്ഥാനാർത്ഥിയാക്കിയപ്പം ഞാൻ പഞ്ചായത്തിൽ മത്സരിച്ചു. ശരിക്കും തോറ്റു. ആ ശ്രീകണ്ഠൻ നായരുടെ കന്നം തിരിവുകാരണമാ ഞാൻ സ്ഥാനാർത്ഥിയായെ. നിർബ്ബന്ധിപ്പിച്ച് മത്സരിപ്പിച്ചതാരുന്നു. എന്നിട്ട് എനിക്കെന്താ പുല്ല്...."

ശിവശങ്കരൻ പുറത്തേക്ക് നീട്ടിത്തുപ്പി.

ശിവശങ്കരൻ തുടർന്നു:

"പോയി ചാവാൻ പറ കഴുവേറി മക്കള്. അങ്ങനാരുന്നേൽ കറകളഞ്ഞ കമ്യൂണിസ്റ്റായ ഞാൻ പഞ്ചായത്തിൽ തോക്കുമോ? എവന്മാരെയൊക്കെ ഞാനും കൊറേ അവകാശം പഠിപ്പിച്ചതാ; എന്നിട്ടോ രാജഭക്തികൊണ്ട് മുട്ടുവിറയ്ക്കുന്ന ഒരു കോൺഗ്രസ് നായരെ ഈ തൊഴിലാളിവർഗ്ഗം എനിക്കെതിരെ ജയിപ്പിക്കുകകൂടി ചെയ്തു. എങ്ങനുണ്ട്?"

സുരേന്ദ്രന്റെ ശബ്ദം കുഴഞ്ഞു; പിന്നെ വിറയലായി:

"ശിവശങ്കരാ, നീ മത്സരിക്കാൻ പോയത് ഒന്നാമത്തെ തെറ്റ്. രണ്ടാമത്തെ തെറ്റ് തോല്വിയെ ജനാധിപത്യപരമായി കണക്കാക്കുന്നില്ല, മൂന്നാമത്തേത് നീ പാർട്ടിചിഹ്നത്തിൽ മത്സരിക്കാതെ ആ മീശ ശ്രീകണ്ഠൻനായരുടെ പിറകേപോയി. എടാ, ഞാൻ കത്തിനിന്ന കാലത്ത് ശ്രീകണ്ഠൻനായര് ഒന്നുമായിരുന്നില്ല. എന്റെ മുൻപിൽ അയാള് വെറും 'ശൂ'ആരുന്നു. ആ 'ശൂ'വിന്റെ പിറകേ നീ പോയല്ലോടാ അവസരവാദി... ഇത്രേം വല്യ എഴുത്തുകാരനാന്നോടാ, ശ്രീകണ്ഠൻ നായരുടെ പിന്നിൽ ഓച്ഛാനിച്ച്... എടാ, നീ ആ കെ സി എസ് മണിയെ നോക്കി പഠിക്ക്. നിന്റെ നാട്ടുകാരൻതന്നെ ആന്നല്ലോ അയാളും. സി പിയെ വെട്ടി ഓടിച്ചതിന്റെ കണക്കുപറയാൻ അയാളെ നീ എവിടേലും കണ്ടിട്ടൊണ്ടോ? മണിയടെ കാലു കഴുകി കുടിക്കാനുള്ള യോഗ്യതപോലും ശ്രീകണ്ഠൻനായർക്കില്ല. നാലാമതായി..."

ശിവശങ്കരന് ദേഷ്യം വന്നു. മദ്യം തീർന്നതാകാം കാരണം.

ശിവശങ്കരൻ എടുത്തടിച്ചപോലെ പറഞ്ഞു;

"നാലാമതായി ഞാൻ ചെയ്ത തെറ്റ് നിന്നെ തെരക്കി ഈ വീട്ടിൽ വന്നു. താമസിക്കാൻ തീരുമാനിച്ചു. കള്ളും മേടിച്ചോണ്ട് വന്നു. നിന്നെ കുടിപ്പിച്ചു. നിന്റെ വായിലിരുന്നത് കേൾക്കുകേം ചെയ്തു."

സുരേന്ദ്രനതു കൊണ്ടു. അയാൾ വേച്ചുവേച്ചെഴുന്നേറ്റു.

"എടാ, അറുപിശുക്കാ കുടിച്ചതിന്റെ കണക്കുകേട്ടു. നാളെ നെനക്ക് ഒള്ളത് എണ്ണിത്തരും, നോക്കിക്കോ."

സുരേന്ദ്രൻ കസേരയിലേക്ക് മറിഞ്ഞു.

ദേവകിയും ശിവശങ്കരനും താങ്ങിക്കൊണ്ടുപോയി കിടത്തി. ശിവശങ്കരൻ, സുരേന്ദ്രന്റെ കൈകളെടുത്ത് ദീർഘമായി ചുംബിച്ചു. ശിവശങ്കരന്റെ കണ്ണുകൾ നിറഞ്ഞൊഴുകുന്നത് ദേവകി ശ്രദ്ധിച്ചു.

വിമ്മിക്കരഞ്ഞുകൊണ്ട് സുരേന്ദ്രൻ നിശ്ചലനായി.

അഭയത്തിന്റെ വാതിലുകൾ

അതിരാവിലെ ശിവശങ്കരൻ എഴുന്നേറ്റ് വേഷം മാറിവന്നു. തലേദിവസത്തെ അതേ പ്രസാദം, ചിരി. വൈകി കിടന്നതുകൊണ്ടാകും സുരേന്ദ്രൻ എഴുന്നേറ്റിട്ടില്ല. അമ്മുക്കുട്ടിയും ഉണർന്നിട്ടില്ല.

"ഞാനങ്ങു പോവാൻ തൊടങ്ങുവാ. ലാ കോളേജിൽ കൂട്ടത്തിൽ പഠിച്ച ഒന്നു രണ്ട് സ്നേഹിതന്മാരുണ്ട്. വല്യ വക്കീലന്മാരാ.... അവന്മാരെ ഒന്ന് കാണാം. പിന്നെ തിരിച്ചങ്ങ് പോണം."

ശിവശങ്കരൻ പറഞ്ഞു.

"ഉച്ചയ്ക്ക് ഇവിടംവരെ വന്ന് ഊണും കഴിച്ചിട്ടുപോയാൽ പോരെ? ചേട്ടൻ ഉണരുകയും ചെയ്യും."

ദേവകി ചോദിച്ചു.

"ഓ ഹോട്ടലിൽ നിന്നും ഊണു കഴിച്ചോളം കൊച്ചേ; നീ അതിനും വേണ്ടി ഇനി കഷ്ടപ്പെടുകയും മറ്റുംവേണ്ട. പിന്നെ, ഇനീം ഉച്ചയ്ക്കു വന്ന് എവനെ കണ്ടാൽ ഇന്നത്തെപ്പോക്കും നടക്കുകയില്ല. എനിക്കാണേൽ അവിടെ ചെന്നിട്ട് പിടിപ്പതുപണിയാ; കൊയ്ത്തു നടക്കുവാ ഇപ്പോൾ. അച്ഛൻ പോയതിൽ പിന്നെ എല്ലാം എന്റെ കൈയിലാ. കോടതീൽ പോക്കില്ലെങ്കിലും കൃഷിപ്പണീം എഴുത്തും ഒക്കെക്കൂടി ഇച്ചിരെ ബുദ്ധിമുട്ടുതന്നെയാ."

ദേവകി എന്തോ ഓർത്തു; നേരത്തെ ചോദിക്കാൻ ബാക്കിവച്ചതായിരുന്നു. ശിവശങ്കരൻ ചോദ്യം കാത്തുനിന്നു.

"അതേയ്, മറ്റെവിവരം വല്ലതും കിട്ടിയാരുന്നോ? ഞാൻ ആദ്യം എഴുതി അയച്ചില്ലായിരുന്നോ? വിജയദശമി ദിവസം ആ കഠാരയും പേനയും കൊണ്ടുവന്ന കാര്യം; ആരാരിക്കും അത്?"

ശിവശങ്കരൻ അല്പം വിഷമത്തിലായി. കാര്യങ്ങൾ അറിയാം. എന്നാൽ എങ്ങനെ പറയും?

"കൊച്ച് വെഷമിക്കേണ്ടതില്ല. അത് ഞാൻ അന്വേഷിച്ചാരുന്നു. ശാരദ മരിച്ചുപോയി. ഇപ്പം മകൾ എവിടെ താമസിക്കുവാന്ന് എനിക്കും മനസ്സിലായിട്ടില്ല. പക്ഷേ, സമ്മാനം കൊണ്ടുവന്നത് സുരേന്ദ്രന്റെ മോൾ തന്നെ ആയിരിക്കും. അല്ലെങ്കില്പിന്നെ ഈ വസ്തുക്കൾ ആരു കൊണ്ടുവരാനാ? പഴയ ആലപ്പുഴക്കാരുടെ മുഖം വല്ലോം ഓർമ്മയുണ്ടോ ദേവകിക്ക്?"

ദേവകിക്ക് ആരെയും ഓർമ്മയില്ല. പഴയതും പുതിയതുമായ ആലപ്പുഴക്കാരെ ആരെയും ഓർമ്മയില്ല.

"ഓ, എന്നെ അവിടൊന്നും അങ്ങനെ കൊണ്ടുപോയിട്ടില്ലല്ലോ. പിന്നെ എങ്ങനെ ഓർക്കാനാ ചേട്ടാ...?"

"എന്നാ ദേവകിയോട് ഒരു കാര്യം ഞാൻ പറയാം. സുരേന്ദ്രന്റെ ഇപ്പഴത്തെ നെല വെച്ചുനോക്കുമ്പം പഴേ കാര്യങ്ങളൊന്നും കിറുകൃത്യമായി ഓർമ്മയൊന്നുമില്ല. ഞാനിന്നലെ ഈ വിഷയമെടുത്തിട്ടാരുന്നു, സുരേന്ദ്രന് ഓർമ്മയുണ്ടോ എന്നു പരീക്ഷിക്കാൻ. ശാരദേന്നൊള്ള പേരു പോലും സുരേന്ദ്രൻ മറന്നുകഴിഞ്ഞു. പിന്നെ പൊടിപ്രായത്തിൽ കണ്ട സ്വന്തം കൊച്ചിനെ ആരാ ഈ പ്രായത്തിൽ ഓർത്തിരിക്കാനക്കൊണ്ട്...?"

"ചെല സമേത്ത് ചേട്ടന് ഓർമ്മ തെകട്ടിവരും... പ്രത്യേകിച്ചും ഒന്നൊറങ്ങിക്കഴിഞ്ഞ് എഴുന്നേല്ക്കുമ്പം; മിക്കവാറും നാലാംയാമത്തിൽ. അന്നേരം ഭാര്യേടേം കൊച്ചിന്റേം കഥയേ മനസ്സിൽ ഉള്ളു. ആദ്യബന്ധത്തെക്കുറിച്ച് കൊറെ അധികം ആത്മകഥയിൽ എഴുതിപ്പിടിപ്പിക്കേണ്ട കാര്യമെന്താ? ഞാൻ എഴുതുന്നതായങ്ങ് ഭാവിക്കും; ഒന്നും എഴുതുകയുമില്ല. എപ്പഴും ആ കൊച്ചിന്റെ കാര്യമാ ഓർക്കുന്നെ. അമ്മുക്കുട്ടിയെക്കാൾ ആ കൊച്ചിനോടാന്നോ സ്നേഹമെന്നുവരെ തോന്നും. എന്തുചെയ്യണമെന്നാ ശിവശങ്കരൻ ചേട്ടന്റെ മറുപടി?"

ദേവകി വീണ്ടും പറഞ്ഞുതുടങ്ങി:

"കഠോരം, പേനേം തമ്മിലെന്തുവാ ബന്ധം എന്നെനിക്കു മനസ്സിലാകുന്നില്ല. കൊറെ വർഷങ്ങൾ കഴിഞ്ഞു അതു കിട്ടീട്ട്; അമ്മുക്കുട്ടി ഇപ്പം ഒൻപതിലായില്ലിയോ? ഒന്നു കണക്കുകൂട്ടിക്കേ അവളെ എഴുത്തിനിരുത്തുന്ന കാലത്താ ആ പൊതി ഈ വീട്ടിലെത്തിയെ. വേറൊരു കാര്യം കൂടെ ഞാൻ പറയാം; എരണംകെട്ട ഒരു പൊതിയാ അത്. അതു വന്നു കേറിയേനുശേഷം ഈ മനുഷ്യന്റെ സ്വസ്ഥത നഷ്ടമായി."

ശിവശങ്കരന് കുറേക്കൂടി തുറന്നുപറയണമെന്നു തോന്നി.

"അതേയ്, കൊച്ചിനത് അറിയാൻമേലാത്തോണ്ട. സുരേന്ദ്രന്റെ രചനയുടെ ആദ്യകാലത്തിന്റെ സൂചനയാണ് തൂലികയും കഠാരയും. പിന്നീടതും മാറി. എഴുത്തുകാരൻ ജനങ്ങളുടെ പ്രശ്നത്തിൽ രാഷ്ട്രീയമായി ഇടപെടണമെന്ന പക്ഷക്കാരനായിരുന്നു സുരേന്ദ്രൻ പണ്ട്. അന്ന് കഠാരേം കൊണ്ടുനടക്കുമായിരുന്നു. അന്ന് ആ ലോഡ്ജിലോ മറ്റോ വച്ചുമറന്ന കഠാരയും പേനയുമാ ഇപ്പം ഇവിടെ സൂക്ഷിച്ചുവച്ചേക്കുന്നത്. ഇപ്പം ആള് കുഞ്ഞാടായിട്ടൊണ്ടെന്ന് എനിക്കറിയാം."

"ഓ, ഇപ്പോൾ എഴുതാനൊന്നും താല്പര്യമില്ല. പിന്നെ ഞാൻ നിർബ്ബന്ധിക്കുന്നോണ്ടാ ആത്മകഥേൽ കൊറച്ച് എഴുതിത്തുടങ്ങിയത്. അതിനി എന്താവുമോ എന്തോ? സാമ്പത്തികമായും മറ്റും വലിയ പരുങ്ങലിലാ ചേട്ടാ. പ്രസാധകർ കുറച്ച് മുൻകൂർ തന്നിട്ടൊണ്ടായിരുന്നു. അതിനവർക്ക് എഴുതിക്കൊടുക്കണ്ടായോ? ഓർമ്മ കിട്ടുമ്പോഴൊക്കെ ആലപ്പുഴേലെ വിപ്ലവം പറയും."

ശിവശങ്കരൻ ബാഗുതുറന്ന് ഒരു കടലാസുപൊതി അഴിച്ച് കുറച്ചു പണം എണ്ണി ദേവകിക്കുകൊടുത്തു. ദേവകിയെ നിർബ്ബന്ധിച്ചുകൊണ്ട് ശിവശങ്കരൻ പറഞ്ഞു.

"ഇതു കടമായിട്ട് കൂട്ടിയാൽമതി. ഞാൻ തന്നൂന്ന് പറഞ്ഞാൽ സുരേന്ദ്രൻ വിശ്വസിക്കുകയില്ല. അയാൾടെ കണ്ണിൽ ഞാൻ മഹാപിശുക്കനാ."

അമ്മുക്കുട്ടിയെ വിളിച്ചുണർത്തി ഒരുമ്മേം കൊടുത്ത് ശിവശങ്കരൻ യാത്രയായി. വെള്ളമുണ്ടും അരക്കയ്യൻ വെള്ളഷർട്ടുമായിരുന്നു വേഷം. വളരെ വേഗം നടന്ന് ശിവശങ്കരൻ ബസ്സ്റ്റോപ്പിൽ എത്തിച്ചേർന്നു.

സുരേന്ദ്രന്റെ വീട് വീണ്ടും മൗനത്തിൽ അമർന്നു. ദേവകി സ്വന്തം ജീവിതത്തെക്കുറിച്ച് എന്നത്തേയുംപോലെ ആലോചന നടത്തുവാൻ തുടങ്ങി. ഇനിയെത്രകാലം കൂടി കാത്തിരുന്നാൽ ആത്മകഥ പൂർത്തിയാക്കാനാകുമെന്ന് നിശ്ചയമില്ല. പറഞ്ഞത് ആവർത്തിക്കുകയോ പറയേണ്ടത് പറയാതിരിക്കുകയോ ചെയ്യുന്ന ശീലമാണ് സുരേന്ദ്രനിപ്പോഴുള്ളത്. അത് എഴുത്തിന് പ്രയോജനകരമല്ല. അനിശ്ചിതമായി നീണ്ടു പോകാനെ ഇതൊക്കെ ഉപകരിക്കുകയുള്ളു. പകരം പിന്നെ ചെയ്യാവുന്നത്, സുരേന്ദ്രൻ എഴുതുന്ന രീതിയിൽ കുറെ അദ്ധ്യായം സ്വന്തം ഓർമ്മയിൽ നിന്ന് എഴുതിച്ചേർക്കുക. അതൊന്നും ആരും കണ്ടുപിടിക്കുകയുമില്ല. ഇനി അഥവാ കണ്ടുപിടിച്ചാൽത്തന്നെ ഓർമ്മകൾ വന്നുംപോയുമിരിക്കുന്ന സുരേന്ദ്രൻ ഒരു പ്രത്യേകസമയത്ത് ഇങ്ങനെയൊക്കെ പറഞ്ഞുകാണുമെന്ന് മറ്റുള്ളവർ കരുതിക്കൊള്ളും.

ഇത്തരമൊരു ചിന്തയിൽ, ദൃഢനിശ്ചയത്തിൽ നാലാംയാമങ്ങൾ അവസാനിക്കുകയും ഓർമ്മകൾ സുരേന്ദ്രനിൽ നിന്ന് പറന്നകലുകയും ചെയ്യുമ്പോൾ സുരേന്ദ്രൻ ഈ ഭൂമിയിലെ വെറുമൊരു ജൈവ വസ്തുവായി ഞരങ്ങിക്കിടക്കുമ്പോൾ, പ്രപഞ്ചം അതിന്റെ വിസ്മയകരവും അതിസൂക്ഷ്മഭരിതവുമായ ചലനപരമ്പരകൾ തുടരുമ്പോൾ ദേവകി എഴുത്ത് തുടങ്ങി; സുരേന്ദ്രനായി സ്വയം രൂപംമാറിക്കൊണ്ട് എഴുതിത്തുടങ്ങി:

'അഗ്നിപരീക്ഷണങ്ങളിലൂടെ കടന്നുവന്നതാണ് എന്റെ ജീവിതം. അതിന് സ്വാസ്ഥ്യം ലഭിച്ചത് ഞാൻ ദേവകിയെ കണ്ടതുമുതല്ക്കാണ്. ദേവകിയാണ് എന്റെ സ്വർഗ്ഗം. അമ്മുക്കുട്ടിയാണ് എന്റെ ആശ്വാസം. എന്റെ ആദ്യഭാര്യ ശാരദ എന്നും എനിക്കൊരു ബാദ്ധ്യതയായിരുന്നു. ശാരദയുടെ സ്മരണകളെ ഞാൻ വെറുക്കുന്നു. മനഃസമാധാനം എന്തെന്നറിയാതെയാണ് അക്കാലത്ത് ഞാൻ ജീവിച്ചത്. പരാതിക്കാരിയായ ഭാര്യ ചോരുന്ന വീടുപോലെയാണ്. മനസ്സമാധാനം എത്രയോ അകലെയാണ്.

ശാരദയിൽ എനിക്കൊരു മകളുണ്ടായി. പക്ഷേ, ആ കുട്ടിയുമായി അവൾ എവിടെ മറഞ്ഞുവെന്ന് എനിക്ക് ഇപ്പോഴും ഓർമ്മയില്ല. ഓർമ്മയില്ലാത്ത കാര്യങ്ങളെപ്പറ്റി അതുകൊണ്ടുതന്നെ അധികം എഴുതി മുഷിപ്പിക്കുവാൻ ഞാൻ ആഗ്രഹിക്കുന്നുമില്ല.

ശാരദയും ഇന്നെവിടെയെങ്കിലുമുള്ളതായി ഞാൻ കരുതുന്നില്ല. മകൾ കാണുമായിരിക്കും. മകളായി ജീവിക്കുകയും പെരുമാറുകയും ചെയ്യുമ്പോൾ, സ്നേഹിക്കുകയും സ്നേഹിക്കപ്പെടുകയും ചെയ്യുമ്പോൾ മാത്രമാണ് മകൾ എന്ന യാഥാർത്ഥ്യം അനുഭവവേദ്യമാകുന്നത്. എന്റെ ഒരു കാര്യത്തിലും ശാരദയ്ക്ക് ബാദ്ധ്യതയോ ഇടപാടുകളോ ഇല്ല. ആ ഓർമ്മകളെ ഞാൻ വെറുക്കുന്നു. മകളെ കണ്ടാല്പോലും എനിക്ക് തിരിച്ചറിയുവാൻ സാധിക്കുകയില്ല. മകളുടെ പേരുപോലും ഞാൻ ഓർക്കുന്നില്ല. അത് അറിയുകയുമില്ല. ഇനി ഇക്കാര്യത്തെപ്പറ്റി എഴുതുവാനോ പറയുവാനോ ഞാനില്ല എന്ന് വ്യസനപൂർവ്വം അറിയിക്കുന്നു...'

ഇത്രയും ഒറ്റ ഇരിപ്പിന് എഴുതിക്കഴിഞ്ഞപ്പോൾ ദേവകിക്ക് എന്തെന്നില്ലാത്ത ആശ്വാസം തോന്നി. സ്വയം മതിപ്പും തോന്നി. ഇത്രയുമൊക്കെ എഴുതിയില്ലെങ്കിൽ പിന്നെ എന്തു ജീവിതമെന്നും തോന്നി. കുറെ കാലമായി മനസ്സിനെ മഥിച്ചുകൊണ്ടിരുന്ന പേരാണ് ശാരദയുടേത്. അതിന് ആത്മകഥയിൽ തന്നെ അന്ത്യം കുറിക്കുവാൻ കഴിഞ്ഞതിൽ തികഞ്ഞ അഭിമാനം ദേവകിക്കു തോന്നി.

പിന്നീടും ദേവകിക്കൊരു സംശയം. ആത്മകഥയിൽ എപ്പോഴെങ്കിലും ഒരിടത്ത് സുരേന്ദ്രൻ ആ കഠാരയെയും പേനയേയും കുറിച്ച് പരാമർശിച്ചാലോ? മകൾ കൊണ്ടുവന്നുവെന്ന് വെട്ടിത്തുറന്നങ്ങ് പറഞ്ഞാലോ? അങ്ങനെയെങ്കിൽ എന്തുചെയ്യണം? അതേപ്പറ്റി ചിലത് വിശദീകരിച്ചെഴുതാൻ ദേവകി തീരുമാനിച്ചു:

'ഒരു വിജയദശമി ദിവസം കുട്ടികളെ എഴുത്തിനിരുത്താൻ വന്ന അതിഥികൾ ആരോ, നല്കിയ സമ്മാനം അസാധാരണമായിരുന്നു. ഒരു പേനയും കഠാരയും. എനിക്കതു കാണുന്നതുതന്നെ ഇഷ്ടമല്ല. ഞാനത് അലമാരയിൽ എടുത്തുവച്ചിട്ടുണ്ട്. ആർക്കുവേണം കഠാര? ആ കാലത്തോടൊന്നും എനിക്ക് യാതൊരു മമതയുമില്ല. മാത്രവുമല്ല ഏറ്റുമുട്ടലുകളുടെയും പിടിച്ചെടുക്കലുകളുടേയും കാലം കഴിഞ്ഞിരിക്കുന്നു. ആ കഠാര തന്നെ വലിച്ചെറിഞ്ഞുകളയാൻ പലകുറി ഞാൻ ആഗ്രഹിച്ചതാണ്. എന്നാൽ എന്റെ ജീവിതത്തെ ഏറ്റവും കൂടുതൽ സ്വാധീനിക്കുകയും നിയന്ത്രിക്കുകയും ചെയ്യുന്ന ഭാര്യ ദേവകി, അങ്ങനെ ചെയ്യരുതെന്ന് വിലക്കിയിട്ടുള്ളതിനാൽ ആ കഠാര അലമാരയിൽ വിശ്രമിക്കുന്നു; അത്രമാത്രം. പഴയ കാലത്തിന്റെ അവശിഷ്ടങ്ങൾ എന്ന ആക്രിയും പെറുക്കി മേലിൽ എന്റെ വീട്ടിലേക്ക് ആരും വരേണ്ടതില്ല. കാരണം പഴയത് പഴയതും പുതിയത് പുതിയതുമാകുന്ന'

പെട്ടെന്ന് പ്രസാധകർ എഴുതിയ കത്തിലെ പ്രസക്തഭാഗം ദേവകിക്ക് ഓർമ്മവന്നു. പഴയകാലത്തെക്കുറിച്ച് സുരേന്ദ്രനെക്കൊണ്ട് പരമാ

വധി തള്ളിപ്പറയിപ്പിക്കണം എന്നതായിരുന്നു ഒരു നിർദ്ദേശം. 'നാലാം യാമം ഒരു കമ്യൂണിസ്റ്റിന്റെ കുമ്പസാരം' എന്ന ശീർഷകത്തിൽ പുസ്തകമിറക്കിയാൽ നന്നായി വിറ്റുപോകും എന്നായിരുന്നു മറ്റൊരു നിർദ്ദേശം. എന്നാൽ 'കമ്യൂണിസ്റ്റിന്റെ കുമ്പസാരം' എന്ന വിശേഷണം ശീർഷകത്തിൽ അനുവദിക്കാനാവില്ലെന്നായി സുരേന്ദ്രൻ. കുമ്പസാരിക്കലല്ല ഉദ്ദേശിച്ചിട്ടുള്ളതെന്നും മറിച്ച് പഴയ ചില കാര്യങ്ങളെ വീണ്ടുവിചാരത്തിനു വിധേയമാക്കുക മാത്രമാണ് ചെയ്യുന്നതെന്നുമായിരുന്നു സുരേന്ദ്രന്റെ വിശദീകരണം. മാത്രവുമല്ല പഴയ കാര്യങ്ങളെ, അക്കാലത്തു ചെയ്തതും ഇടപെട്ടതുമായ ചരിത്ര മുഹൂർത്തങ്ങളെ തള്ളിപ്പറയാൻ ഒരു ഘട്ടത്തിലും സുരേന്ദ്രൻ തയ്യാറായതുമില്ല.

ഇന്നും അഭിപ്രായവ്യത്യാസങ്ങൾ കടന്നുവന്നിട്ടുണ്ടെങ്കിലും തന്റെ രാഷ്ട്രീയദർശനങ്ങൾക്ക് കാതലായ മാറ്റം സംഭവിച്ചിട്ടില്ലെന്നും, താൻ കൂടി ഭാഗഭാക്കായി കെട്ടിപ്പടുത്ത പ്രസ്ഥാനം കൂടുതൽ മനുഷ്യോന്മുഖമാകണമെന്നു തന്നെയാണ് തന്റെ ആഗ്രഹമെന്നും സുരേന്ദ്രൻ പല അദ്ധ്യായങ്ങളിലും പരാമർശിക്കുകയുണ്ടായി. ഇത്തരം പരാമർശങ്ങളുടെ കാര്യത്തിൽ ചില ഇടപെടലുകളും കൂട്ടിച്ചേർക്കലുകളും വേണമെന്നും പ്രസാധകർ നിർദ്ദേശിച്ചിട്ടുണ്ട്. ഒരു പരിധിവരെ വിവാദപരമാകണം, പുസ്തകം ഇറങ്ങുംമുൻപു തന്നെ പ്രധാന വെളിപ്പെടുത്തലുകൾ ചർച്ചയാകണം എന്നിങ്ങനെ നീണ്ടു പ്രസാധകന്റെ നിർദ്ദേശങ്ങൾ.

പ്രസാധകരെ നിരാശപ്പെടുത്തും വിധമുള്ള സമീപനമാണ് സുരേന്ദ്രൻ ആത്മകഥയിൽ കൈക്കൊള്ളുന്നതെന്ന് ദേവകിക്ക് തോന്നിത്തുടങ്ങിയിരുന്നു. കെട്ടിപ്പടുത്ത പ്രസ്ഥാനത്തിൽ കൂടുതൽ വിശ്വാസം പ്രഖ്യാപിക്കുക എന്ന പറച്ചിലിൽ എന്ത് വിവാദമാണുള്ളതെന്ന് ദേവകി ഓർത്തു.

പ്രസാധകരുടേയും സുരേന്ദ്രന്റെയും ഇടയില്പെട്ട് ചതഞ്ഞരയുകയാണ് താനെന്ന് ദേവകിക്ക് തോന്നി. ഒരു സമാധാനവുമില്ല. പുസ്തകം തീരുന്നില്ല. തീയും ചൂടും വേണമെന്ന് പ്രസാധകർ നിർദ്ദേശിക്കുമ്പോൾ എങ്ങനെ അവഗണിക്കാനാകും?

ദേവകി പ്രസാധകരെ ഓർത്ത് എഴുതാൻ തുടങ്ങി; സുരേന്ദ്രനായി ഭാവിച്ചുകൊണ്ട്:

'ഞാൻ വെറുക്കുന്നു; ഞാനൊഴികെ എന്തിനേയും. നല്ല കുടുംബജീവിതം നയിക്കുക എന്നതാണ് ഏത് കലാപ്രവർത്തനത്തെക്കാളും മഹത്തരം, ശ്രേഷ്ഠം... ദേവകി എന്ന തണലിൽ ഞാൻ അഭയം പ്രാപിക്കുന്നു...'

സസ്യംപോലെ

"തൊലി, മാംസം, രക്തം, ഞരമ്പ്, കൊഴുപ്പ്, മജ്ജ, അസ്ഥി എന്നിവ കൊണ്ടുനിറഞ്ഞ ശരീരം നിന്ദ്യമാണ്.

സസ്യമിവ മർത്ത്യാ പച്യതേ
സസ്യമിവ ജായതേ പുനഃ

സസ്യത്തെപ്പോലെ മനുഷ്യൻ ജീർണ്ണിച്ച് മരിക്കുന്നു, വീണ്ടും സസ്യം പോലെ ആവിർഭവിക്കുന്നു..."

മറ്റൊരു നാലാംയാമത്തിൽ സുരേന്ദ്രൻ എഴുതിത്തുടങ്ങി. ജീവിതത്തെക്കുറിച്ച് എഴുതുമ്പോൾ അത് തന്റെമാത്രം ജീവിതം ആകേണ്ടതില്ലെന്ന ബോദ്ധ്യമാണ് സുരേന്ദ്രനെക്കൊണ്ട് ഇങ്ങനെ എഴുതിച്ചത്.

സുരേന്ദ്രൻ പൊടുന്നനെ ദേവകിയെക്കുറിച്ചോർത്തു. മനസ്സിൽ ഒന്നുമില്ലാത്തവളായി ഇതാ ഉറങ്ങുന്നു. മനുഷ്യരുടെ യഥാർത്ഥമുഖം വ്യക്തമാക്കപ്പെടുക അവർ ഉറങ്ങുമ്പോഴാണ്.

സുരേന്ദ്രൻ നാലാംയാമത്തിൽ ഇപ്രകാരം എഴുതിത്തുടങ്ങി.

'എന്റെ ജീവിതത്തിൽ ദാരിദ്ര്യത്തിനും പോരാട്ടങ്ങൾക്കുമാണ് വലിയ സ്ഥാനം ഉണ്ടായിട്ടുള്ളത്. മദ്യം, സ്ത്രീ, സമ്പത്ത്, അധികാരം എന്നിവയൊന്നും എന്നെ നിയന്ത്രിക്കുകയോ എന്റെ നിലവിട്ട് പെരുമാറാൻ പ്രേരകമാകുകയോ ചെയ്തിട്ടില്ല. ഹ്രസ്വമായ ജീവിതത്തിൽ ശാരദയും ദേവകിയുമാണ് കടന്നുവന്ന് സ്ഥാനമുറപ്പിച്ചവർ. ഇക്കാലത്ത് രണ്ട് വേശ്യകളോടൊപ്പം രണ്ടോ മൂന്നോ തവണ ഞാൻ ബന്ധപ്പെട്ടിട്ടുമുണ്ട്. പിന്നീട് അവരുടെ ജീവിതപ്രാരാബ്ദവും പെരുമാറ്റത്തിലെ യാന്ത്രികതയും കണ്ടപ്പോഴൊക്കെ സഹതാപമാണു തോന്നിയത്. ശാരദയ്ക്ക് വിദ്യാഭ്യാസമോ ആധുനികരീതികളോ ഉണ്ടായിരുന്നില്ല. ബാലിശമായ കാര്യങ്ങൾക്കു വേണ്ടി പിടിവാശി കാണിച്ചു. എങ്കിലും ഒരു നാട്ടിൻപുറത്തുകാരിയായ സ്ത്രീയുടെ സത്യസന്ധമായ മനോനില എന്നും അവൾ സൂക്ഷിച്ചു. പട്ടി

ണിയായിരുന്നു അവളുടെ ആധിക്കുകാരണം. എന്നോടുള്ള വാക്കേറ്റങ്ങൾക്കു കാരണവും അതുതന്നെയായിരുന്നു. ദേവകി പുതിയ കാലത്തിന്റെ സന്തതിയാണ്; ഭാവിയെക്കുറിച്ചുള്ള ആശങ്കകളാണ് ദേവകിയുടെ ആധി. സത്യസന്ധതയേക്കാൾ പ്രായോഗികബുദ്ധിക്കാവണം പ്രാധാന്യമെന്നവൾ കരുതുന്നു. എന്റെ വാർദ്ധക്യത്തെ ദേവകി ഭയക്കുന്നു. ശാരദയും എനിക്ക് നഷ്ടമായ മകളുമാണ് ഇന്നെന്റെ ഖേദം. മകൾ ജീവിച്ചിരിപ്പുണ്ടാകും എന്ന കാര്യത്തിൽ എനിക്കു സംശയമില്ല. അവൾ ഒരു നാൾ എന്നെത്തേടി വരാതിരിക്കില്ല. പഴയ കഠാരയും തൂലികയും സമ്മാനമായി കൊടുത്തയച്ചതാകാം അവൾ. തന്നെ ഓർക്കുന്നുണ്ടോ എന്ന് പരീക്ഷിക്കുവാൻ. അതുമല്ലെങ്കിൽ അവൾ നേരിട്ടു കൊണ്ടുവന്നതുമാകാം. ആ സമ്മാനം ലഭിച്ചിട്ട് വർഷങ്ങൾ കഴിഞ്ഞിരിക്കുന്നു. ഇന്നലെ നടന്നതുപോലെ ഓർമ്മകൾ.

ശാരദയെ വിവാഹം ചെയ്യേണ്ടിയിരുന്നില്ല. മകൾ ഉണ്ടായ സാഹചര്യം ഒഴിവാക്കപ്പെടേണ്ടതായിരുന്നു. ദേവകിയെ പ്രണയിക്കേണ്ടിയിരുന്നില്ല, അമ്മുക്കുട്ടിയുടെയും ആവശ്യം ഉണ്ടായിരുന്നില്ല. ജീവിത സംസാരത്തിൽനിന്നും രക്ഷ നേടണമെന്നാഗ്രഹിക്കുന്നവർ സ്ത്രീയാകുന്ന നദിയെ ഉടൻ ത്യജിക്കേണ്ടതാകുന്നുവെന്ന് ഭർത്തൃഹരി എഴുതിയിട്ടുള്ളത് ഓർത്തുപോകുന്നു. സ്ത്രീകൾ തരുന്ന സൗഖ്യം, സ്നേഹം, സുരക്ഷ, സ്മരണ എന്നിവ പോലെത്തന്നെ അവർ വേദന, വെറുപ്പ്, അരക്ഷിതത്വം, വിയോഗം തുടങ്ങിയവയും തരുന്നുണ്ട്. മറ്റൊരു തരത്തിൽ എന്നെക്കുറിച്ചുതന്നെ പറയാം. ശാരദയും ദേവകിയും അനുഭവചക്രത്തിൽ ഇടം നേടിയില്ലായിരുന്നുവെങ്കിൽ, എന്റെ ജീവിതക്രമവും ജീവിതദർശനവും മറ്റൊന്നായി മാറുമായിരുന്നുവല്ലോ.

യഥാർത്ഥത്തിൽ നമ്മുടെ മലിനമായ ശരീരത്തിലെ അതിനേക്കാൾ മലിനമായ ഭാഗങ്ങളുടെ മുഴപ്പും തഴപ്പും കാരണമാണല്ലോ, സ്ത്രീ പുരുഷന്റെ ലാവണ്യവസ്തുവായി നിലകൊള്ളുന്നത്; ഭോഷ്കാണല്ലോ ഇതൊക്കെയും. ഭാവനാസമ്പന്നർ, മുലകളെ സുവർണ്ണക്കുടങ്ങളോടാണ് ഉപമിക്കുന്നത്. യഥാർത്ഥത്തിൽ അവ മാംസപിണ്ഡങ്ങൾ. നനവാർന്ന പൃഷ്ഠഭാഗത്തെ ആനയുടെ മസ്തകത്തോടും ചില വിഡ്ഢികൾ ഉപമിച്ചിരിക്കുന്നു. സ്ത്രീകൾക്കുവേണ്ടി പുരുഷന്മാർ നീക്കിവച്ച ദിനരാത്രങ്ങൾ അവർ കൃഷിക്കും കന്നുകാലി സംരക്ഷണത്തിനുമായി മാറ്റിവച്ചിരുന്നുവെങ്കിൽ ഈ ഭൂതലം എത്രയോ കൂടുതൽ ഹൃദയഹാരിയായ ഹരിതാഭ വിസ്മയമാകുമായിരുന്നു. ക്ഷീരസമൃദ്ധിയിൽ സമൂഹം സമ്പന്നമാകുമായിരുന്നു.

എഴുപതുവയസ്സാണ് മനുഷ്യരുടെ ശരാശരി ആയുസ്സ് എന്ന് സങ്കല്പിക്കുക. ഇതിൽ പകുതി രാത്രികളെന്ന നിലയ്ക്ക് നഷ്ടമായിട്ടുണ്ട്. മറ്റേ പകുതിയിൽ ബാല്യം, വാർദ്ധക്യം എന്നീ നിലകൾ. അവ പരസഹായത്തോടെ, ബോധപൂർവ്വമല്ലാത്ത പ്രവൃത്തികളിൽ ലയിച്ചും നഷ്ടമായിരിക്കുന്നു. ബാക്കി ലഭിച്ച അമൂല്യമായ സമയ സമ്പത്തിൽ സിംഹ

ഭാഗവും സ്ത്രീകൾക്കായി മാറ്റിവയ്ക്കപ്പെടുന്നു. ഇത് പുരുഷന്റെ വിനാശകരമായ നിയോഗമത്രെ.

എന്റെ രാഷ്ട്രീയവിശ്വാസം സംബന്ധിച്ച് നിരവധി ചോദ്യങ്ങൾ പലരൂപത്തിൽ ഉയർന്നുവരാറുണ്ട്. മുൻ അദ്ധ്യായങ്ങളിൽ ഞാൻ ഇത്തരം സന്ദേഹങ്ങൾക്ക് മറുപടി പറഞ്ഞിട്ടുണ്ടെന്നാണ് എന്റെ വിശ്വാസം. എങ്കിലും മറവിരോഗം വന്നുപെട്ടതിനാൽ കൃത്യമായി വിശദീകരിച്ചുവോ എന്ന് സന്ദേഹിക്കുന്നു. ഒരിക്കൽക്കൂടി പറഞ്ഞുകൊള്ളട്ടെ, ജീവിതത്തിന്റെ അസമത്വം ഇല്ലാതാക്കുന്നതിനും അദ്ധ്വാനിക്കുന്നവന്റെ ആത്മാഭിമാനം വീണ്ടെടുക്കുന്നതിനും ഏതുതരത്തിലുള്ള ചൂഷണവും അവസാനിപ്പിക്കുന്നതിനുമായി രൂപം നല്കപ്പെട്ട, ഞാൻ ആദ്യം പ്രവർത്തിച്ചുതുടങ്ങിയ പ്രസ്ഥാനത്തിൽ തന്നെയാണ് ഇപ്പോഴും എന്റെ അചഞ്ചലമായ വിശ്വാസം അതിന് മാറ്റം വരുത്തേണ്ട കാര്യമൊന്നും ഉണ്ടായിട്ടില്ല. ചില നേതാക്കളോടോ, നയപരിപാടികളോടോ ഒക്കെ എനിക്ക് അമർഷവും വിയോജിപ്പും ഉണ്ടായിട്ടുണ്ട്. ശക്തമായി അത്, എഴുത്തുകാരന്റെ സ്വാതന്ത്ര്യത്തിന്റെ പശ്ചാത്തലത്തിൽ പ്രകടിപ്പിച്ചിട്ടുണ്ട്; ഇനിയും അത്തരം പ്രതികരണങ്ങൾ തുടരുക തന്നെ ചെയ്യും. എന്നുകരുതി അതൊന്നും എന്റെ രാഷ്ട്രീയ വിശ്വാസത്തിന്റെ ആണിക്കല്ല് തകർക്കാൻ പോരുന്ന കാര്യമല്ല എന്ന് പ്രിയപ്പെട്ട വായനക്കാരെ ബോദ്ധ്യപ്പെടുത്തിക്കൊള്ളുന്നു. ഞാൻ പൊന്നുപോലെ എന്റെ അലമാരയിൽ സൂക്ഷിച്ചിരിക്കുന്ന പഴയ തൂലികയും കഠാരയുംപോലെ പാർട്ടിയിലുള്ള പഴയവിശ്വാസവും എനിക്ക് അമൂല്യമാണ്. ആ കഠാരയും പേനയും ഉപേക്ഷിക്കണമെന്നും വലിച്ചെറിയണമെന്നും ദേവകി എന്നോട് പലകുറി ആവശ്യപ്പെട്ടിട്ടുണ്ടെങ്കിലും ഞാൻ ചെവിക്കൊണ്ടിട്ടില്ല. അക്കാര്യത്തിൽ ഞാൻ ആരെയും അനുസരിക്കാൻ ഉദ്ദേശിക്കുന്നുമില്ല. ആ കഠാരയും പേനയും ഞാൻ കാണാതെ, വളർന്ന് വലുതായി, ഇപ്പോൾ ഒരു വീട്ടമ്മയായി കഴിയാൻ ഇടയുള്ള എന്റെ മകൾ കൊണ്ടുവന്ന് തന്നതാകാനാണ് സാദ്ധ്യത. അതുകൊണ്ടാണ് അതിന് മൂല്യം വർദ്ധിക്കുന്നത്. എന്റെ കുഴിമാടത്തിൽ എന്നോടൊപ്പം ആ കഠാരയും പേനയും ചേർത്ത് അടക്കം ചെയ്യണമേ എന്നാണ് അപേക്ഷ. എന്നോട് പുതിയ കാലത്തിനു ചെയ്യാവുന്ന ഏറ്റവും വലിയ സേവനം ഇതുതന്നെയായിരിക്കും.

ആത്മകഥയിൽ എരിവും പുളിയും ചേർക്കണം എന്നൊരു നിർദ്ദേശം പ്രസാധകർ ഉൾപ്പെടെയുള്ളവരുടെ ഭാഗത്തുനിന്നും വന്നിരുന്നു. ഇത്തരം കാഴ്ചപ്പാടുകളോട് എനിക്ക് പരമപുച്ഛമാണ്. മാതൃകാപരമായ തികഞ്ഞ ആദർശപരമായ ജീവിതം നയിച്ച ആളല്ല സുരേന്ദ്രൻ. എന്നാൽ പ്രവൃത്തിയിലും വാക്കിലും പൊരുത്തക്കേടു വരാതിരിക്കാൻ ശ്രദ്ധിച്ചിട്ടുണ്ട്; തികഞ്ഞ സത്യസന്ധതകൊണ്ടേ അതു സാദ്ധ്യമാകുകയുള്ളൂ. ആ സത്യസന്ധത മാത്രമാണ് എന്റെ കൈമുതൽ. അതുകൊണ്ടുതന്നെ കല്പിത കഥകൾ കുട്ടിച്ചേർത്ത് ആത്മകഥയെ സംഭ്രമജനകമാക്കാനുള്ള

നീക്കത്തെ ഞാൻ ചെറുക്കുന്നു. വായിക്കണമെന്നു തോന്നുന്നവർ മാത്രം അതിനുതയ്യാറായാൽ മതിയെന്നാണ് വിനീതമായ അഭിപ്രായം.

എനിക്ക് പ്രത്യേക അംഗീകാരമൊന്നും സമൂഹം നല്കിയിട്ടില്ല. ഞാനതിന് അർഹനല്ല എന്നങ്ങ് വിചാരിക്കുന്നു. ശിവശങ്കരനെ ഞാൻ കണ്ടെത്തി കൂട്ടിയതാണ്. എന്നേക്കാളിന്ന് ശിവശങ്കരൻ പ്രശസ്തനുമാണ്. ശിവശങ്കരൻ ജയിൽവാസം അനുഭവിക്കുകയോ മർദ്ദനമേല്ക്കുകയോ ചെയ്തിട്ടില്ല. എന്നിട്ടും അയാൾക്ക് ഒരു പോരാളിയുടെ സല്പേര് വായനാസമൂഹം ചാർത്തിനല്കിയിരിക്കുന്നു. ഞാൻ എഴുത്തിനൊപ്പം ദൈനംദിന രാഷ്ട്രീയപ്രവർത്തനങ്ങൾക്ക് ഇറങ്ങിയതുകൊണ്ടാകാം എഴുത്തിൽ കൂടുതൽ സംഭാവനകൾ നല്കാൻ സമയം കിട്ടാതെ പോയത്. എന്നാൽ ശിവശങ്കരൻ സമയം തക്കത്തിന് ഉപയോഗിക്കുകയും ചെയ്തു. ശിവശങ്കരൻ എന്റെ ആത്മമിത്രമാണ്. ഞങ്ങളിപ്പോഴും ഇണങ്ങിയും പിണങ്ങിയും ജീവിക്കുന്നു. ഞങ്ങളുടെ ബന്ധത്തിന്റെ കാഠിന്യം ദേവകിക്കുപോലും മനസ്സിലായിട്ടില്ല. എനിക്ക് ശിവശങ്കരനോട് തികഞ്ഞ അകല്ചയും അസൂയയും ഉണ്ടെന്ന് ആ പാവം ധരിച്ചുവച്ചിരിക്കുന്നു.

ഒരു കാര്യത്തിൽ മാത്രമാണ് ശിവശങ്കരനോട് എനിക്ക് അകല്ചയുള്ളത്. എന്റെ ആദ്യഭാര്യയിലെ മകൾ എവിടെയിപ്പോൾ ഉണ്ടെന്ന് കൃത്യമായി അറിയുന്ന ആൾ ശിവശങ്കരൻ മാത്രമാണ്. ദേവകിയെ വിഷമിപ്പിക്കേണ്ട എന്നു കരുതി അവൻ അത് മറച്ചുവച്ചിരിക്കുകയാണെന്നു തോന്നുന്നു. അവന് എല്ലാക്കാര്യവും അറിയാം. ഞാനറിയാതെ എന്റെ മകൾക്ക് എന്നെ ഇവിടെ വന്നുകാണുവാൻ സൂത്രത്തിൽ അവസരമൊരുക്കിയത് ശിവശങ്കരനല്ല എന്നാരുകണ്ടു. ശിവശങ്കരൻ എഴുത്തിന്റെ രീതികളിൽ മാത്രമല്ല ജീവിതശൈലിയിലും അസാരം സൂത്രം ഒപ്പിക്കാൻ ബഹുകേമൻ തന്നെ. ദേവകിക്ക് വിഷമം ഉണ്ടാക്കാതെ, എനിക്ക് അസാസ്ഥ്യം വരാതെ എന്റെ പൊന്നുമകളെ ഇവിടെ എത്തിച്ചതും അവളെക്കൊണ്ട് പഴയ കഠാരയും പേനയും നല്കിച്ചതും ഈ സൂത്രക്കാരനായ ശിവശങ്കരൻ തന്നെ.

ദേവകിയെ വിവാഹം ചെയ്തശേഷം എന്റെ തിരുവനന്തപുരം ജീവിതകാലത്ത് ഞാൻ പ്രാണനുതുല്യം ഇഷ്ടപ്പെട്ടിരുന്ന ആലപ്പുഴയുമായുള്ള ബന്ധം കുറഞ്ഞുവരികയാണ് ചെയ്തത്. യോഗങ്ങളിൽ പ്രസംഗിക്കാനും മറ്റും ആലപ്പുഴയ്ക്കുപോകും എന്നതൊഴിച്ചാൽ മറ്റ് ബന്ധങ്ങൾ ക്രമേണ കുറയുകയാണ് ചെയ്തത്. സംസ്ഥാനവ്യാപകമായി യാത്രചെയ്യുകയും പ്രസംഗിക്കുകയും പ്രവർത്തിക്കുകയും ചെയ്യുന്ന ഒരാളായി ഞാൻ മാറുകയും ചെയ്തു. അക്കാലത്തിത് ആഹ്ലാദകരമായ പ്രവൃത്തിതന്നെയായിരുന്നു. എന്നാൽ പില്ക്കാലത്താണ് ഇതിന്റെ എതിർദിശ ഞാൻ തിരിച്ചറിഞ്ഞത്. എന്റേതെന്നു പറയാവുന്ന ഒരു ദേശത്ത് ഒതുങ്ങിനിന്നില്ല. ഉറച്ചുനിന്നില്ല. വ്യാപകമായി ഓടിനടന്നതുകൊണ്ട് ഒരു പ്രത്യേക ദേശത്തോടും ആത്മബന്ധം നിലനിർത്താൻ സാധിച്ചതുമില്ല. ക്രമേണ ജന്മദേശം എന്റെ സ്മരണകളിൽ ഒതുങ്ങി.

ഇതേസമയം ശിവശങ്കരൻ സ്വന്തം ഗ്രാമത്തിൽ പൂർണ്ണമായും ഇഴുകിച്ചേർന്നു. അവൻ വയലിലും തോട്ടിലും മടായിലും ലയിച്ചുചേർന്നു. അതുകൊണ്ടുതന്നെ അവൻ 'മണ്ണിന്റെ മണ'മുള്ള എഴുത്തുകാരനായി വ്യവഹരിക്കപ്പെട്ടു. വിമർശകൻ എന്റെ നഗരജീവിതത്തെ തെറ്റായവിധം വിലയിരുത്തുകയും 'ഓടയുടെ മണമുള്ള' എഴുത്തുകാരൻ എന്ന മട്ടിൽ പരിഹസിക്കാൻ ശ്രമിക്കുകയും ചെയ്തു. യഥാർത്ഥത്തിൽ ഓടയുടെ ദുർഗ്ഗന്ധത്തിൽ ജീവിതക്ലേശവുമായി നീങ്ങുന്നവരെക്കുറിച്ചാണ് ഞാൻ ആവുംമട്ടിൽ എഴുതാൻ ശ്രമിച്ചത്. ഓടയായാലും മണ്ണായാലും മനുഷ്യ ജീവന്റെ വിലയും ആത്മാഭിമാനവും സമത്വവുമാണ് എന്റെ പ്രതിപാദ്യം. പുതിയകാലത്തെ നിരൂപകർ ആ നിലയ്ക്ക് സുരേന്ദ്രനെ മനസ്സിലാക്കുവാൻ ശ്രമിച്ചില്ല എങ്കിൽ എനിക്ക് എന്തുചെയ്യുവാനാകും? ഒരു ഘട്ടം കഴിഞ്ഞപ്പോൾ രോഗവും പ്രായവും എന്നെ തിരുവനന്തപുരം നഗരത്തിന്റെ തടവുകാരനാക്കുകയും മറ്റ് പ്രദേശങ്ങളിൽനിന്ന് എന്റെ സ്മരണകൾ പിൻവാങ്ങുകയും ചെയ്തു.

മറ്റൊരുവിധത്തിൽ പറഞ്ഞാൽ കെ വി പൗലോസിന്റേതിനു സമാനമായിത്തീർന്നു എന്റെ സാഹിത്യ ജീവിതവും. പൗലോസ് വിസ്മരിക്കപ്പെട്ടു പൂർണ്ണമായും. ഞാൻ അത്രത്തോളം ആയിട്ടില്ല. എന്നാൽ പരിഗണിക്കപ്പെടുന്നില്ല. ഭാവിയിൽ എന്താണ് സംഭവിക്കുക എന്ന് ഇപ്പോൾ പ്രവചിക്കുന്നില്ല. വരുംതലമുറ എന്റെ കൃതികളോട് മുഖം തിരിക്കും എന്നു ഞാൻ കരുതുന്നില്ല. സത്യസന്ധതയുടെ മഷിത്തണ്ടുപയോഗിച്ചാണ് ഞാൻ ഒരക്ഷരംപോലും എഴുതിയിട്ടുള്ളത്. അതുകൊണ്ട് തമസ്കരണം എന്ന ഭയം ലവലേശവുമില്ല.

കലാപ്രവർത്തനത്തോളം ശ്രേഷ്ഠമാണ് സ്വസ്ഥമായ സ്വകാര്യജീവിതം എന്നൊക്കെ ഓർമ്മക്കുറവുള്ള സമയത്ത് ഞാൻ പുലമ്പിക്കാണും; അത് തിരുത്തിമാത്രമെ പ്രസിദ്ധീകരിക്കാവു എന്ന് ഞാൻ പലതവണ ദേവകിയോട് ആവശ്യപ്പെട്ടിട്ടുമുണ്ട്. കല കലയ്ക്കുവേണ്ടിയെന്നോ, കല ജീവിതത്തിനുവേണ്ടിയെന്നോ ഞാൻ വിശ്വസിക്കുന്നില്ല. രണ്ടും ജീർണ്ണിച്ച സിദ്ധാന്തങ്ങൾ തന്നെ. ഓരോരുത്തനും അവനവനെത്തന്നെ തിരിച്ചറിയുക, ആത്മസൗന്ദര്യം ആസ്വദിക്കുക, ആത്മീയത ബോദ്ധ്യപ്പെടുക, സ്നേഹത്തിന്റെ ഉറവകൾ ചുരക്കട്ടെ, അതിന് എഴുത്തുകാരൻ നിമിത്തമാകേണ്ടതുണ്ട് എന്ന് ഞാൻ കരുതുന്നു. വേണമെങ്കിൽ കല കലയ്ക്കും ജീവിതത്തിനും വേണ്ടി എന്നുപറയാം.

അന്ത്യകാലത്ത് മനുഷ്യന്റെ ആഹ്ലാദം സമ്പത്തും സ്ത്രീയും ഒന്നുമാവുകയില്ല. പരമമായ സത്യവും ജ്ഞാനവും ആർജ്ജിച്ച് പരിപൂർണ്ണ മനുഷ്യനായി, ഭയരഹിതനായി, മരണഭയമില്ലാത്തവനായി മരണത്തിന്റെ കൈകളിൽ സ്വയം ഏല്പിച്ചുകൊടുക്കുന്ന നില കൈവരിക്കുക എന്നതത്രെ. സുരേന്ദ്രൻ ഈ നിലയിലേക്ക് രൂപാന്തരം പ്രാപിക്കുവാൻ ശ്രമിച്ചുകൊണ്ടിരിക്കുന്നു. കേവലമായ, സ്ഥൂലമായ ഈ ശരീരം അയ്യോ, എത്ര നിന്ദ്യം. കൊഴുപ്പും മജ്ജയും മാംസവും മറ്റ് മാലിന്യങ്ങളും നിറഞ്ഞ ഇത് ജീർണ്ണിക്കുവാൻ വേണ്ടി സൃഷ്ടിക്കപ്പെട്ടിരിക്കുന്നു. ഒരു സസ്യം ജീർണ്ണിക്കും പോലെ; മറ്റൊരു സസ്യം ഉടൻ ജന്മംകൊള്ളുന്നു.'

മുറിവേറ്റവനും മുറിവേറ്റ മരവും

മറ്റൊരു നാലാംനാമത്തിൽ സുരേന്ദ്രൻ എഴുതാനിരുന്നു. കൈകൾക്കു വിറയലുണ്ട്. തല നേരെ നില്ക്കുന്നില്ല. എങ്കിലും എഴുതണമെന്നു തോന്നി. സുരേന്ദ്രന് എഴുതാതെയിരിക്കാൻ ആകുകയില്ല. നിശ്ശബ്ദത വേണ്ടുവോളം ചുറ്റിലും. ദേവകിയും അമ്മുക്കുട്ടിയും ഉറക്കത്തിൽ.

'മനുഷ്യൻ എന്ന പദത്തിന് എന്ത് സവിശേഷതയാണുള്ളത്? ചെവി കേൾക്കാതെയും കണ്ണുകാണാതെയുംവരുമ്പോൾ, ശക്തി ക്ഷയിച്ചു തുടങ്ങുമ്പോൾ മനുഷ്യൻ അവനവനെക്കുറിച്ചുതന്നെ ആലോചന തുടങ്ങുന്നു. സ്വന്തം ആത്മാവിലേക്കവൻ ഭയത്തോടെ കടന്നുചെല്ലും. വൈകിപ്പോയി എന്നൊരു ക്ഷമാപണത്തോടെ സ്വന്തം ആത്മാവിന്റെ അടഞ്ഞ വാതിലിനു മുന്നിൽ പതുങ്ങിനിന്ന് കൊട്ടിനോക്കും. തട്ടി ശബ്ദമുണ്ടാക്കും. ആരും തുറക്കാനില്ല എന്ന ബോദ്ധ്യമുണ്ടായിട്ടും വെറുതെ തട്ടിനോക്കും. ഒരു മനുഷ്യനും മരവും തമ്മിൽ കാര്യമായ ഭേദമില്ല. മരത്തിന്റെ ഇലകളാണ് മനുഷ്യന്റെ രോമങ്ങൾ. മരത്തിന്റെ പുറന്തോടുപോലെ മനുഷ്യന്റെ തൊലി. മുറിപ്പെട്ട വൃക്ഷത്തിൽനിന്നും കറ ഒഴുകിപ്പരക്കുംപോലെ മുറിവേറ്റ മനുഷ്യനിൽനിന്ന് രക്തം പുറത്തേക്കുവരുന്നു. വൃക്ഷങ്ങളുടെ കടുപ്പമുള്ള തടി മനുഷ്യന്റെ എല്ലുകൾ പോലെയാകുന്നു.'

ബൃഹദാരണ്യകോപനിഷത്തിൽ മരത്തേയും മനുഷ്യനേയും താരതമ്യം ചെയ്യുന്നത് സുരേന്ദ്രൻ ഓർത്തെടുത്തു. പക്ഷേ, ശ്ലോകം ഓർത്തെടുക്കാനായില്ല.

'പിന്നെയും പറയുവാനുണ്ട്; മനുഷ്യൻ മരത്തേക്കാൾ ശ്രേഷ്ഠനാണെന്ന് പറയുവാൻ കഴിയില്ല. ഏതു ജീവജാലങ്ങളുടെയും അടിസ്ഥാനം ഭൂമിയായിരിക്കുമ്പോൾ വ്യത്യാസം ഉണ്ടാകുന്നതെങ്ങനെ? ഭൂമിയാണ് മുഴുവൻ ജീവജാലങ്ങളുടെയും സാരാംശം. ഭൂമിയുടെ സാരാംശം ജലവും,

ജലത്തിന്റേത് സസ്യങ്ങളും, സസ്യങ്ങളുടേത് പൂക്കളും, പൂക്കളുടെ സാരാംശം ഫലങ്ങളും, ഫലങ്ങളുടെ സാരാംശം മനുഷ്യനും, മനുഷ്യന്റെ സാരാംശം ബീജവുമാകുന്നു...'

എന്തോ ഓർത്തിട്ടെന്നപോൽ സുരേന്ദ്രൻ വീണ്ടുമെഴുതി. നെഞ്ച് വേദനിക്കുന്നതുപോലെ തോന്നിയിട്ടും എഴുത്ത് നിർത്തിയില്ല.

'വെട്ടിയിട്ട മരംപോലെയാണ് ഞാൻ. കുറെക്കാലം കൂടി ഇപ്രകാരം കിടക്കും; പിന്നെ മണ്ണിൽ ലയിക്കുകതന്നെ ചെയ്യും. ഏതൊരുവന്റെയും ഗതിയും ഗതികേടും ഇത്രമാത്രമാകുന്നു. ഗതികേടുകൾ മുഴുവൻ എഴുതിനിറയ്ക്കപ്പെട്ട ഒരു ആത്മകഥയ്ക്ക് എന്ത് പ്രാധാന്യമെന്ന് ആരെങ്കിലും ചോദിക്കാതിരിക്കില്ല. അവർക്ക് നല്കാൻ എന്റെ കൈവശം പ്രത്യേക മറുപടിയൊന്നുമില്ല. എന്റെ ജീവിതത്തെ സംഭവബഹുലമെന്ന് വിശേഷിപ്പിക്കേണ്ടതില്ല. സംഭവബാഹുല്യം നിറഞ്ഞ ഒരു കാലഘട്ടത്തിലൂടെ കടന്നുവരാൻ ഇടം ലഭിച്ചതിനാൽ നിരവധിയായ സംഭവങ്ങൾക്ക് ഞാൻ സാക്ഷിയായെന്നു മാത്രമെ പറയുവാൻ കഴിയുന്നുള്ളു. എന്റെ ജീവിതത്തെ മൂന്ന് കാലഘട്ടങ്ങളിലൂടെ കണ്ണോടിക്കുവാനായിരുന്നു ശ്രമം. ആദ്യത്തേത് സ്വാതന്ത്ര്യത്തിനു മുൻപുള്ള കിരാതകാലം, രണ്ടാമത്തേത് സ്വാതന്ത്ര്യാനന്തര കാലമെന്ന അഭിമാനദിനങ്ങൾ, ഒടുവിലത്തേത് എന്റെ അന്ത്യകാലം. പ്രക്ഷുബ്ധമായ മനസ്സായിരുന്നു ആദ്യകാലത്തെങ്കിൽ പ്രതീക്ഷാനിർഭരമായിരുന്നു രണ്ടാംകാലം, പ്രാപ്തി നഷ്ടമായത് മൂന്നാം കാലത്തും. ഇത്തരമൊരു കാലവിഭജനമേ എനിക്ക് സാദ്ധ്യമാകുകയുള്ളു. പ്രക്ഷുബ്ധതയുടെ കാലത്ത് എഴുത്തുകാരൻ എന്ന നിലയ്ക്ക് ഞാൻ മേൽവിലാസം തിട്ടപ്പെടുത്തിയ ആദ്യകാലത്ത് കഠാരയ്ക്കും തൂലികയ്ക്കും ഞാൻ തുല്യപങ്കാളിത്തം രചനാജീവിതത്തിലും സാമൂഹ്യജീവിതത്തിലും ഉറപ്പുവരുത്തുകയുണ്ടായി. പ്രതീക്ഷാനിർഭരമായ കാലത്ത് തൂലിക മാത്രം മതിയെന്ന നിഗമനത്തിലെത്തി. പ്രതാപം നഷ്ടമായ കാലത്ത്, ഒരുനാൾ ഞാൻ പ്രതാപചിഹ്നമായി കണ്ടിരുന്ന തൂലികയും കഠാരയും യാദൃച്ഛികമായി തേടിവന്നിരിക്കുന്നു. ആരോ കൊണ്ടുവന്നിരിക്കുന്നു. ഇന്നെനിക്കത് ദുഃഖഹേതുവായ സ്മരണ മാത്രമാണ്. എത്രയോ ദിനങ്ങളായി അജ്ഞാതർ എനിക്കെത്തിച്ച കഠാരയും തൂലികയും നോക്കി ഞാൻ വിഷമിച്ചുകൊണ്ടിരിക്കുന്നു. അതുകൊണ്ട് എന്റെ ഹൃദയം നുറുങ്ങിക്കൊണ്ടേയിരിക്കുന്നു. വെട്ടിയിടപ്പെട്ട ഒരു വൃക്ഷമാണല്ലോ ഞാൻ. അതുകൊണ്ട് മുറിവേറ്റിട്ടുണ്ടെങ്കിലും അധികമൊന്നും രക്തക്കറ എന്നിൽ നിന്നിനി പുറത്തേക്കുവരാൻ ഇല്ല. നിരാലംബനായ ഒരു പോരാളിക്ക് വാർദ്ധക്യത്തിൽ ലഭിച്ച താമ്രപത്രമാണ് ആ കഠാരയും തൂലികയും. സത്യം പറയുകയാണെങ്കിൽ ശിവശങ്കരന് കാര്യം അറിയാം. കഠാരയും തൂലികയും ഒരു സമ്മാനപ്പൊതിയാക്കി എനിക്കുകൊണ്ടുവന്നുതന്ന ആളിനെ ശിവശങ്കരന് തീർച്ചയായും അറിയാം. എന്നെ വിഷമിപ്പിക്കേണ്ട എന്നുകരുതി അവൻ ഒളിച്ചുവച്ചിരിക്കുകയാണ്. ശിവശങ്കരൻ ഇക്കാര്യം ദേവകിയോട് വെളിപ്പെടുത്തിയിട്ടുണ്ടാകും എന്ന കാര്യത്തിൽ എനിക്ക്

രണ്ടുപക്ഷമില്ല. ഞാൻ വിഷമിക്കും എന്നുകരുതി ദേവകിയും അത് വെളിപ്പെടുത്തുന്നുണ്ടാകില്ല. മരണത്തിനുമുമ്പ് എനിക്ക് ഒരു കാര്യമേ അറിയേണ്ടതുള്ളു. ഒരു മുഖം കണ്ടെത്തണമെന്നുമുണ്ട്. അത് നിങ്ങൾക്കേവർക്കുമറിയാവുന്നതുമാണ്. ശാരദയിൽ എനിക്കുണ്ടായ മകൾ ഈ ഭൂമിയിൽ എവിടെയെങ്കിലുമുണ്ടെങ്കിൽ ഒന്നു കാണണം; അത്രമാത്രം. ആ കുഞ്ഞ് ഇന്ന് ഒരു അമ്മയായിരിക്കണം. അതിനുള്ള എല്ലാ സാദ്ധ്യതകളും ഞാൻ കാണുന്നുമുണ്ട്. എന്റെ ആ കുഞ്ഞ് കുഞ്ഞുങ്ങളുടെ അമ്മ! കൗതുകംകൊണ്ട് കരൾ പിടയുന്നു...'

ദേവകി പെട്ടെന്നെഴുന്നേറ്റ് മിഴിച്ചിരുന്നു. സുരേന്ദ്രൻ ഇത്രനേരത്തെ എഴുന്നേറ്റ് എഴുത്തു തുടങ്ങുമെന്നവൾ വിചാരിച്ചിരുന്നില്ല. പക്ഷേ, അങ്ങനെ സംഭവിച്ചിരിക്കുന്നു.

"ക്ഷീണമുണ്ടെങ്കിൽ വിശ്രമിക്ക്. ഞാൻ കേട്ടെഴുതിക്കോളാം. അതുമല്ലെങ്കിൽ കുറെക്കാര്യം അങ്ങ് എഴുതുംപോലെ എഴുതി ചേർത്തുകൊള്ളാം."

ദേവകി പറഞ്ഞു.

വിറച്ചും വിമ്മിട്ടപ്പെട്ടുമിരുന്ന സുരേന്ദ്രന് ആ പറച്ചിൽ ഇഷ്ടമായി. എങ്ങനെയെങ്കിലും കൈയൊഴിഞ്ഞാൽ മതിയെന്ന ചിന്തയിലായിരുന്നു. അന്നേരത്താണ് ദേവകി എഴുതിക്കൊള്ളാം എന്നറിയിച്ചത്. സുരേന്ദ്രന് തൃപ്തി തോന്നി.

അമ്മുക്കുട്ടിയെയും കൂട്ടി ദേവകി അടുക്കളയിലേക്ക് പോകുന്നത് ശ്രദ്ധിച്ചുകൊണ്ട് സുരേന്ദ്രൻ കിടന്നു. മകൾക്ക് അമ്മയുടത്ര നീളം വന്നിരിക്കുന്നു. അമ്മുക്കുട്ടിക്ക് ദേവകിയുടെ ഛായ തന്നെ. നടത്തത്തിന്റെ രീതിയും അങ്ങനെ.

അമ്മുക്കുട്ടി വളരുന്നതും മറ്റൊരമ്മയാകുന്നതും കാണാൻ താൻ ഉണ്ടാവില്ലല്ലോ എന്ന ചിന്ത സുരേന്ദ്രനെ കരയിച്ചു. മക്കളെ കൺകുളിർക്കെ കാണാൻ കഴിയാത്ത അച്ഛനായിപ്പോയല്ലോ താൻ എന്ന തോന്നലാണ് സുരേന്ദ്രനുണ്ടായത്. ബന്ധങ്ങൾ എങ്ങനെയുണ്ടാകുന്നു? എങ്ങനെ അസ്തമിക്കുന്നു? ഒരെത്തും പിടിയും കിട്ടുന്നില്ല. വല്ലപ്പോഴും മാത്രം നേരിൽക്കണ്ടിട്ടുള്ള ഒരാളായിരുന്നില്ലേ, തന്റെ അച്ഛൻ. അച്ഛൻ ഏതു തരക്കാരനായിരുന്നു? എന്തൊക്കെ ചിന്തിച്ചിരുന്നു? എന്തൊക്കെ രാഷ്ട്രീയ വിശ്വാസങ്ങൾ അദ്ദേഹത്തിനുണ്ടായിരുന്നു? അച്ഛന്റെ അപരിചിതമായ ഹൃദയത്തെ പിന്തുടരാൻ തോന്നി സുരേന്ദ്രന്. എന്തിനും നന്ദി പറയേണ്ടത് കാലത്തിനോടാണ്. അങ്ങനെ ആകണം. കാലമാണല്ലോ യഥാർത്ഥത്തിൽ കാലൻ; ഭയപ്പെടുത്തുന്ന കാലൻ കാലമാകുന്നു.

ഭജഗോവിന്ദത്തിലെ ചില ശ്ലോകങ്ങൾ ഓർത്തെടുക്കാൻ സുരേന്ദ്രൻ പണിപ്പെട്ടു. വരികൾ മറന്നെങ്കിലും സാരാംശം ഓർമ്മയിൽവന്നു.

ആരാണ് നിന്റെ ഭാര്യ? ആരാണ് നിന്റെ പുത്രൻ?

ഈ സംസാരം ബഹുവിചിത്രം തന്നെ.

നീയാരുടേത്, ആര്? എങ്ങുനിന്നുവന്നു...?

തലകറങ്ങുകയാണെന്ന് സുരേന്ദ്രന് തോന്നി. ആരുടേത്? ആര്? എന്നീ ചോദ്യങ്ങൾക്കുള്ള മറുപടി മനുഷ്യന്റെ സ്വന്തം ജീവിതംതന്നെയാണ്. മനുഷ്യൻ സ്വന്തം ജീവിതത്തിൽ നിന്ന്, അനുഭവങ്ങളുടെ ചൂടിൽ നിന്ന്, ബോധത്തിൽ നിന്ന് ഈ ചോദ്യങ്ങൾക്കുള്ള മറുപടി സ്വയം കണ്ടെത്തേണ്ടിയിരിക്കുന്നു. അങ്ങനെ കണ്ടെത്തുന്നവർക്ക് തലകറങ്ങുകയില്ല.

അമ്മുക്കുട്ടിയെ സ്കൂളിലയച്ച് ജോലിയൊക്കെ ഒന്നൊതുക്കി മുറിയിലേക്ക് തിരികെവന്നപ്പോൾ സുരേന്ദ്രൻ കിടക്കുന്നതാണ് കണ്ടത്. ഇനി വിളിച്ചാൽ എഴുന്നേല്ക്കുകയില്ല. രാവിലെ രണ്ട് ഇഡ്ഡലി കഴിക്കുന്നതാണ് ശീലം. ഇപ്പോൾ വിളിച്ചുണർത്തിയാൽ ഉറക്കംതീരും. പിന്നെ ഉറങ്ങാൻ കിടക്കുകയില്ല. സുരേന്ദ്രൻ ഉണർന്നെഴുന്നേറ്റു കഴിഞ്ഞശേഷം ഒപ്പം ഭക്ഷണം കഴിച്ചാൽ മതിയാകുമെന്ന് ദേവകി വിചാരിച്ചു. രണ്ടുപേരെ ഒരേ വിധം വീട്ടിൽ പരിചരിച്ച് ജീവിക്കണം. പുറംലോകത്ത് എന്തു സംഭവിക്കുന്നുണ്ടെന്ന് നിശ്ചയമില്ല. രണ്ടാഴ്ചയിലൊരിക്കൽ കടയിൽ പലചരക്കു വാങ്ങാൻ പോകുമ്പോഴാണ് പുറംലോകത്തെ നേരിട്ടുകാണുന്നത്. പിന്നെ അമ്മുക്കുട്ടി സ്കൂളിൽ നിന്നുംകൊണ്ടുവരുന്ന വിശേഷങ്ങളിൽനിന്നും.

ദേവകി ഓർത്തു: ഭൂതകാലത്തിന്റെ തടവുകാരനാണ് സുരേന്ദ്രൻ. ജീവിതം തളരുമ്പോൾ ആരും അങ്ങനെയാകുമായിരിക്കും. വർത്തമാനത്തിന്റെ തടവുകാരിയാണ് താൻ; പുതിയകാലത്ത് ആ കാലത്തെ തിരിച്ചറിയാൻ കഴിയാതെ തടവിലിട്ടപോലെ കഴിയുന്നു. ഭാവി തടവിലിട്ടേക്കാവുന്ന മറ്റൊരാൾ വീട്ടിലുണ്ട് അമ്മുക്കുട്ടി. അങ്ങനെ വരുമ്പോൾ മൂന്നു കാലങ്ങളാൽ തടവിലാക്കപ്പെട്ട മൂന്നുപേർ ഒരേവീട്ടിൽ പാർക്കുന്നു. മൂന്നു തടവുകാരുടെ സംഗമസ്ഥലമാണ് സുരേന്ദ്രന്റെ വീട്.

സുരേന്ദ്രൻ മയങ്ങിപ്പോയെന്ന് ഉറപ്പായപ്പോൾ ദേവകി എഴുന്നേറ്റുചെന്ന് സ്ഥാനം മാറിക്കിടന്ന മുണ്ട് നേരെയാക്കിയിട്ടു. കാവിമുണ്ടും കാവിനിറത്തിലുള്ള ജൂബ്ബയുമാണ് സുരേന്ദ്രന്റെ വേഷം. ഇഷ്ടമുള്ള വേഷങ്ങളിലൊന്നാണത്. അഴുക്കുപിടിച്ചാലും അറിയില്ലെന്ന ന്യായമാണതിനെപ്പറ്റി സുരേന്ദ്രനുള്ളതെങ്കിലും, കിടക്ക വിട്ട് എഴുന്നേല്ക്കാൻ പറ്റാത്ത കാലമായതോടെയാണ് കാവി സുരേന്ദ്രൻ ഇഷ്ടപ്പെട്ടുതുടങ്ങിയത്. അച്ഛൻ കാവിനിറമുള്ള വേഷം ധരിക്കുന്നതിനോട് അമ്മുക്കുട്ടിക്ക് ഇഷ്ടമില്ല. അച്ഛൻ സന്ന്യാസിയാകേണ്ടെന്ന് അവൾ പറയും.

"അതിന് സന്ന്യാസിയുടേത് കാവിവസ്ത്രമാണെന്ന് ആരുപറഞ്ഞു. തെറ്റായ ചിന്തയാണത്. ഗുരുദേവൻ വെള്ളവസ്ത്രമാണല്ലോ ഇഷ്ടപ്പെട്ടിരുന്നതും ധരിച്ചിരുന്നതും. മഞ്ഞൾ മുക്കി പിഴിഞ്ഞുണക്കിയുടുത്താൽ കൂടുതൽ വൃത്തിയാകുമെന്നേ ഗുരുദേവൻ പറഞ്ഞിട്ടുള്ളു." അച്ഛനും മകളും തമ്മിൽ തർക്കിക്കും. മകൾ തർക്കിക്കുന്നത് കാണാൻ സുരേന്ദ്രന് ഏറെ ഇഷ്ടമുണ്ട്. സുരേന്ദ്രൻ എഴുതി നിർത്തിയ ഭാഗം ദേവകി എടുത്തുവായിച്ചുനോക്കി. അവർക്ക് എന്തെന്നില്ലാത്ത ദേഷ്യംതോന്നി. പറഞ്ഞകാര്യം തന്നെ മിക്ക അദ്ധ്യായങ്ങളിലും ആവർത്തിക്കുകയാണ്. എന്തുപറഞ്ഞാലും ചെന്നെത്തുക ആദ്യഭാര്യയിലെ മകളിലും, പിന്നെ

ആ കഠാരയിലും തൂലികയിലും. ഇതൊന്നുമല്ലാത്ത ജീവിതാനുഭവങ്ങളും ചരിത്രസംഭവങ്ങളുമാണ് യഥാർത്ഥത്തിൽ വേണ്ടത്. എങ്കിൽ മാത്രമെ ഒരെഴുത്തുകാരന്റെ ജീവിതകഥയ്ക്ക് ആത്മാവ് ഉണ്ടാവുകയുള്ളു.

ഒരാഴ്ച മുൻപ് പ്രസാധകരുടെ പ്രതിപുരുഷൻ വന്ന് ദേവകിക്ക് ആയിരം രൂപ കൈമാറിയിരുന്നു. ഇനി ഒട്ടും വൈകിക്കരുതെന്നും അറിയിച്ചിട്ടാണ് അവർ പോയത്. ആൾ ജീവിച്ചിരിക്കുന്ന കാലത്തുതന്നെ പുസ്തകം പുറത്തിറക്കുന്നതാണ് നല്ലത്. കഥാപുരുഷൻ ഇല്ലാത്ത കാലത്ത് ആത്മകഥ പുറത്തിറങ്ങുന്നതിൽ അർത്ഥമുണ്ടോ? പ്രകാശന വേദിയിൽ സുരേന്ദ്രൻ സാറും ഉണ്ടാകണം; അക്കാര്യത്തിൽ ഉറപ്പും വേണം. പ്രസാധകരുടെ പ്രതിനിധിയായി വന്നയാൾ പറഞ്ഞപ്പോൾ അത് ശരിയാണെന്ന് ദേവകിക്കും തോന്നി. പണം തരുന്നവർക്കും ചില അവകാശങ്ങൾ ഒക്കെയുണ്ടാകുമല്ലോ. എല്ലാം ശ്രദ്ധയോടെ വായിച്ചാണ് പുതുക്കിയ കരാർ ഒപ്പിട്ടുകൊടുത്തത്.

സുരേന്ദ്രൻ നിർത്തിയിടത്തുനിന്നും ദേവകി എഴുതിത്തുടങ്ങാമെന്നു വിചാരിച്ചു. ഒറ്റയ്ക്ക് ഇരുന്ന് എഴുതുമ്പോൾ മുഴുവൻ പഴയ കുടുംബജീവിതമെ തെളിഞ്ഞുവരികയുള്ളു. അത് കേട്ടും വായിച്ചും മടുത്തിരിക്കുന്നു. വായനക്കാർക്കും അതൊരു ദുരനുഭവമായിരിക്കും. പ്രസാധകർക്കും കടുത്ത വിയോജിപ്പുണ്ടാകും. പിന്നെ വെട്ടിത്തിരുത്തിയെന്നെങ്ങാണം സുരേന്ദ്രൻ അറിഞ്ഞാൽ അതുമതി പുകിലിന്. ദേവകി എഴുതിത്തുടങ്ങി; സുരേന്ദ്രനായി സങ്കല്പിച്ചുകൊണ്ട്.

'ചഞ്ചലചിത്തമാകുന്ന അവസ്ഥയിൽ മനുഷ്യർ പലതും പറയും; ആ തരത്തിലുള്ള ഒരു പറച്ചിലായി മാത്രം എന്റെ ചില പറച്ചിലുകളെ കാണുക. ആദ്യഭാര്യയിലെ മകളെ കാണുക എന്നതാണ് ജീവിതലക്ഷ്യം എന്നമട്ടിൽ ഞാൻ പലകുറി പ്രസ്താവിച്ചിട്ടുണ്ട്. ആ പ്രസ്താവന പൂർണ്ണമായും ശരിയല്ല. ആദ്യ മകൾ നഷ്ടപ്പെട്ടുവെന്നതിലെ വിഷാദം അകറ്റാൻ എനിക്കരികിൽ എപ്പോഴും പ്രിയമകൾ അമ്മുക്കുട്ടിയുണ്ട്. ഒരു പ്രസ്ഥാനങ്ങളിലും ഞാൻ വിശ്വസിക്കുന്നില്ല. എല്ലാ പ്രസ്ഥാനങ്ങളെയും ഞാൻ തള്ളിപ്പറയുന്നു. ശാശ്വതമായത് ഒന്നേയുള്ളു അത് ദുഃഖവും മരണവുമാണ്.'

പെട്ടെന്ന് സുരേന്ദ്രൻ കണ്ണുംതുറന്ന് എഴുന്നേറ്റിരുന്നു. തലയിൽ മുടിയൊന്നും അവശേഷിച്ചിട്ടില്ലെന്നു തോന്നി ദേവകിക്ക്. പിടികിട്ടാത്തവിധം ദേവകിയെ നോക്കിയിരിക്കുന്നു.

"എന്താ ഇങ്ങനെ ശ്രദ്ധിക്കുന്നത്? പതിവില്ലാത്തവിധം."

ദേവകി വിളിച്ചുചോദിച്ചു. ആ ചോദ്യം പക്ഷേ, സുരേന്ദ്രൻ കേട്ടില്ല; കേൾക്കുകയുമില്ല.

ദേവകിക്ക് അപ്പോഴാണ് വിശപ്പുതോന്നിയത്. രാവിലെ ഭക്ഷണം കഴിക്കാതിരുന്ന കാര്യം മറന്നുപോയിരുന്നു. സുരേന്ദ്രനും വിശക്കുന്നുണ്ടാവും.

"നമുക്ക് വല്ലതും കഴിക്കണ്ടെ. എഴുത്തിൽ മുഴുകിയിരുന്നുപോയി; ചേട്ടനെ ഉറക്കത്തിൽ നിന്ന് വിളിക്കേണ്ടെന്നും തോന്നി."

സുരേന്ദ്രൻ ഒന്നും കേട്ടതായി തോന്നിയില്ല. ദേവകി എഴുതിത്തീർന്ന കടലാസുകൾ അടുക്കിവച്ച് സ്വരമുയർത്തി ആവർത്തിച്ചു.

"എന്താ ഒന്നും ഉരിയാടാത്തത്? നമുക്ക് ഭക്ഷണം കഴിക്കേണ്ടെ? എഴുന്നേറ്റുവന്നാട്ടെ."

സുരേന്ദ്രനിൽ നിന്ന് ഒരു പ്രതികരണവും ഉണ്ടായില്ല അയാൾ മൗനിയായിരുന്നു. പന്തികേടു തോന്നി ദേവകി ചെന്ന് തട്ടിവിളിച്ചു. സുരേന്ദ്രൻ അനങ്ങിയില്ല. അപരിചിതരെ കാണുംവിധത്തിൽ സുരേന്ദ്രൻ ദേവകിയെ തന്നെ നോക്കിക്കൊണ്ടിരുന്നു.

"എന്താ എന്തുപറ്റി? ഒന്നു വായ തുറന്നുപറയൂ..."

ദേവകി ഒച്ചവച്ചു.

അപരിചിതരുടെ ലോകത്ത് എത്തപ്പെട്ടപോലെ സുരേന്ദ്രൻ പരിഭ്രമിച്ചിരുന്നു. പിന്നീടയാളുടെ കണ്ണുകൾ നിറഞ്ഞൊഴുകി. ഉരിയാടുവാൻ പറ്റുന്നില്ല. ഏതോ ശോകപ്രവാഹം സുരേന്ദ്രനിലൂടെ ഒഴുകിക്കൊണ്ടിരുന്നു; ദേവകി കണ്ണുകൾ തുടച്ചുകൊടുത്തു.

ഓരോ ജീവിയുടെയും ജീവിതം

അമ്മുക്കുട്ടി അടുത്ത മുറിയിലിരുന്ന് വായിക്കുന്നു. നിരത്തിലൂടെ വാഹനങ്ങൾ പായുന്നു. ഏതോ പുതിയ സിനിമയുടെ കഥ പറഞ്ഞ് ഒരു പരസ്യവണ്ടി കടന്നുപോകുന്നു; മീൻ വിളിയോടെ ഒരുപറ്റം കച്ചവടക്കാർ സൈക്കിൾ ചവുട്ടി നീങ്ങുന്നു. എനിക്കും നന്നായി എഴുതുവാൻ കഴിയുന്നു. അത്രയൊന്നും ക്ഷീണം അനുഭവപ്പെടുന്നുമില്ല. ഇതില്പരം സ്വച്ഛന്ദമായ ഒരന്തരീക്ഷം ഇനി എവിടെ സൃഷ്ടിക്കപ്പെടുവാനാണ്? ഇതില്പരം ആഹ്ലാദം നല്കുന്ന ഒരു ഗൃഹാന്തരീക്ഷം എങ്ങനെ രൂപപ്പെടുവാനാണ്?

ഇത്രമാത്രം നിറവോടെ ഞാൻ എഴുതാനിരുന്നിട്ടേയില്ല. അത്രമാത്രം സംതൃപ്തിയാണിന്നെനിക്ക്. ഇത്രകാലവും ഈ ഭൂമിയിൽ ജീവിക്കുവാൻ കഴിഞ്ഞു. കുറ്റബോധം ലേശവുമില്ലാതെ ജീവിതാനുഭവങ്ങളെ ഓർത്തുനോക്കുവാൻ കഴിയുന്നു. അത്യധികം ആഹ്ലാദകരമായി തോന്നുന്നു. ഹൃദയം നിറഞ്ഞുപോകുന്നു. ലോകത്ത് ആര് തൃപ്തനാണോ അവനാണ് സമ്പന്നൻ; യാതൊരുവനിൽ തൃഷ്ണയുണ്ടോ അവനാണ് ദരിദ്രൻ എന്നാണല്ലോ പ്രമാണം. അങ്ങനെയെങ്കിൽ എന്റെ തലമുറയില്പെട്ട ഏറ്റവും സമ്പന്നൻ ഞാനാണ്. ഹൃദയം നിറഞ്ഞ് തൃപ്തി പുറത്തേക്കൊഴുകുന്നു. അതിസമ്പന്നന്റെ ആത്മഹർഷമാണിത്.

എനിക്ക് ദീനമായിരിക്കുമ്പോൾ ദേവകി എന്റെ ചിന്തകളെ ഉൾക്കൊണ്ടുകൊണ്ട് എനിക്കുവേണ്ടി വളരെ കഷ്ടപ്പെട്ട് എഴുതിയിട്ടുണ്ട്. ഇങ്ങനെ ഒരു ആത്മകഥ പുറത്തുവരണമെന്ന് അവൾ അതിയായി ആഗ്രഹിക്കുന്നു. എന്റെ ആഗ്രഹത്തിന് ചിറകുകൾ മുളപ്പിച്ചത് ദേവകിയാണ്.

എന്റെ കലാദർശനം സംബന്ധിച്ച് ദേവകിക്കും നല്ല ബോധമുണ്ട്. കല, ജീവിതത്തിനുവേണ്ടിയാകണമെന്നു ശഠിച്ച പ്രക്ഷുബ്ധകാലം, കല, കലയ്ക്കും ജീവിതത്തിനും വേണ്ടി ഒരുപോലെയാകണമെന്ന് ബോദ്ധ്യ

മായ രചനാജീവിതത്തിന്റെ രണ്ടാംഘട്ടം, കലപോലെ തന്നെ ശ്രേഷ്ഠമാണ് ജീവിതം എന്ന ബോദ്ധ്യത്തിലെത്തി പിന്നീട്. ജീവിതം ഭദ്രമാക്കി വയ്ക്കുന്നതും സുഖസമ്പൂർണ്ണമായ ജീവിതം നയിക്കുന്നതും കലാപ്രവർത്തനത്തേക്കാൾ മികവുറ്റ കൃത്യമാണെന്നൊന്നും ഇതിന്നർത്ഥമില്ല. മനുഷ്യർക്ക് തുല്യാവകാശവും ആത്മാഭിമാനവും ലഭ്യമാകുന്ന സാമൂഹ്യ ജീവിതക്രമം സംജാതമാകണം എന്ന എന്റെ പഴയ നിലപാടിൽ യാതൊരു മാറ്റവുമില്ല. ചില അവസരങ്ങളിൽ പ്രസ്ഥാനത്തെപ്പറ്റിയൊക്കെ ഞാൻ കടുത്ത വിമർശനങ്ങളും വിയോജിപ്പുകളും പ്രകടിപ്പിച്ചിട്ടുണ്ട്. അത് നാലാംയാമം എന്ന ഈ ആത്മകഥയുടെ ആദ്യ അദ്ധ്യായങ്ങളിൽ ഞാൻ മറവില്ലാതെ പ്രകടിപ്പിച്ചിട്ടുമുണ്ട്. എന്നാൽ ആത്മകഥയുടെ രചനാകാലയളവ് ഒരു വർഷത്തിലേറെയായി നീണ്ടിയിരിക്കുന്നു. ഞാൻ പ്രസ്ഥാനത്തെ തള്ളിപ്പറയുന്നില്ല. മറിച്ച് പ്രസ്ഥാനത്തിന്റെ ആന്തരികജ്വാലയെ ദീപ്തമാക്കി നിലനിർത്താൻ എന്റെ പ്രജ്ഞയ്ക്ക് കൂടുതൽ ആയുസ്സു തരേണമെ എന്നു മാത്രമാണ് യാചന.

രചനയുടെ തുടക്കത്തിൽ ഞാൻ ശിവശങ്കരനെക്കുറിച്ച് കയ്പേറിയ വിധം പരാമർശിച്ചതായി ഓർക്കുന്നു. കഴിഞ്ഞിടെ മധുരോദാരമായ സാന്നിദ്ധ്യം ചൊരിഞ്ഞുകൊണ്ട് ശിവശങ്കരൻ ഈ വീട്ടിൽ വന്നുപാർക്കുകയുണ്ടായി. എനിക്ക് ശിവശങ്കരനോട് ഉള്ളിൽ ഒരുതരത്തിലുള്ള കയ്പും ഇല്ലെന്ന് ഈ അവസരത്തിൽ ബോദ്ധ്യമാക്കിക്കൊള്ളട്ടെ. ശിവശങ്കരൻ ഇനിയും ഇനിയും അക്ഷരങ്ങളിലൂടെ തക്കതായ ഉയരങ്ങൾ കീഴടക്കട്ടെ. നക്ഷത്രങ്ങളായിരിക്കട്ടെ അവന്റെ ലക്ഷ്യം. ഭാഷയുടെ നക്ഷത്രശോഭകൊണ്ടലംകൃതമായ ശിവശങ്കരന്റെ കൃതികൾ ഭൂഖണ്ഡങ്ങൾ കടന്നും പരിലസിക്കുമാറാകട്ടെ.

ബാല്യം മുതൽ ഇന്നോളം എന്നെ നിന്ദിക്കുകയും സഹായിക്കുകയും ആശംസിക്കുകയും അപമാനിക്കുകയും സ്നേഹിക്കുകയും വെറുക്കുകയും ചെയ്ത എല്ലാ മനുഷ്യജീവികളോടും നന്ദി അറിയിച്ചുകൊള്ളുന്നു. കാത്തതിനും ഞാൻ കാണാതിരുന്നിട്ടും കരുതിയതിനും. ഭാഗവതം പേർത്തും പേർത്തും വായിച്ചുറപ്പുവരുത്തിയ നാളുകളിൽ എന്റെ മനസ്സിൽ അവ ശക്തമായി അടിഞ്ഞുകൂടിയിരുന്നു. മനുഷ്യവർഗ്ഗത്തിന്റെ അന്തിമവിധിയെക്കുറിച്ചുള്ള വെളിപാടുകളുണ്ട് അതിൽ. ഇന്നും ഏതൊരു നീചകൃത്യത്തെക്കുറിച്ചോർക്കുമ്പോഴും ഭാഗവതം ഓർമ്മിപ്പിക്കുവാനെത്തുന്നു.

പ്രാണികളെ കൊന്ന്
ശരീരം പുഷ്ടിച്ചവൻ
മഹാരൗരവം എന്ന നരകത്തിൽ പതിക്കുന്നു.
ക്രവ്യാദങ്ങൾ ഇവനെ നിരന്തരം ഹിംസിക്കുന്നു
പക്ഷിമൃഗാദികളെ പ്രാണനോടെ വേവിച്ചു
തിന്ന പാപികളെ കുംഭീപാകം എന്ന
നരകത്തിൽ തിളയ്ക്കുന്ന എണ്ണയിലിട്ട് വറുക്കുന്നു.
നിരപരാധികളെ ദണ്ഡിച്ച കൊടുംപാപികളെ

സൂകരമുഖം എന്ന നരകത്തിൽ കൊണ്ടിടുന്നു
ഇവന്റെ അവയവങ്ങൾ കരിമ്പ് മുറിക്കും
പോലെ മുറിക്കപ്പെടുന്നു.
ഇവൻ നിലവിളിച്ച് മൂർച്ഛിച്ചു വീഴുന്നു.
അന്യന് ഭക്ഷണം നല്കാതെ
ഒറ്റയ്ക്കു തിന്നവനെ
കൃമിഭോജനം എന്ന നരകത്തിലിടുന്നു.
ഭീകരമായ ആ കൃമികുണ്ഡത്തിൽ
അവൻ മറ്റൊരു കൃമിയായി തീർന്ന്
കൃമികളെത്തന്നെ തിന്നുന്നു...

നരകദർശനശ്ലോകങ്ങൾ ഓർമ്മയിൽ മായാതെയുണ്ട്. കൂടുതൽ ഓർക്കുവാൻ മിനക്കെടേണ്ടെന്നു വിചാരിച്ചു സുരേന്ദ്രൻ.

പെട്ടെന്ന് ഓർമ്മകളുടെ ഞെട്ട് അറ്റുപോയി. ബാക്കിയൊന്നും സുരേന്ദ്രന് ഓർമ്മ വന്നില്ല. ഒന്നും ഓർക്കുവാനില്ലാത്തപോലെ. നീണ്ടതും അതിരു കാണാത്തതുമായ മണല്പരപ്പിൽ ഏകനായതുപോലെ. അഗാധമായ ഏകാന്തതയുടെ ജലാശയത്തിൽ മുങ്ങിത്താണതുപോലെ. ദിക്കുകൾ ഭേദിച്ചുവന്ന ഒരു ചുഴലിക്കാറ്റിൽ എടുത്തുമാറ്റപ്പെട്ടതുപോലെ. സുരേന്ദ്രൻ കസേരയിൽ വന്നിരുന്നു. കാലദേശങ്ങൾ അയാളെ കടന്നുപോയി. അയാൾ കാത്തിരുന്നു. കേൾക്കുവാനൊന്നുമില്ല. കാണുവാൻ ഒന്നുമില്ല. സുരേന്ദ്രൻ പുറത്തേക്കുനോക്കിയിരുന്നു. കുറേനേരമായി സുരേന്ദ്രന്റെ ഒച്ചയും അനക്കവുമൊന്നും കേൾക്കാഞ്ഞതുകാരണം അമ്മു പുറത്തേക്കുവന്നുനോക്കി. തലകുനിച്ച് എവിടെയോ നോക്കി സുരേന്ദ്രൻ ഇരിപ്പുണ്ട്.

സുരേന്ദ്രന്റെ കാല്ക്കൽ നമസ്കരിച്ചുകൊണ്ട് കരഞ്ഞുകലങ്ങിയ കണ്ണുകളോടെ ഒരു യുവതി. അമ്മുവിനതാരെന്ന് മനസ്സിലായില്ല. മുൻപൊരിക്കലും കണ്ടിട്ടുമില്ല. സുരേന്ദ്രനും ആ യുവതിയെ അറിയില്ല. മുൻപൊരിക്കലും കണ്ടിട്ടുമില്ല. സുരേന്ദ്രൻ അവരെ ശ്രദ്ധിക്കുന്നുണ്ടായിരുന്നില്ല. സുരേന്ദ്രന്റെ നോട്ടം ദൂരെ എവിടെയോ തറച്ചുകിടക്കുന്നു.

അമ്മു പുറത്തേക്കുവന്നതും സുരേന്ദ്രൻ അറിഞ്ഞിട്ടില്ല. അമ്മുവിനെ കണ്ട യുവതി, സുരേന്ദ്രന്റെ കാല്ക്കൽ നിന്നും എഴുന്നേറ്റു. അവർ അമ്മുവിനെ നോക്കി ചിരിക്കാനാണു ശ്രമിച്ചത്. അമ്മുവിനത് ഇഷ്ടമായില്ല. മാത്രവുമല്ല സുരേന്ദ്രൻ പൊന്നുപോലെ സൂക്ഷിച്ചിരുന്ന കഠാരയും പേനയും സ്ഥാനം മാറിയിരിക്കുന്നു. തുടച്ച് വൃത്തിയാക്കിവച്ചിരിക്കുന്നു.

അമ്മു വന്ന് സുരേന്ദ്രനെ പിടിച്ചു. രണ്ടാമത്തെ ശ്രമത്തിൽ സുരേന്ദ്രൻ എഴുന്നേറ്റു. പിന്നെ അനുസരണയുള്ള കുട്ടിയെപ്പോലെ അയാൾ അമ്മുവിനെ പിന്തുടർന്നു.

"ആരാ അച്ഛാ അത്?"

അമ്മു പലതവണ ഉറക്കെ ചോദിച്ചു. സുരേന്ദ്രൻ മിണ്ടിയില്ല. സുരേന്ദ്രനെ കിടത്തി വാതിലടച്ചശേഷം അമ്മു പുറത്തേക്കുവന്നു നോക്കി; മുറിയിൽ ആരും ഉണ്ടായിരുന്നില്ല.

മുറ്റത്തും ആരെയും കണ്ടില്ല.

ജ്ഞാനവും പീഠവും

സുരേന്ദ്രന്റെ വീട്ടിൽ ഇതുവരെ സംഭവിച്ചിട്ടില്ലാത്തവിധം വഴക്കു നടന്നു. രണ്ടുദിവസമായി വഴക്കു തുടരുകയുമാണ്. അധികസമയവും സ്വബോധം നഷ്ടമായ നിലയിലാണ് സുരേന്ദ്രൻ. ആത്മകഥ ഇനി ഉണ്ടാകാനിടയില്ല. അത്തരമൊരുശ്രമംതന്നെ വേണ്ടെന്ന നിലയിലായി ദേവകി. ദേവകി വായിൽ തോന്നിയതൊക്കെ വിളിച്ചുപറയുന്നുണ്ട്. വീട്ടുകാര്യത്തിനുപോയി വെയിലുംകൊണ്ട് കഷ്ടപ്പെട്ട് തിരികെ വീട്ടിലെത്തിയപ്പോഴാണ് അമ്മു, അച്ഛനെ കാണാനെത്തിയ യുവതിയുടെ കാര്യം അമ്മയെ അറിയിച്ചത്. ദേവകിയുടെ നിയന്ത്രണംവിട്ടു. ക്ഷീണിച്ചും പരവേശപ്പെട്ടുമാണ് വന്നുകയറിയതുതന്നെ.

"എങ്കിൽ ഇനി നിങ്ങൾ തന്നെ ഓരോന്ന് ചെയ്യ്. ഞാനങ്ങ് മാറിത്തരാം. ഞാനും അമ്മുവും എവിടേക്കെങ്കിലും പോയേക്കാം." ദേവകി വിളിച്ചുപറഞ്ഞു. സുരേന്ദ്രന് ഒന്നും മനസ്സിലായില്ല. അയാൾ മറ്റെവിടെയോ നോക്കി കിടക്കുകയാണ്. "മിണ്ടാതെ കിടന്നിട്ട് കാര്യമില്ല. നിങ്ങൾ യാഥാർത്ഥ്യം മനസ്സിലാക്കണം. ഇനിമുതൽ ഈ ഭാരം ചുമക്കാൻ എനിക്കുവയ്യ."

ദേവകി പൊട്ടിത്തെറിച്ചു. ദേവകി പറയുന്നതിൽ കാര്യമുണ്ട്. വീട്ടുചെലവ് നടത്തണം. സുരേന്ദ്രനെ പരിചരിക്കണം. സ്വന്തം വിഷമങ്ങൾ ആരോട് പറയുവാനാണ്?

സുരേന്ദ്രന് ബോധമുണ്ടോ, തിരിച്ചറിവുണ്ടോ എന്നൊന്നും ആർക്കും അറിയുകയുമില്ല. ചില സമയത്ത് സ്വബോധം ഉണ്ടായിരിക്കും. മറ്റുചിലപ്പോൾ ഇല്ല. വരുന്നതും പോകുന്നതും ആർക്കറിയാം.

അന്നുരാത്രി ആരും പരസ്പരം മിണ്ടിയില്ല.

ഭക്ഷണം കഴിച്ചുമില്ല.

സുരേന്ദ്രൻ ഞരങ്ങിയും മൂളിയും രാത്രി കഴിച്ചു.

പിറ്റേന്ന് പകൽ വീണ്ടും വാക്കുതർക്കം മൂത്തപ്പോൾ അമ്മു വന്ന് ഷെൽഫിൽ നിന്ന് പേനയും കഠാരയും എടുത്ത് പുറത്തേക്കെറിഞ്ഞു.

“ഇതിവിടെ ഇരിക്കുന്നതാ സർവ്വതിനും കാരണം.”

അമ്മു കരഞ്ഞുകൊണ്ട് വിളിച്ചുപറഞ്ഞു.

ആരും അവളെ തടഞ്ഞില്ല. ആരും അവളെ തടയുവാൻ ഉണ്ടായതുമില്ല.

സുരേന്ദ്രനിതെല്ലാം കണ്ടെങ്കിലും അയാൾക്കൊന്നും മനസ്സിലായില്ല. കഠാരയും പേനയും മകൾ പുറത്തേക്കെറിയുന്നതു കണ്ടപ്പോൾ സുരേന്ദ്രൻ വെറുതെ ചിരിച്ചു. അമ്മുവിനെ നോക്കി അയാൾ പരിഹസിച്ചു ചിരിക്കുകയാണെന്ന് ദേവകി ധരിക്കുകയും ചെയ്തു. കരച്ചിൽ അടക്കാൻ വയ്യാതെ അമ്മു പോയി കിടന്നു. അന്നത്തെ രാത്രിയും വിറങ്ങലിച്ച രാത്രി ആയിരുന്നു.

പതിവുപോലെ നാലാംയാമത്തിൽ സുരേന്ദ്രൻ എഴുന്നേറ്റു. ആരെയും ഉണർത്താതെ വേഷംമാറി പുറത്തിറങ്ങി. എന്തെന്നില്ലാത്ത ആരോഗ്യം, ഉത്സാഹം, ഓർമ്മകൾ, സ്മരണകളിരമ്പി മറിയുന്നു. റോഡിലിറങ്ങി, വെളിച്ചം കണ്ടഭാഗം ലക്ഷ്യമാക്കി സുരേന്ദ്രൻ വേഗം നടന്നു. സ്ഥിരമായി അതുവഴി നടന്നുപോകുന്ന ഒരു യാത്രക്കാരനെപ്പോലെ സുരേന്ദ്രൻ നടന്നു. റോഡ് വിജനമായിരുന്നു. പത്രക്കെട്ടുകളും കയറ്റി ഒരു ജീപ്പ് വേഗത കൂട്ടിപ്പോയി. മൂന്നു ഭിക്ഷക്കാർ കടത്തിണ്ണയിൽ പരസ്പരം കെട്ടിപ്പിടിച്ചു കിടക്കുന്നു. ഒരു തെരുവുപട്ടി അതിലൊരുവന്റെ കാൽ നക്കുന്നു. സമീപത്തു നിർത്തിയിട്ടിരുന്ന ഒരു പാണ്ടിലോറിയിൽ നിന്നും വികൃതമായ കൂർക്കംവലി കേൾക്കാം. വളരെ ദൂരെനിന്നും ഒരു ഭജനസംഘം ഒട്ടും ചേർച്ചയില്ലാത്തവിധം കീർത്തനങ്ങൾ പാടിക്കൊണ്ടിരുന്നു.

സുരേന്ദ്രൻ അതിവേഗം നടന്നു. വീട്ടിൽ കട്ടിലിൽ കാണപ്പെടുന്ന അവശതയുള്ള സുരേന്ദ്രനല്ലിത്. തികഞ്ഞ ലക്ഷ്യബോധത്തോടെ അയാൾ നടന്നു. നാലാംയാമം അദൃശ്യഹസ്തങ്ങളുമായി വന്ന് അയാൾക്ക് ചൈതന്യം പകർന്നു.

ആലപ്പുഴയിലേക്കുള്ള ഒരു ഫാസ്റ്റ്പാസഞ്ചർ ബസ് കൊല്ലത്തെത്തി; കാപ്പികുടിക്കാൻ സ്ഥിരമായി കയറുന്ന ഹോട്ടലിൽ കണ്ടക്ടറും ഡ്രൈവറും കയറി. യാത്രക്കാർ അവരെ പിന്തുടർന്നു. നേരം വെട്ടം വീഴുന്നതേയുള്ളൂ. ഒരു യാത്രക്കാരൻ മാത്രം അരികു സീറ്റിലിരുന്ന് ഉറങ്ങുന്നു. പ്രായമുള്ള ആളായതുകൊണ്ടാകാം. ആരും അയാളെ ഉപദ്രവിച്ചില്ല. ആ യാത്രക്കാരന് വിശപ്പോ ദാഹമോ ഇല്ല. ക്ഷീണമോ പരിഭവമോ ഇല്ല. പൂർണ്ണ തൃപ്തൻ, പൂർണ്ണ ആരോഗ്യവാൻ. വളരെ കാലത്തിനു ശേഷം അയാൾ ലോകം കാണുകയാണ്. വളരെ കാലത്തിനുശേഷം അയാൾ ബസ് യാത്ര നടത്തുകയാണ്.

നഗ്നമായ ശിരസ്സ്.

ജുബ്ബയും മുണ്ടുമാണ് വേഷം.

കൈയിൽ മറ്റ് സാധനങ്ങളൊന്നുമില്ല.

കൂടെ പരിചയക്കാർ ആരുമില്ല.

സന്തോഷമോ സന്താപമോ ആ മുഖത്ത് പ്രതിഫലിക്കുന്നില്ല. എപ്പഴോ ഉറങ്ങിപ്പോയി. ഇപ്പോഴും ഉറക്കം തുടരുന്നു. കാപ്പികുടി കഴിഞ്ഞ് ആളുകൾ തിരികെ കയറി; ബസ് പുറപ്പെട്ടു. ആ യാത്രക്കാരൻ ഒന്നും അറിഞ്ഞിട്ടില്ല. അടുത്ത സീറ്റിൽ വന്നിരുന്നയാൾ ആ യാത്രക്കാരനെ ശല്യപ്പെടുത്തേണ്ടെന്നു കരുതി മിണ്ടാതെയിരുന്നു. ഒന്നും ചോദിക്കാതെയിരുന്നു. കായലും തെങ്ങിൻതോപ്പുകളും ഇടവഴികളും കാലിചന്തകളും മൈതാനങ്ങളും വൃക്ഷനിബിഡമായ കൃഷിയിടങ്ങളും പിന്നിട്ട് ബസ് യാത്ര തുടർന്നു.

മുതിർന്നവരുടെ വാഗ്വാദങ്ങൾ
കുഞ്ഞുങ്ങളുടെ മന്ദഹാസങ്ങൾ
കാലികളുടെ അലറിക്കരച്ചിൽ

കാറ്റിനോട് ഇലകളുടെ വേവലാതികൾ ഒന്നും ആ യാത്രക്കാരൻ അറിഞ്ഞില്ല.

ആകാശം തെളിഞ്ഞും ഭൂമി നനവ് തീർന്ന് തിളങ്ങിയും ജനക്കൂട്ടത്തിന് ധൃതി പിടിക്കുന്നതും പക്ഷികൾ പരന്ന് പറക്കുന്നതും ആ യാത്രക്കാരന് കാണുവാൻ കഴിഞ്ഞില്ല. ആ യാത്രക്കാരനിൽനിന്ന് സ്ഥലകാലങ്ങൾ മാഞ്ഞുപോയിരിക്കുന്നു. മഹാവ്യാധികളും അതിസന്തോഷവും ഏതോതരം ആന്തരികാഘാതത്തിൽ കലങ്ങിമറിഞ്ഞ്, അയാളിൽ നിന്ന് അപ്രത്യക്ഷമായിരിക്കുന്നു.

സ്മരണകൾ
അനുഭൂതികൾ
ആത്മരതിയുടെ അതിരില്ലാ പാടങ്ങൾ,
ആഭിജാത്യ തൂണുകളിൽ തൂക്കിയിട്ട
അസൂയയുടെ ഘടികാരങ്ങൾ,
കാമവാതായനങ്ങൾ,
കവിളിൽ പതിഞ്ഞ കരളിൻമുദ്രകൾ, നന്ദിയില്ലാത്ത നാവിൻരസം,
എല്ലാം മാഞ്ഞുനീങ്ങിയിരിക്കുന്നു.
മറവിയുടെ മറുകരയിലേക്ക് ആരോ കൈനീട്ടിവിളിക്കുന്നു.
യാത്രക്കാരൻ കേൾക്കുന്നില്ല.
യാത്രക്കാരൻ കാണുന്നില്ല; അനുഭവിക്കുന്നുമില്ല.

ഭാരമില്ലാത്തതും, മയപ്പെട്ടതും, ശുദ്ധവും, ശുഭ്രവുമായ മായികവിശാലതയിൽ ലയിച്ച്, സ്വസ്ഥതയുടെ അതിഗൂഢമായ ചിറകുകളാൽ ലാളിക്കപ്പെട്ട് ആ യാത്രികൻ പൊയ്ക്കൊണ്ടിരുന്നു.

തീവ്രാഭിനിവേശംപോലെ പ്രഭാതകിരണങ്ങൾ, ഉന്മാദഭംഗികളിൽ തെങ്ങോലകൾ, ആ യാത്രികൻ പോകുകയാണ്...

ഒച്ച,
ആൾ അനക്കങ്ങൾ

ഏതും ഏശാത്ത ഏകാധിപതി.
ഏതോ വിസ്മയ സാമ്രാജ്യകാരൻ.

ബസ് നിന്നു.
കയറ്റിറക്കങ്ങൾ വീണ്ടും.
പത്രവിതരണക്കാരന്റെ വാഗ് വിലാസങ്ങൾ
വാങ്ങേണ്ടാത്തവരും വാങ്ങുന്നു.
പ്രധാനവിശേഷങ്ങളുടെ പൊടിപ്പുംതൊങ്ങലും.
ശിവശങ്കരന്റെ ജ്ഞാനപീഠ നേട്ടം.
ചിത്രപരമ്പര.
വയലിൽ അർദ്ധനഗ്നനായി ശിവശങ്കരൻ.
കൈകളിൽ തൂമ്പ.
തലയിൽ തോർത്തുതൊപ്പി.
മണ്ണിന്റെ മനസ്സറിഞ്ഞവനെന്ന് അടിക്കുറുപ്പ്.
പത്രവിതരണക്കാർക്ക് മത്സരമുണ്ട്.
ഒരാൾ ശിവശങ്കരനെന്ന് ആവർത്തിച്ചു.
മറ്റൊരാൾ ജ്ഞാനപീഠമെന്നും.
രണ്ടും ഒന്നിലെത്തിച്ചേരുന്നു.
നിയോഗം.

അടുത്തിരുന്ന് പത്രം നിവർത്തിയയാൾ സൗമ്യൻ; ശല്യപ്പെടുത്താതെ മെല്ലെ വിടർത്തി വായിക്കുന്നു.

ബസ് ഒരിടത്ത് പരാതിപ്പെടും പോലെനിന്നു.
യാത്രികൻ കണ്ണുതുറന്നു.
മൂക്കിനു മുന്നിൽ പത്രത്താൾ.
പരിചയം തോന്നിയ മുഖം.
ശിവശങ്കരൻ, ശിവശങ്കരൻ...!
പത്രത്താളിൽ ശിവശങ്കരൻ.
കൃഷിയിടത്തിൽ കാരണവർ.
തെങ്ങിൻചോട്ടിൽ ചിരി.
ചിറയിലും നിറചിരി
പുഞ്ചയിൽ പാല്പുഞ്ചിരി
ശരറാന്തൽപോലെ ഭാര്യ.
പച്ച വിരിഞ്ഞിടത്ത് അവർ രണ്ടുവെള്ളക്കുപ്പായക്കാർ.
അതേ, ജ്ഞാനവും പീഠവും.

യാത്രികൻ ഓർക്കുന്നു, കാണുന്നു, സഹയാത്രികരുടെ അഭിനന്ദനമന്ത്രം കേൾക്കുന്നു.

ബസ് നില്ക്കുന്നതേയില്ല.
മറ്റൊരുതാളിൽ, മഹാവിസ്മയം!

പഴയ സ്മരണകൾക്കും ഇരമ്പമുണ്ടെന്ന് ശീർഷകം.

ശിവശങ്കരനൊപ്പം പുണർന്നുനില്ക്കുന്ന ഈ യാത്രക്കാരന്റെ ഫോട്ടോ.

വീണ്ടും നോക്കി.

സ്വന്തംരൂപത്തിൽ നോക്കാതിരിക്കുമോ?

വായന തീരുംവരെ കാത്തു.

പത്രം, നിറഞ്ഞ മനസ്സോടെ നീട്ടി സഹയാത്രികൻ.

കൺകുളിർന്നു, പഴയ ചിത്രത്തിൽ;

ഒരു കൈ ശിവശങ്കരനിൽ, മറ്റൊന്ന് കഠാരയിൽ. അപൂർവ്വചിത്രം. പത്രം ഉയർത്തി കണ്ണുകൾ മറച്ചു.

കണ്ണുനീരിനെ മറച്ചു.

ശിവശങ്കരനിലേക്ക് കണ്ണുകൾ പെയ്തു.

എഴുത്തിന്റെ വഴിയിൽ ഏറെ സ്വാധീനം സുരേന്ദ്രനായിരുന്നുവെന്ന്, ശിവശങ്കരന്റെ നന്ദി, പ്രതികരണം പത്രത്താളിൽ. പ്രതികരണം വലിപ്പമേറിയ ശീർഷകത്തിൽ. ശിവശങ്കരാ, ഞാനിവിടെയുണ്ട്. നിന്നെ ഇവിടെയിരുന്ന് കാണുന്നുണ്ട്. മുന്നോട്ടുള്ള ഈ യാത്രയിൽ കാണുന്നുണ്ട്. ജീവിതം മുന്നോട്ടുതന്നെയാണ്. ഓർമ്മകൾ മാത്രം പിന്നോട്ടുപായുന്നു.

ഞാൻ ജനിമൃതികളെക്കുറിച്ച് നെടുവീർപ്പിടുന്നു. പാപപുണ്യങ്ങളുടെ വറുതിയിൽ കൂപ്പുകുത്തുന്നു. ഭോഗലാവണ്യങ്ങളുടെ കുമിളകളെ പൊട്ടിച്ചുകളയുന്നു.

ചിന്തകൾ ചുട്ടുകൊല്ലുന്നു; ഭസ്മമാക്കുന്നു.

ഞാൻ ഉറുമ്പുകളേയും ഉരഗങ്ങളെയും കുറിച്ചോർക്കുന്നു.

എട്ടുകാലിയെയും അസംഖ്യംകാലുള്ളവയേയും ഓർക്കുന്നു.

കാലുള്ളവയുടെ ഭക്ഷണം കാലില്ലാത്തവ.

കാലുള്ളവ കാലില്ലാത്തവയെ തിന്നുന്നു.

സന്ദേഹങ്ങൾ കൊണ്ട് ഞാൻ സംസ്കരിക്കപ്പെടുന്നു.

ശരി തെറ്റുകളുടെ കാലഗണനകൾ,

മകൾ, ഭാര്യ, അമ്മ, വെപ്പാട്ടി...

ആശകൾ കൊണ്ടുള്ള ആക്രോശങ്ങൾ.

സംശയത്തുരുത്തിലെ ശവംതീനിയാണു ഞാൻ.

വീടുവിട്ട വൃദ്ധനുവേണ്ടിയുള്ള തിരച്ചിൽ തുടങ്ങിക്കാണുമോ?

ഏതുവീട്?

ആരുടെവീട്?

ഏതു നഗരം?

നീ, നിങ്ങൾ ആരാണ്?

ഞാൻ ആരാകുന്നു?

ഞാൻ വാർദ്ധക്യത്തിന്റെ യൗവനവും

രോഗത്തിന്റെ സൗന്ദര്യവും

ആസക്തികളിൽ അടിഞ്ഞുകൂടിയ

വിരക്തിയുടെ കൊഴുപ്പുമാകുന്നു.
ഭാര്യ പരിഭ്രമിക്കും
മകൾ പരിതപിക്കും
അച്ഛനെ കാണുവാനില്ല.
ആഹ്ലാദത്തിന്റെ തെങ്ങിൻതലപ്പുകളിലേക്ക്
ആശങ്കയുടെ സന്ദേശം പരക്കുമ്പോൾ
ശിവശങ്കരനെന്തു പറയും?
ശിവശങ്കരന്റെ ജ്ഞാനപീഠചിത്രത്തിലേക്ക്
യാത്രികന്റെ അനുഭൂതികളുടെ കണ്ണുനീർ,
സഹയാത്രികൻ കാണാതെ; കണ്ണീർ ഹൃദയരഹസ്യമാകുന്നു.

ഒന്നിനേയും സ്വന്തമാക്കേണ്ട എന്നു കരുതുമ്പോൾ അതിമഹത്തായ തൃപ്തിയും അനുഭൂതിയും ഉയിർകൊള്ളുന്നു. എല്ലാം എന്നിലേക്ക് കടന്നുവന്ന് എന്നിൽ നിന്ന് കടന്നുപൊയ്ക്കൊള്ളട്ടെ...

തടഞ്ഞുനിർത്താതിരിക്കലാണ് മഹത്ത്വം.
ആഹ്ലാദംപോലെ ദുഃഖവും വന്നുപോകട്ടെ

ശിവശങ്കരാ, ഞാൻ നിന്നെ കാണുന്നു.
നീ എന്നെ കാണുന്നുമില്ല.
ആഹ്ലാദവും ദുഃഖവും എന്നിൽ ഒരേവിധം.
പഴയ ദിക്കിലേക്ക് വൈകിയെത്തുന്നതിൽ അമിതാഹ്ലാദം.
ജ്ഞാനവും പീഠവും നിനക്കെന്നതിൽ അതിലുമാഹ്ലാദം.
ശിവശങ്കരാ, എവിടെയെത്തിയെന്നറിയുന്നില്ല.
സഹയാത്രികർ നിന്നെ മറന്നുറങ്ങുന്നു.
നിവർത്തിയ കടലാസിൽ നീയുണ്ടിപ്പോഴും;
ആശങ്കയുമുണ്ട്.
എനിക്ക് ദിക്കുകൾ പിണയുമോ?
അവിടെ വന്നുചേരണമെന്നു മാത്രമെയുള്ളു.
വന്നുകാണണമെന്നേയുള്ളു.
നാം നടന്ന വഴികൾ,
കണ്ടുശീലിച്ച വേലിക്കെട്ടുകൾ
കേട്ടുപാടിയ ശീലുകൾ
രാപ്പകലുകൾ രാഗവിസ്താരം ചെയ്യുന്ന സർവ്വേക്കല്ലുകൾ.
കണ്ടകശ്ശനിപോലെ കാപ്പിക്കടകൾ,
ഒട്ടിയ കവിളുള്ള പലഹാര അലമാര,
കാലിൽ മന്തുള്ള കസേരകൾ
ശിവശങ്കരാ, ഇരിക്കണ്ടെ വീണ്ടും...?
വെള്ളത്തിൽ പൊരുതും താറാവിൻ തുരുത്തുകൾ,
നെല്ലിൻ ഗുണമറിയാത്ത കൊറ്റികൾ,
ഒറ്റക്കാലിൽ വെള്ളതപസ്സ്....

പരദേശിപ്പറവകളുടെ പ്രണയലോകം.
കള്ളിൻരുചി വിതറിയ നെടുവരമ്പുകൾ.
നമ്മൾ കൊയ്തതും
കൊയ്യാത്തതുമായ വയലുകൾ,
വഴിപിരിഞ്ഞുപോകുന്ന പൈങ്കിളികൾ,
ഗ്രഹണി പിടിച്ച കനാലുകൾ,
ഗൃഹനില തെറ്റിയ വഴിപോക്കർ.
നിലതെറ്റുംപോലെ ശിവശങ്കരാ,
നമ്മളിൽ ആരായിരുന്നു സത്യം?
പോരാടി വീണുപോയ ഞാനോ,
യുദ്ധം പോരാട്ടം മാത്രമല്ലെന്നൂഹിച്ച നീയോ?
എന്തായിരുന്നു നേര്?
ശിവശങ്കരാ, നില ശരിക്കും തെറ്റുംപോലെ.
സന്ദേഹങ്ങൾ എന്നെ ലജ്ജാലുവാക്കുന്നു.
സംഹരിക്കുന്നു സന്ദേഹങ്ങൾ.

സമസ്ത ജീവജാലങ്ങളും ശോകത്തിൽ മുഴുകി
പ്പോകുന്നതെന്തുകൊണ്ട്?
പാപം ചെയ്യാൻ താല്പര്യപ്പെടാത്തവർ പാപപരമ്പര
കളിൽ മുടിയുന്നതെന്തുകൊണ്ട്?
നചികേതസ്സിന്റെ ഉത്തരമില്ലാത്ത ചോദ്യങ്ങൾ.
കാലനെന്ന, കാലത്തിനു നല്കാനാവാത്ത ഉത്തരങ്ങൾ.
നാം കാലത്തിന്റെ കളിക്കോപ്പുകൂട്ടുന്നു.
കാലം കളിക്കുന്നു.
കാലൻ ക്ഷണിക്കുന്നു.
ബസ് എവിടെയോ നിന്നു.
യാത്ര എവിടെയോ തീർന്നു.
സ്നേഹം, കാരുണ്യം, വിഷാദം, വിശപ്പ്...
നിരത്തിൽ, നിർവൃതിയിൽ
ഒരു നിശാശലഭംപോലെ യാത്രികൻ...

വൃശ്ചികത്തിലെ കാറ്റ്

സുരേന്ദ്രൻ എവിടെയുണ്ടെന്നറിയില്ല.
അന്വേഷണമുണ്ട്; കണ്ടെത്താതിരിക്കില്ല.
ശിവശങ്കരൻ പ്രത്യേക താല്പര്യമെടുക്കുന്നുണ്ട്.
ദേവകിയും അമ്മുവും ഉറങ്ങുന്നില്ല.
അതിവെളുപ്പിനു പുറപ്പെട്ടുപോയതിനാൽ ആരും കണ്ടതുമില്ല.
സുരേന്ദ്രൻ ഇല്ലെങ്കിൽത്തന്നെയെന്ത്?
വീണ്ടും നാലാംയാമങ്ങൾ ഉണ്ടാകുന്നു.

ശിവശങ്കരന്റെ പാടത്ത് വീണ്ടും വെള്ളംനിറഞ്ഞു.
ഇനി നിലം ഒരുങ്ങണം.
വരമ്പ് കോരണം.
ചിറ നിറയണം.
ചിരി നിറയണം.
കുന്നുമ്മയിലെ വയൽവരമ്പിൽ ശിവശങ്കരൻ മനസ്താപപ്പെട്ടിരുന്നു.
തോട്ടുവെള്ളത്തിലേക്ക് കാലും നീട്ടിയിരുന്നു.

എരലും കുറുവയും തോട്ടിലൂളിയിട്ടത് ശിവശങ്കരനറിഞ്ഞില്ല, പണിക്കാർ അറിഞ്ഞില്ല. ചിറയിറമ്പുകളിലെ കുടിലുകളിൽനിന്ന് ആരോ നെഞ്ചുപൊട്ടും പോലെ 'മാനസമൈനേ' പാടുന്നു.

കാക്കകൾ നെട്ടോട്ടമോടുന്നു.
ശിവശങ്കരൻ അതൊന്നും ശ്രദ്ധിക്കുന്നില്ല.
പണിക്കാർ പതം പറയുന്നു.
പണിക്കാരികൾ കഥ പറയുന്നു.
ഇനിയുമുള്ള സിനിമയിൽ ഞങ്ങടെ കഥകൂടി ചേർക്കണമെന്ന് കളി

തമാശ പറയുന്നു. ശിവശങ്കരൻ വെറ്റ മുറുക്കി, വിരൽ, ചുണ്ടിൽ കത്രിക പോലെ പിടിപ്പിച്ച്, താഴെ തോട്ടിലേക്ക് തുടരെ തുപ്പുന്നു.

കുന്നുമ്മച്ചിറയിൽ തെങ്ങോല അനങ്ങുന്നു.

ഠോ, ഠോ ശബ്ദത്തിൽ കരിക്കിൻകുല കരയിൽ വീഴുന്നു.

തേങ്ങ കുലുക്കിനോക്കി ശിവശങ്കരൻ പ്രായം മതിക്കുന്നു.

ഓമനക്കുട്ടനെന്ന പുതിയ പണിക്കാരൻ യുവാവ് *ചെമ്മീനി* നെപ്പറ്റി ശിവശങ്കരനോടു ചോദിക്കുന്നു. ശിവശങ്കരൻ മുറുക്കി ചുവന്ന ചിരി നല്കുന്നു.

അടുത്ത ചോദ്യം ആ യുവാവിൽ നിന്നെന്താകുമെന്ന ഊഹത്തിൽ ശിവശങ്കരൻ ഊറിച്ചിരിക്കുന്നു; യുവാവ് തിരക്കുന്നു:

“സത്യനെ അറിയുമോ?”

“ഷീലയെ അടുത്തുകണ്ടുവോ?”

കുശലം നീളുമെന്നോർത്ത്

“എന്നെ അവർക്കറിയില്ല.”

എനിക്കറിയാമെന്നു കളി പറഞ്ഞ് ശിവശങ്കരൻ വരുമാനക്കണക്ക് കൈവിരലുകളിൽ കൂട്ടിനോക്കുന്നു.

കൃഷി ലാഭകരമാകുന്നില്ലെന്ന് പതിവ് പല്ലവി.

കോട്ടയത്ത് പോയിവരാൻ തന്നെ എത്ര ചെലവ്!

ചക്രത്തിന് വന്നുവന്ന് ഒരു വെലയുമില്ല.

വീട്ടിൽ അഭിനന്ദിക്കാൻ ആൾക്കൂട്ടം തീരുന്നില്ല.

അഭിമുഖവും ഫീച്ചറും വന്നതുകൊണ്ട് പച്ചരി കിട്ടുമോ, നെല്ലുണ്ടാകുമോ, പോത്തുംകാളയും അനുസരണം കാട്ടുമോ എന്നൊക്കെ ശിവശങ്കരന്റെ വെറ്റമുറുക്കിയ ചോദ്യങ്ങൾ.

ഉച്ചത്തിൽ വെടിവട്ടം.

എന്നിട്ടും വിഷാദം.

“ജ്ഞാനപീഠ ജേതാവേ” എന്ന് പഴയൊരു സതീർത്ഥ്യന്റെ വിളി.

പീഠം നീ എടുത്തോ, ജ്ഞാനം എനിക്കുമതിയെന്ന് ശിവശങ്കരന്റെ തിരിച്ചടി.

വരുന്നവരോടും പോകുന്നവരോടും സുരേന്ദ്രനെക്കുറിച്ച് പരിഭവം; അവനെക്കണ്ടാൽ ഇളിപ്പൂട്ടിൽ പിടിച്ച് രണ്ടെണ്ണം കൊടുക്കുമെന്ന് വീരവാദം.

അയ്യോ ഇതെന്തോ പറച്ചിലാണെന്ന് ഭാര്യ.

ശിവശങ്കരൻ കണ്ണിറുക്കി ചിരിക്കുന്നു.

ആരുമില്ലാ നേരത്ത് ശിവശങ്കരൻ കണ്ണുതിരുമ്മി കണ്ണീർ പൊഴിക്കുന്നു. ആത്മബന്ധത്തിന്റെ ആഴം.

രാത്രിയിലേക്ക് പൊടിയരിക്കഞ്ഞി മതിയെന്ന് മുന്നറിയിപ്പ്. കൈയിൽ എള്ളെണ്ണയുടെ മണം.

കൊപ്ര പിണ്ണാക്കിന്റെ രുചി.

കൊപ്ര കൊത്താൻവന്ന കാക്കകളെ ഇന്നത്തേക്കു മതിയെടാ പഹയന്മാരെ എന്നുപറഞ്ഞ് വിരട്ടിയോടിക്കുംനേരം അടുത്ത സംഘം അഭിമുഖക്കാർ.

അവർ പോയിക്കഴിഞ്ഞ് പത്രം അരിച്ചുപെറുക്കിയിരിക്കുമ്പോൾ, ഒരുകൂട്ടം കുട്ടി നെല്ലിക്കകൾ മുറ്റത്ത്. യൂണിഫോമിട്ട പെൺകുട്ടികൾ സമീപത്തെ സ്കൂളിന്റെ പേര് പറഞ്ഞു.

"ഇങ്ങ് കേറി അകത്തുവാ" എന്ന് നീട്ടിവിളി.

ചിരിച്ചും നാണിച്ചും ഒന്നിനു പിറകെ മറ്റൊന്നായി ഉരുണ്ടും ചിതറിയും കുട്ടിനെല്ലിക്കകൾ.

"അപ്പൂപ്പന് എന്തുവാ കൊണ്ടുവന്നെ?"

കുട്ടികൾ വിഷമിച്ചു.

"ഓറഞ്ചോ, മുന്തിരിയോ...?"

നെല്ലിക്കകൾ ചിതറി.

"അവാർഡ് കിട്ടിയവരെ കാണാൻ വരുമ്പം സമ്മാനം കൊണ്ടുവരണം."

ഇനീം വരുമ്പം എന്നു കുട്ടികൾ.

"ഇനി നിങ്ങടെ മക്കളുമായി ഒരിക്കൽ വരണ"മെന്ന് തമാശ.

പുറത്തേക്കുവന്ന കാർത്ത്യായനിക്കും ചിരി.

"നിങ്ങളെവിടുത്തെയാ മക്കളെ?"

അമ്മ ചോദിച്ചു.

കുട്ടികൾ തുരുത്തിന്റെയും കടവുകളുടെയും പേരു പറയുന്നു.

"പടഹാരം,"

"ചെക്കിടിക്കാവ്,"

"കുന്നുമ്മ,"

"എല്ലോറ...."

കൂട്ടത്തിൽ നിന്ന ഒരു കുറുമ്പുകാരിയുടെ ചെവിക്കു പിടിക്കുന്നു.

ഒരു വെള്ളപ്പാറ്റ.

മെലിഞ്ഞുനീണ്ട കുട്ടി.

ചുരുണ്ട മുടി.

പൊട്ട് വച്ചിരിക്കുന്നു.

മുടി രണ്ടായി പിന്നിയിട്ടിരിക്കുന്നു.

എന്തിനും ഏതിനും ചിരി.

വെറുതെ നോക്കിയാൽ ചിരി.

എവിടെയും നോക്കി ചിരി.

കുഞ്ഞിക്കണ്ണുകൾ.

"ഇതൊരു കുഞ്ഞിക്കാത്ത തന്നെ;

"എവിടുത്തെയാ?"

ശിവശങ്കരൻ തിരക്കുന്നു.

"പള്ളിനാല്പപടേലയാ."

ശിവശങ്കരന് മനസ്സിലായി.

കാർത്ത്യായനിയമ്മ ചോദിച്ചു.

“എത്രാമത്തെ കുട്ടിയാ?”

“ഏറ്റവും ഇളയതാ...”

ശിവശങ്കരൻ, കാർത്ത്യായനിയെ കളിയാക്കി:

“നിന്നെ കൊച്ചിലേ കാണുമ്പോലൊണ്ട്; നെറോം മുടീം ഒക്കെ.

അതുകൊണ്ട് പേര് കുഞ്ഞിക്കാത്ത.

എന്താ ഇഷ്ടമായോ പേര്?”

മറ്റുകുട്ടികൾ ആ പേര് ഏറ്റെടുത്തു.

നെല്ലിക്കക്കൂട്ടം മുറ്റത്ത് ചിതറി അപ്രത്യക്ഷമായി.

വീടു ശൂന്യമായപ്പോൾ, ശിവശങ്കരന്റെ ഉള്ളും ശൂന്യമായി. സുരേന്ദ്രനെ ഓർക്കുന്നു.

“എടീ, അവൻ എവിടാരിക്കും?

എവിടെപ്പോയി കണ്ടുപിടിക്കും.

അയ്യോ അവനെന്തൊരു പാവമാരുന്നു.

ഇച്ചിരെ മുൻകോപം. അത്രേ ഒള്ള്.

എന്തുംവേണ്ടി തീ തിന്നതാ അവൻ.

എടീ, അവൻ മൂർഖനെന്നു പറേം ചിലർ.

അയ്യോ ഒരു നീർക്കോലിയാ സുരേന്ദ്രൻ.

പൂർണ്ണസമയോം അവൻ എഴുത്തിലാരുന്നേൽ എന്നേക്കാൾ മുൻപേ എവിടെത്തേണ്ടതാരുന്നു. ഞങ്ങളെ തമ്മിൽ തല്ലിക്കാനും നോക്കി ചിലർ.”

ഭാര്യ തലകുലുക്കി കേട്ടു.

“ഒന്ന് ട്രങ്ക് ബുക്ക് ചെയ്ത് തിരുവന്തോരം വിളിക്കാം. ദേവകീം കൊച്ചും ചാവാതെ ചാവുവാരിക്കും.”

“അവരെ ഇങ്ങോട്ടു വിളിപ്പിച്ച് നാലുനാൾ താമസിപ്പിച്ചാലോ”

ഭാര്യ സംശയം പറഞ്ഞു.

“വേണ്ടാടീ ആ കൊച്ചിന് സ്കൂളൊണ്ടാവും.

ഇവിടെ പണിക്കാരും കറ്റയടീം ആവുമ്പം ചൊറിച്ചിലും പിഴിച്ചിലുമൊക്കെ ആരിക്കും വരുന്നവർക്കു; വേണ്ട.”

എങ്കിൽ വേണ്ടെന്ന് തലകുലുക്കി ഭാര്യ.

ഉണ്ടിട്ടും ഉരിയാടാതെ ഇരിപ്പാണ് ശിവശങ്കരൻ.

സുഖമില്ല.

ഉള്ള് കാളുന്നു.

അവാർഡിന് ഡൽഹീൽ പോകാൻ സമയമായിവരുന്നു. വിമാനത്തിൽ കയറാൻ ഭയമെന്ന് ഭാര്യ.

“നിന്നെ ആരും തള്ളിയിടുകയൊന്നുമില്ല; നിന്റെ അമ്മാവന്റെ മക്കളൊന്നും വിമാനത്തിൽ കാണത്തില്ല.”

ചിരിക്കാതെയാണിതൊക്കെ പറഞ്ഞത്.

ഉള്ളിൽ തീയുണ്ട്.

സുരേന്ദ്രനെ കണ്ടുപിടിക്കണം.

കോട്ടയത്ത് ഡി സി കിഴക്കേമുറിയെയും കോഴിക്കോട്ട് വൈക്കം

മുഹമ്മദ് ബഷീറിനെയും എറണാകുളത്ത് എം കെ സാനുവിനെയും വിളിച്ച് വിവരം പറഞ്ഞു.

അന്വേഷിക്കാമെന്നുറപ്പു പറഞ്ഞു.

ട്രങ്ക് ബുക്കു ചെയ്ത് കാര്യം പറഞ്ഞപ്പോഴേക്കും സന്ധ്യ കഴിഞ്ഞു.

ബഷീറിനോടധികം മിണ്ടാൻ പറ്റിയില്ല.

ലൈൻ കട്ടായി.

കിഴക്കേമുറി തിരികെ വിളിച്ചാണ് മിണ്ടിയത്.

"ശിവശങ്കരന്റെ ഫോൺബില്ലിൽ ഞാൻ കാരണം കൂടിയെന്നൊരു പരാതി വരരുതല്ലോ" എന്ന് ഡി സി കിഴക്കേമുറിയുടെ തമാശ.

"സമയം പാലിക്കുന്നുണ്ടെങ്കിൽ അതിന് ഡി സിയെ കണ്ടുപഠിക്കണം. ഇങ്ങനേം ഒണ്ടോ ഒരു സ്ഥിരോത്സാഹി."

കാർത്ത്യായനിയെ നോക്കി ശിവശങ്കരൻ പറഞ്ഞു.

സുരേന്ദ്രന്റെ ഇറങ്ങിപ്പോക്കു കഴിഞ്ഞിട്ട് ഒരുമാസം. അന്വേഷണം അവസാനിച്ചിട്ടില്ല. പ്രസാധകർ രണ്ടുതവണ വന്നുപോയി.

കൊണ്ടുപോയത് മുഴുവൻ വായിച്ചിട്ട് ചില സംശയങ്ങളുമായി വന്നു പിന്നെയും.

"ചില അദ്ധ്യായങ്ങൾ തമ്മിൽ ചേർച്ചയില്ല. ജീവിതദർശനവും രാഷ്ട്രീയ കാഴ്ചപ്പാടും പല സമയത്തും പലതായി പറയുന്നു. പരസ്പരവിരുദ്ധം."

ദേവകിക്കത് ഇഷ്ടമായില്ല.

"വൈരുദ്ധ്യങ്ങളുടെ സൃഷ്ടിയാണല്ലോ ഓരോ മനുഷ്യനും" എന്നവർ എടുത്തടിച്ചപോലെ പറഞ്ഞു.

"ആള് കമ്യൂണിസ്റ്റാന്നോ ഇപ്പഴും? അങ്ങനെതോന്നി."

പ്രസാധകർ പറഞ്ഞു.

"അതിൽ എഴുതിയിരിക്കുന്നതെന്തോ അതാ സത്യം."

ദേവകി തുറന്നുപറഞ്ഞു.

പ്രസാധകർക്ക് വിഷമം. അതവർ പറഞ്ഞു:

"ഒന്നാമത് എഴുതി തീർത്തില്ല; പിന്നെ പാർട്ടിക്കെതിരെ ഒന്നും പറയുന്നുമില്ല."

"അദ്ദേഹം എന്തായിരുന്നോ അതുണ്ട് രചനയിൽ."

ദേവകി മറ്റൊരു കാര്യംകൂടി ഓർത്തു; എന്നും പറയുമായിരുന്ന, കാര്യം.

"കഠോപനിഷത്തിലെ, നാലാംവല്ലിയിലെ പത്താം മന്ത്രം പുസ്തകത്തിന്റെ ആമുഖത്തിൽ ചേർക്കണമെന്നുണ്ടായിരുന്നു; പലപ്പോഴും പറഞ്ഞിരുന്നു."

പ്രസാധകർ അത് വായിച്ചു:

"ഇവിടെ എന്താണോ ഉള്ളത്
അതു തന്നെയാണ് അവിടെയും
അവിടെ എന്താണോ ഉള്ളത്
അതുതന്നെ ഇവിടെയും

ഇവിടെ പലതു കാണുന്നവൻ
മൃത്യുവിൽ നിന്ന് മൃത്യുവിലേക്ക് പോകുന്നു..."

സമയം നാല് കഴിഞ്ഞുകാണും.
വെയിൽ മങ്ങാൻതുടങ്ങുന്നു.
ശിവശങ്കരൻ അടുക്കളയ്ക്കടുത്തിരുന്നു ചായ കുടിക്കുന്നു.
അടയുണ്ട് കഴിക്കാൻ.
ഒന്നുമതിയെന്നു പറഞ്ഞ് മറ്റൊന്നു നീക്കിവച്ചു.
മുൻവശത്തെ കതകിൽ ആരോ മുട്ടിവിളിക്കുന്നു.
ശിവശങ്കരനത് കേട്ടു.
ശിവശങ്കരൻ മാത്രമെ കേട്ടുള്ളൂ.
"ആരോ വന്നു;
ഒന്ന് നോക്കിയേംവച്ച് വരാം."
പെട്ടെന്ന് ചായ തീർത്ത് ശിവശങ്കരൻ എഴുന്നേറ്റു.
തുടരെ മുട്ടിവിളിച്ചുകൊണ്ടേയിരിക്കുന്നു;
അതും ഉച്ചത്തിൽ
ശിവശങ്കരൻ തിടുക്കത്തിൽ വാതിൽതുറന്നു; വിളിച്ചുപറഞ്ഞു:
"അയ്യോ ദാണ്ട്, സുരേന്ദ്രൻ വന്നു നില്ക്കുന്നു."

ഉണങ്ങാനിട്ട നെല്ലിന്റെ പരുവം നോക്കി നില്ക്കുകയായിരുന്ന കാർത്ത്യായനിയമ്മ വരമ്പ് നേരെയാക്കിവച്ച് മുൻവശത്തേക്ക് ഓടിവന്നു.

"അയ്യോ, ദാണ്ട് സുരേന്ദ്രൻ."

ശിവശങ്കരൻ വീണ്ടുംപറഞ്ഞു.

പൊലി ചിക്കിയിടുകയായിരുന്ന ഒന്നുരണ്ടു ജോലിക്കാരും, ശിവശങ്കരന്റെ പറച്ചിൽകേട്ട് ഓടിവന്നു.

"ആൾ എവിടെ...?"

മുറ്റത്ത് ആരെയും കാണാഞ്ഞ് എല്ലാവരും ഒറ്റശ്വാസത്തിൽ ചോദിച്ചു.

കാർത്ത്യായനിയും ആരെയും കണ്ടില്ല.
ശിവശങ്കരന്റെ ശബ്ദം ഇടറിയിരുന്നു:
"ദാണ്ടെ, ഇവിടിപ്പം നിക്കുവാരുന്നല്ലോ സുരേന്ദ്രൻ."
മുറ്റം മുഴുവൻ പരതി.
ആരെയും കാണുവാനില്ല.
പുതുതായി തീർത്ത റോഡാണ് വീടിനു മുന്നിൽ.
ജോലിക്കാർ അവിടംവരെ പോയി നോക്കി.
ആരെയും കാണാതെ അവർ തിരികെവന്നു.
"വെറുതെ ഓരോന്ന് തോന്നിയതാരിക്കും."
"കാറ്റടിച്ചതാരിക്കും."
"വൃശ്ചികത്തിലെ കാറ്റിന് അല്ലേലും ശക്തി കൂടുതലാ."

മറ്റുള്ളവർ പറയുന്നത് ശിവശങ്കരൻ കേട്ടില്ല; സത്യം ശിവശങ്കരനു മാത്രമെ അറിയൂ.

www.ingramcontent.com/pod-product-compliance
Lightning Source LLC
LaVergne TN
LVHW100842051026
849519LV00006B/2393

* 9 7 8 9 3 9 0 3 0 1 6 6 9 *